இரும்புச் சுவர்கள்

சி.ஆர்.ரவீந்திரன்

தாமரை பப்ளிகேஷன்ஸ் (பி) லிட்.,
41- பி, சிட்கோ இண்டஸ்டிரியல் எஸ்டேட்,
அம்பத்தூர், சென்னை- 600 050.
☎ : 044 - 26251968, 26258410, 48601884

Language : Tamil
Irumbu Chuvargal
Author: **C.R.Ravindran**
N.C.B.H. First Edition: July, 2024
Copyright: Author
No.of Pages: 184
Publisher :
Thamarai Publications Pvt. Ltd.,
41-B, SIDCO Industrial Estate,
Ambattur, Chennai - 600 050.
Tamilnadu State, India.
Email: tamaraipublication@gmail.com
Online:www.ncbhpublisher.in

ISBN : 978 - 81 - 977700 - 7 - 4
Code No. T 494
₹ 200/-

Distributors

Ambattur 044 - 26359906 **Spenzer Plaza (Chennai)** 044-28490027 **Trichy** 0431-2700885 **Pudukkottai** 04322- 227773 **Thanjavur** 04362-231371 **Tirunelveli** 0462-4210990, 2323990 **Madurai** 0452 2344106, 4374106 **Dindigul** 0451-2432172 **Coimbatore** 0422-2380554 **Erode** 0424-2256667 **Salem** 0427-2450817 **Hosur** 04344-245726 **Krishnagiri** 04343-234387 **Ooty** 0423 - 2441743 **Vellore** 0416-2234495 **Villupuram** 04146-227800 **Pondicherry** 0413-2280101 **Nagercoil** 04652 - 234990

இரும்புச் சுவர்கள்
ஆசிரியர்: சி.ஆர்.ரவீந்திரன்
என்.சி.பி.எச். முதல் பதிப்பு: ஜூலை, 2024

அச்சிட்டோர்: பாவை பிரிண்டர்ஸ் (பி) லிட்.,
16 (142), ஜானி ஜான் கான் சாலை, இராயப்பேட்டை, சென்னை - 14
☎: 044-28482441

All rights reserved. No part of this book may be reprinted or reproduced or utilised in any form or by any electronic, mechanical, or other means, now known or hereafter invented, including photocopying and recording, or in any information storage or retrieval system, without permission in writing from the publishers.

முதல் பதிப்புக்கான முன்னுரை

வாழ்க்கை போலத் தோன்றும் கதை அல்ல இது. மாறாக, கதை போன்ற வாழ்க்கை இது. வழக்கமாகக் காணப்படும் காதல், பிணி, மூப்பு, சாக்காடு போன்ற கடைசி எல்லைகளைக் காண்பதிலிருந்து மாறுபட்ட இது வாழ்வதற்குரிய வாழ்க்கையைத் தேடும் ஒரு பயணமாக உள்ளது. சமூக, சமுதாய உறவுகளுக்குள் தனக்கான ஒரு வாழ்க்கையை அமைத்துக் கொள்ள உடலாலும், உயிராலும் எதார்த்தமாகப் போராடும் ஒரு பெண்ணின் வாழ்க்கை இங்கே கலை வடிவம் பெற்றிருக்கிறது.

ஒவ்வொருவருமே தான் சார்ந்துள்ள வாழ்க்கைச் சூழலுக்குள்ளேயே அதற்குப் பொருத்தமாகத் தன்னை வடிவப்படுத்திக் கொள்ள முயற்சிக்கிறார்கள். அதற்கான வாழ்க்கைப் பயணம் குறித்த ஒரு திட்டத்தை வகுத்துக் கொள்கிறார்கள். அந்தத் திட்டத்திற்கு ஓர் எதார்த்த வடிவம் காண்பதிலேயே வாழ்க்கை தொடர்கிறது. ஓடி ஓடிக் களைத்துச் சலித்துப் போய் அடங்கி வாழ்க்கைக்கு முற்றுப் புள்ளி வைப்பதே ஒவ்வொருவரின் இயல்பாக இருக்கிறது.

வாழ்க்கை எங்கேயும், எப்போதும் நிகழ்ந்து கொண்டிருக்கிறது. அந்த வாழ்க்கையினூடாக ஒவ்வொருவருமே பயணம் செய்து தன்னுடைய சூழலில் தன்னை அடையாளம் கண்டு கொள்கிறார்கள். அவர்களில் தன்னைச் சுற்றியுள்ள வாழ்க்கையை ஏற்றுக் கொண்டு பயணம் செய்கிறார்கள். மற்றும் சிலர் தன்னைச் சுற்றியுள்ள வாழ்க்கையை ஏற்றுக் கொள்ள முடியாமல் எதிர் நிலையில் நின்று போராடுகிறார்கள். அவர்களுக்கு வாழ்க்கை மாற்றம் தேவையான ஒன்றாகத் தோன்றுகிறது.

சமுதாய வாழ்க்கையின் அடித்தளம் மனிதர்களின் பொருள் உற்பத்தி முறைகளையும், அவற்றின் உறவுகளைச் சார்ந்தே வடிவமைக்கப்படுகிறது. அந்த உற்பத்தி முறைக்கு ஒரு வரலாறு இருப்பதைப் போலவே, அதைச் சார்ந்த மனித உறவுகளுக்கும் ஒரு வாழ்க்கை இருக்கிறது.

இந்த வரலாற்று வளர்ச்சிப் போக்கில் நாம் ஒரு கட்டத்தில் வாழ்ந்து கொண்டிருக்கிறோம். அந்தக் காலகட்டத்தில் உலகம் கிராமமாக மாறிவிட்டது போன்ற ஒரு தோற்றம் காட்டப்படுகிறது. தாராளமயம்,

உலக வணிகம், உலகச் சந்தை என்ற நடைமுறைப் போக்குகளின் விளைவாக நம்நாடு தலைகீழ் மாற்றத்திற்கு உள்ளாகப் போகிறது என்ற ஒரு கணிப்பு மனதில் உருவாகி வருகிறது.

புதிய உற்பத்தி முறைகளின் விளைவாகப் புதிய வாழ்க்கை முறை வளர்ந்து வருகிறது. இதுவரை கிராமப்புற மக்கள் விவசாயம் சார்ந்தே தங்களுடைய வாழ்க்கையை வாழ்ந்து வருகிறார்கள். அந்த வாழ்க்கை முறை தொழில் நகரங்களைச் சார்ந்துள்ள கிராமப்பகுதிகளில் சலனங்கள் நிகழ்த்தித் தொழில் துறைகளுக்கு மக்களை விரட்டுகிறது.

அந்த விதத்தில் புதிய வாழ்க்கைக்காக இலட்சக்கணக்கான இளம் பெண்கள் இடம்பெயர்கிறார்கள். அந்த விதத்தில் ஓர் எளிய கிராமத்திலிருந்து புதிய வாழ்க்கையைத் தேடிச் செல்லும் ஓர் இளம் பெண்ணின் வாழ்க்கை இந்த நாவலில் சொல்லப்பட்டிருக்கிறது. கனவுகளுடனும், கற்பனைகளுடனும் நூற்பு ஆலைக்குச் சென்று அடிமை வாழ்க்கையை அனுபவித்த பெண் ஒருத்தியின் வாழ்க்கை தான் இந்த நாவல். புதிய பொருளாதாரக் கொள்கைகளையும், நடைமுறைகளையும் கேள்விக்கு உள்ளாக்கும் எதார்த்தமான வாழ்க்கை தான் இந்த நாவல்.

இது காவேரியின் வாழ்க்கை. அவளுடைய மனதிற்குள் காவிரி ஓடுவதைப் போலக் கற்பனையான வாழ்க்கை ஓடுகிறது. அந்த ஓட்டத்தின் இயல்பான தோற்றமே இந்த நாவல்.

'இரும்புச் சுவர்கள்' என்ற எனது பதினான்காவது நாவலை எழுதுவதற்கான வாய்ப்பை எனக்கு ஏற்படுத்திக் கொடுத்த 'சேவ்' அமைப்பின் இயக்குநர் ஆ.அலோஸியஸ் அவர்களுக்கும், கூடுதலான விவரங்களைத் தந்த நண்பர் வேலு மயில்சாமி அவர்களுக்கும். வாசிக்கவிருக்கும் வாசக அன்பர்களுக்கும் நன்றி தெரிவிப்பதில் மகிழ்ச்சியடைகிறேன்!

அன்புடன்
சி.ஆர்.ரவீந்திரன்

20.11.2010

ஒன்று

கிழக்குப் பக்க வேலியிலிருந்த கள்ளிகளுக்கு முன்னால் தடித்த செம்மிக் கிடாயும், வெள்ளைக் கிடாயும் தலைப் போடுவதைப் பார்த்த காவேரி குனிந்து கைக்குக் கிடைத்த வெங்கிக் கல்லை எடுத்து அந்தப் பக்கமாக வீசினாள். கிடாய்கள் விலகவில்லை. கால்களை வீரியத்துடன் தூக்கிக் காதுகள் விறைக்க அவை மோதுவது தேங்காயை உடைக்கும் சத்தத்தை அவளுக்கு நினைவுபடுத்தியது. இன்னொரு கல்லை எடுத்து வீசினாள். கிடாய்கள் விலகி ஒதுங்கின. அவை எதற்காக அப்படிச் சண்டை போடுகின்றன என்ற கேள்விக்கு அவளால் அன்று வரை காரணம் கண்டுபிடிக்க முடியவில்லை. அங்கேயும் இங்கேயும் மேய்ந்த காராடுகள் தலை நிமிர்த்துப் பார்த்து விட்டு மேய்ச்சலில் இறங்கின.

மேய்ந்து கொண்டிருந்த ஆடுகளை அவள் எண்ணிப் பார்த்தாள். சரியாக ஒன்பது இருப்பதைக் கண்டாள். அப்படிப் பார்த்துக் கொள்வது அவளுடைய வழக்கம். பின்னலிட்ட சடையை மார்பின் மேலிருந்து எடுத்துத் தன் முதுகுப் பக்கமாகத் தள்ளிக் கொண்டாள். நெற்றியில் சரிந்திருந்த மயிரிழைகளைச் சரி செய்தபடியே மேற்குப் பக்கமாகப் பார்த்தாள். அடிவானத்தை சூரியன் அப்போது நெருங்கியது. காலடிகளிலிருந்து நிழல் நீண்டு கிடந்தது. தலைக்கு மேல் காக்கைகள் மாறி மாறிக் கரைந்தபடி பறந்தன. காட்டுப்புறாக்களும், குருவிகளும் வானத்தில் பாய்ந்து பாய்ந்து பறந்தன. கூடுகளுக்கு அவை திரும்புவதாக அவள் நினைத்துக் கொண்டாள். ஆடுகளை ஓட்டிக் கொண்டு கிளம்பினால் இருட்டு விழுவதற்குள் ஊர் போய்ச் சேர்ந்து விடலாமென்று அவளுக்குத் தோன்றியது.

வெயிலின் வெக்கை தணிந்து காற்று சில்லென்று வீசுவதை அவள் உணர்ந்தாள். அந்த நேரம் வரும் போதெல்லாம் அவளையும் அறியாமல் அவளுடைய உடலில் தெம்பு கூடிவிடும். வீட்டுக்குப் போய் கிடைப்பதைத் தின்று பசியாறலாம். அம்மாவிடமும், தங்கையிடமும் அக்கம் பக்க நடப்புக்களைக் கேட்கலாம். கடைக்குப் போய் வரலாம். வழியில் பார்ப்பவர்களிடம் வம்பளக்கலாம். வழக்கம் போல வீட்டுக்குச் சென்று விட்டால் தேவலாம் என்று தோன்றியது அவளுக்கு.

அந்த நேரத்தில்தான் அங்கேயும், இங்கேயும் மேய்ச்சலுக்குப் போன ஆடுகளும் ஊரை நோக்கித் திரும்பிக் கொண்டிருக்கும். மாடுகளையும், எருமைகளையும் மேய்ச்சலுக்கு ஓட்டிக் கொண்டு போனவர்களும் அப்போதுதான் திரும்புவார்கள். அக்கம்பக்கக் காடு கரைகளுக்கோ தூரம் தொலைவிலுள்ள ஊர்களுக்கோ போயிருந்தவர்கள் கூட அப்போதுதான் திரும்பி வருவார்கள். காலரவம் இல்லாமல் காய்ந்து கிடந்த ஊரில் சளசளப்புக் கேட்கும். அப்புறம் ஊர் அடங்க வெகுநேரமாகும்.

திரும்பி விடலாமென்று நினைத்தவள் கருவேலமரத்துப் பக்கமாக நடந்தாள். மஞ்சள் நிறப்பூக்கள் மரத்தடியில் இலேசாக மினுமினுப்பதை அப்போதும் அவள் கவனித்தாள். மரத்தோரம் அவளுடைய சோற்றுப் பெட்டியும் தண்ணீர்க் குடுவையும், நீண்ட குச்சியும் கிடந்தன. நிழலுக்கு அவள் ஆடுகள் மேயும் இடத்திற்குப் பக்கத்திலிருக்கும் மரத்தின் நிழலில் குந்தியிருப்பாள். அன்றைக்குக் கடைசியாக அந்தக் கருவேல மரத்தின் நிழலில்தான் இருந்தாள். மேய்ச்சலுக்கு ஆடுகளை ஓட்டி வந்தால் வரப்போரம் அங்கங்கே நின்றிருக்கும் புளியமரத்தடியிலோ, வேப்பமரத்தடியிலோ, கருவேல மரத்தடியிலோ தங்கியிருப்பாள். கண்கள் மேய்ச்சலில் இறங்கியிருக்கும் ஆடுகளை அவ்வப்போது கண்காணித்துக் கொண்டிருக்கும்.

அறுவடை முடிந்த அடையாளம் தெரியாமல் செம்மண் நிலம் இறுகிப் பரந்து விரிந்து கிடந்தது. வேலிக் கள்ளிகளையும், கற்றாழைகளையும், காட்டுச் செடிகளையும், கொடிகளையும் தவிர்த்து அங்கே பச்சை பார்க்க முடியாது. பனை மரங்கள் சேர்ந்தும் பிளந்தும் தனித்தனியாகவும் எல்லாத் திசைகளிலும் தெரியும். அவற்றோடு அவள் பழகிப் போனதால் தன்னுடைய தனிமையை அவளால் உணரமுடிவதில்லை. அவளுடைய தனிமையைப் போக்குவது போல அவ்வப்போது ஏதாவது பறவைகள் அவளிருக்கும் இடத்திற்கு வந்து தங்கிக் கத்திவிட்டுப் பறந்து போகும். விரைசலாகக் காற்று வீசும் போது இலைகளோ, பூக்களோ அவளைச் சுற்றி உதிர்ந்து மெல்லப் புரளும். சன்னமான ஓசை எழுந்து அடங்கும்.

கண்ணுக்கெட்டிய தூரம்வரை வெறுமை பரவிக் கிடப்பதைத் தவிர அவளால் எதையும் பார்க்க முடியாது. விதைப்புக் காலத்திலும், அறுவடைக் காலத்திலும் ஆள் நடமாட்டம் கூடுதலாகவே இருக்கும். அங்கங்கே குரல்கள் சலசலக்கும். அவ்வப்போது வெள்ளையம்மாளோ, பழனியம்மாளோ காவேரியுடன் வருவதுண்டு. அவர்களும் தங்களுடைய ஆடுகளை மேய்ச்சலுக்கு ஓட்டி வருவார்கள். அப்போதெல்லாம் அவள் கலகலப்பாகவே இருப்பாள். நேரம் போக

அவர்கள் போனதையும், வந்ததையும் பரிமாறிக் கொள்வார்கள். தொலைக்காட்சியில் கண்ட படங்களைப் பற்றிச் சிலாகித்துப் பேசித் தீர்ப்பார்கள். விளம்பரங்களில் பார்த்த சேலைகளைப் பற்றியும், நகைகளைப் பற்றியும் சிலாகித்துப் பேசுவார்கள். ஊர்க் கதைகளைப் பரிமாறிக் கொண்டு விவாதிப்பார்கள். அவர்களுக்கு எப்படியும் பொழுது கழிந்துவிடும்.

வெள்ளையம்மாள் பள்ளர் வளவைச் சேர்ந்தவள். பழனியம்மாள் அருந்ததியர் வளவைச் சேர்ந்தவள். காவேரிதான் அவர்களில் அதிகம் படித்தவள். ஒன்பதாம் வகுப்புவரை படித்திருந்தாள். வெள்ளையம்மாளும், பழனியம்மாளும் எட்டாம் வகுப்போடு படிப்பை முடித்துக் கொண்டார்கள். பருவமடைந்ததும் படித்தது போதுமென்று அவரவர் வீட்டில் சொல்லி அடுத்த பிரச்சினையைப் பற்றிக் கவனம் செலுத்தினார்கள். அவர்களுடைய படிப்போடு கனவுகளும் முடிந்துவிட்டன. அவர்கள் இப்போது புதிய கனவுகளைக் கண்டு கொண்டிருக்கிறார்கள். அவை எப்படியெல்லாம் நனவாகுமோ என்று கடவுளை நினைத்து அங்கலாய்த்துப் பெருமூச்சு விட்டுக் கொண்டிருக்கிறார்கள். கசாப்புக் கடைகளுக்கு இழுத்துப் போகவிருக்கும் ஆடுகளை எண்ணிக் கணக்குப் போடுவார்கள். அவர்களையும் அறியாமல் நாளும் பொழுதும் அந்த வெட்டவெளியில் கழிந்து கொண்டிருக்கிறது.

சோற்றுப் பெட்டியையும் தண்ணிக் குடுவையையும் கைக்குச்சியையும் எடுத்துக் கொண்டு நடந்த காவேரி சரசரப்புச் சத்தம் கேட்கவும் அந்தப் பக்கமாகத் திரும்பினாள். மஞ்சள் பூக்களுக்கு நடுவில் நெளிந்து நெளிந்து போய்க் கொண்டிருந்த பாம்பைப் பார்த்ததும் அவளையும் அறியாமல் அவளுக்குள் திக்கென்று அடித்தது. அவள் எத்தனையோ பாம்புகளைப் பார்த்திருக்கிறாள். காலடியில் ஊர்ந்து சாவதான வலம் போன பாம்புகளையும் கண்டிருக்கிறாள். விரியன் பாம்புகள், சாரைப் பாம்புகள், நாகப்பாம்புகள், கொம்பேறிப் பாம்புகள், பச்சைப் பாம்புகள் என்றெல்லாம் வகைவகையாகப் பார்த்திருக்கிறாள். அவையெல்லாம் அவளைச் சுற்றி மறைந்தபடி திரிந்து கொண்டிருக்கும் துணைகள் என்றுதான் அவள் நினைத்துக் கொள்வாள். இருந்தாலும் நடக்கும்போது அவளுக்கு இலேசான கவனமிருக்கும். அவை எங்கேயும் இருக்குமென்பது அவளுடைய எதிர்பார்ப்பு. அவற்றைக் கண்டால் விலகிப் போய்விடுவாள். அய்யனாரையோ, முனீஸ்வரனையோ, மாரியம்மாளையோ மனதிற்குள் நினைத்துக் கொள்வாள். அப்போது அவள் முனீஸ்வரனை நினைத்துக் கொண்டு நடந்தாள்.

நடந்து கொண்டிருந்த காவேரி மேற்குப் பக்கமாகப் பார்த்தாள். அன்றைக்கு விடைபெறுவது போல சிவந்த சூரியன் விளிம்பில் இறங்கிக் கொண்டிருந்தது. மேல் வானத்தில் மிதந்தபடியிருந்த மேகங்கள் விதவிதமான வண்ணங்களில் விதவிதமான வடிவங்களில் இருந்தன. அவளுடைய ஒற்றைக் கல் பதித்த ஒற்றை மூக்குத்தி சிவப்பாகிவிட்டது போல மின்னுவதை அவள் கவனித்தாள். கால்களில் செம்மண் புழுதி படிய காவேரி நடந்தாள்.

"ப்பா...ப்பா...ப்பா..." காவேரி வலது கையிலிருந்த கைக்குச்சியை விசிறியபடியே வேலிப் பக்கம் நின்றிருந்த ஆடுகளை விரட்டினாள். அவளுடைய குரலுக்காகக் காத்துக் கொண்டிருந்தது போல ஆடுகள் ஒன்று சேர்ந்து உரசியபடியே நடந்தன. செம்மிக்கிடாய் முன்னால் செல்ல வெள்ளைக்கிடாய் மெதுவாகக் கடைசியில் செல்வதைக் கவனித்தாள் காவேரி. இரண்டுக்கும் திண்டுக்கல் வியாபாரி அப்பாவிடம் விலை பேசிக் கொண்டிருப்பதைக் கவனித்து வந்தாள். பேரம் முடியவில்லை. சீக்கிரத்திலேயே அவை பட்டியை விட்டுக் கிளம்பி விடக் கூடுமென்று அவள் கணக்குப் போட்டாள். சினைப் பிடித்த காராடு பட்டியில் கட்டிக் கிடக்கிறது. அம்மாவோ, பஞ்சவர்ணமோ தளை தாம்போ, புல்லோ கொண்டு வந்து சேர்த்திருப்பார்களென்று அவளுக்குத் தோன்றியது. அக்கம் பக்கத்துக் காடுகளுக்கு ஓட்டிச் சென்று கையில் பிடித்து மேய்த்திருக்கக் கூடுமென்று நினைத்தாள். மூன்று குட்டிகளை இந்த முறை அது ஈனும் என்று வீட்டில் இருப்பவர்கள் எல்லோருமே கணித்திருக்கிறார்கள். இது இரண்டாவது முறையாக ஈனவிருக்கிறது. வயிறு பெருத்துக் கனத்து இறங்கியிருக்கிறது. செம்மிக் கிடாய்க்குப் பின்னால் நடந்து கொண்டிருந்த காராடுதான் அது ஈன்ற முதல் குட்டி. அதுவும் பெட்டைதான். வாட்டசாட்டமாக வனப்புடன் மின்னியது. தாண்டுக்கால் போட்டு அது நழுவிவிட முன்னால் செல்லும் ஆட்டின் வாலை நுகர்ந்தபடி நடப்பது அதற்கு வழக்கமாகி விட்டது. அதைக் கவனிப்பது அவளுக்கும் பழக்கமாகிப் போனது.

ஆடுகள் முன்னே செல்ல அவற்றிற்குப் பின்னால் நடந்த அவள் தார்ச்சாலைப் பக்கமாக வந்து சேர்ந்தாள். அந்தச் சாலையில் அவள் எப்போதெல்லாமோ போய் வந்திருக்கிறாள். குளத்தூரிலிருந்து வேடசந்தூர் வழியாகத் திண்டுக்கல்லுக்குத் துணிமணி வாங்கச் செல்லும்போதுதான் அம்மா கூட்டிப் போய் வருவாள். போய் வந்த அலுப்புத் தீர ஒருநாள் ஆகிவிடும். காவேரிக்கு விதவிதமாய்ச் சேலை கட்ட ஆசைதான். அவற்றை வாங்கி வந்தாலும் கட்டிக் கொள்வதற்கு வாய்ப்புக் குறைவுதான். கல்யாணங்களுக்குச் செல்லும் போதோ, ஊர்த்

திருவிழாவின் போதோதான் உடுத்துக் கொண்டு போய் வரமுடியும். பூ வைத்துக் கொள்வதும் அப்போதுதான். காடு கரைகளில் சுற்றி வருகிறவளுக்கு அதுவும் முடிவதில்லை. பேய் பிசாசு அலைந்து கொண்டிருக்கும் என்று சொல்லி அம்மா தடுத்து விடுவாள். பழைய சேலையையோ, ரேசன் கடைச் சேலையையோ கட்டிக் கொண்டுதான் மேய்ச்சல் காடுகளுக்கு வந்து போகிறாள்.

தார்ச்சாலையின் இடதுபக்கத்தில் நின்றிருக்கும் அய்யனார் சிலைப்பக்கம் வந்ததும் அவள் திரும்பி நின்றுகொண்டு கைகளைக் கூப்பி இமைகளை மூடிக் கும்பிட்டாள். அந்த வழியாக வருகிற போதும் போகிற போதும் அப்படிக் கும்பிடுவது அவளுக்கு வழக்கமாக இருந்தது. ஓலைகளாலும், கித்தான் துணிகளாலும் மறைக்கப்பட்டிருந்த அய்யனார் சிலை திறக்கப்பட்டு ஒரு மாதம்தான் ஆகிறது. திறக்கப்பட்டபோது பூசைகள் நடந்தன. அக்கம்பக்கத்து ஊர்க்காரர்களெல்லாம் கூட்டம் கூட்டமாக வந்து சாமி கும்பிட்டு விட்டுப் போனார்கள். கிடாய் வெட்டு நடந்த போது ஆட்டு ரத்தமும், கோழி ரத்தமும் செம்மண்ணைச் சேறாக்கி விட்டன. கவிச்சு வாசம் பல நாட்கள் வரை வீசியது.

வண்ணங்கள் பளிச்சிடுவதைப் பார்க்கப் பார்க்க ஆசை அடங்காது. அய்யனார் சிலை மண் சிலைதான். கச்சிதமாகச் செய்திருந்தார்கள். காவல் தெய்வம் அய்யனார் கம்பீரமாகக் கால் ஊன்றி நின்றிருந்தார். கால்களில் சதைப் பகுதிகள் முறுக்கேறிப் புடைத்து விரைத்து இருந்தன. இரண்டு கைகளில் கைக்கு ஒன்றாக குதிரை ஒன்றின் முன்னங்கால்களைத் தாங்கி நின்றார் அய்யனார். அய்யனாரின் முதுகுப்பக்கத்தில்தான் குதிரை கம்பீரமாகப் பின்னங்கால்களை ஊன்றி நின்றது. குதிரை வெள்ளைக் குதிரை. அழகான குதிரையின் நெற்றிப் பொட்டில் கச்சிதமான கிரீடம் தங்க நிறத்தில் மின்னியது. கடிவாளமும் கழுத்து மணியும் கச்சிதமாகப் பளிச்சிட்டன. சிவந்த வாய் பிளந்திருக்க பற்கள் முத்துச்சரம் போல மின்னியது. படமெடுத்துச் சுருண்டிருக்கும் நாகப்பாம்பின் வடிவம் கழுத்தில் தொங்கியது. அதற்குப் பின்னால் திறந்த மார்பில் மணிச் சலங்கைகள் மாலையாகத் தொங்கின. நாகப்பாம்பின் வால் பகுதியைச் சிவப்பு மலர் மாலை தொட்டிருந்தது. காதுகள் விரைத்து வானத்தை நோக்கியிருந்தன. கண்களும், மூக்கும் கச்சிதமாக விரிந்திருந்தன. கால்களில் தங்க நிறத் தண்டைகள் மின்னின. சேனம் தங்கப்பட்டின் மேல் பரப்பி வைக்கப்பட்ட முத்துச்சரம் போல இருந்தது. அய்யனார் தாமரைக் கிரீடம் அணிந்திருந்தார். குதிரைகளின் குளம்படிகளைத் தாங்கி நின்ற கைகளின் திரண்ட நரம்புகளுக்கு மேல்

மணிக்கட்டில் தங்கக் காப்புக்கள் அணிவிக்கப்பட்டிருந்தன. கருத்து அடர்ந்த தலை முடிக்குக் கீழே மூன்று திருநீறுக் கோடுகள். விரிந்த புருவங்களுக்கு நடுவில் குங்குமப் பொட்டு அகன்ற கண்களுக்கு நடுவில் கூர்மையான மூக்கு. மூக்குக்குக் கீழே விரைத்து நிற்கும் தடித்த மீசை. விரிந்த உதடுகளின் நடுவில் மல்லிகைச் சரம் போன்ற பல் வரிசை. கடைவாய்ப் பக்கவாட்டில் தனித்தனியாக இரண்டு கூர்மையான கோரைப் பற்கள். கழுத்தில் உத்திராட்ச மாலை. அதற்குக் கீழே தங்க நிறத்தில் பதக்கத்துடன் மணிமாலை தொங்கியது. அதற்கும் கீழே பதக்கத்துடன் முத்துமணிச்சரம். வண்ண மலர்களால் பின்னப்பட்ட மாலை வயிற்றுக்கும் கீழே அசைந்தன. நீல நிறப் பட்டுத் துணியைச்சுருட்டி இடுப்புக் கச்சையாகக் கட்டி விட்டிருந்தார்கள். பச்சைப்பட்டு மேலங்கியுடனும், வெண்பட்டு வேட்டியுடனும் நின்றிருந்த அய்யனார் சிலையைத் தன்னை மறந்து கவனித்தபடியே இருந்தாள் காவேரி. அய்யனார் சிலையைச் சுற்றிலும் அழகான சுவர் இரண்டடி உயரத்திற்கு எழுப்பப்பட்டுப் பளிச்சென்று வெள்ளையடிக்கப்பட்டிருந்தது. அய்யனார் கோவிலுக்குப் பின்னால் கூப்பிடு தொலைவில் அங்கங்கே பச்சை மரங்கள் நின்றிருந்தன. பச்சைப் புதர்களும் முட்செடிகளும் திட்டுத் திட்டாக வளர்ந்திருந்தன.

திரும்பிப் பார்த்த காவேரிக்கு மனதில் திக்கென்று அடித்துக் கொண்டது. ஆடுகள் தொலைவில் போய்க் கொண்டிருந்தன. அய்யனார் பேய் பிசாசுகளை அண்ட விடமாட்டார் என்று ஊரில் பேசிக் கொள்வதை காவேரி விவரம் தெரிந்த நாட்களிலிருந்தே கேட்டு வருகிறாள். அய்யனார் சாமிச்சாட்டு என்றால் அக்கம் பக்க ஊர்களெல்லாம் அல்லோலகல்லோலப் பட்டுவிடும்.

கால்களை விரைசலாக வீசிப் போட்டு நடந்தாள் காவேரி. ஆடுகளை நெருங்கியதும் அவையும் வேகமாக நடந்தன. வெளிச்சம் மங்கிக் கொண்டே வந்தது. கூரை வீடுகளும், குடிசை வீடுகளும் கலந்த குளத்தூர் இருளில் மூழ்கிக் கொண்டிருந்தது. தெருவிளக்குகள் இன்னும் எரியத் தொடங்கவில்லை. ஊரை நெருங்கும் போது சலசலப்பும் சளசளப்பும் கூடியது. அங்கங்கே ஆடுகளும், மாடுகளும், எருமைகளும், ஆண்களும், பெண்களும் திரும்பிக் கொண்டிருப்பதைக் கவனித்தாள் அவள். வழக்கமாகப் பார்க்கிற அதில் எந்தவித மாற்றமும் இல்லை.

ஊரோர மாரியம்மன் கோவிலுக்குப் பக்கத்திலிருந்த வேப்ப மரத்தடியில் தான் வருவதைக் கவனித்தபடி ஒருவன் நின்றிருப்பதைக் கவனித்தாள் அவள். நெருங்க நெருங்க அவன் யாரென்பதை அவள் கண்டு கொண்டாள். அவன் சக்திவேல் என்பதை உறுதிப்படுத்திக் கொண்டபோது அவள் குழப்பத்திலிருந்து மீண்டாள்.

“இப்பத்தா வர்றியா?” அவன் கேட்டான்

“ஆமா. நீ எப்ப வந்தே?” அவள் கேட்டாள்

“காலையிலதா வந்தே?”

“நல்லா இருக்கறயா?”

“ம்...”

“இனி எப்பப் போவே?”

“சொல்ல முடியாது! போன எடத்துல வேலெ முடிஞ்சுது. வேற வேலை கிடைக்கிற வரைக்கும் இங்கெதான்”.

“நேரமாச்சு ஆடுக முன்னால போகுது வரட்டா?” அவள் வேகமாக அவனைக் கடந்து நடந்தாள்.

அவனுடைய பார்வை தன்னுடைய முதுகைக் குத்துவது போல ஒருவித உணர்வு அவளுக்கு.

அவன் தன்னோடு பள்ளியில் படித்தவன். பத்தாவது படித்து முடித்து விட்டான். போதிய மார்க் இல்லாததால் அதற்கு மேல் அவனால் படிக்க முடியவில்லை. அங்கேயும், இங்கேயும் கிடைத்த வேலைக்கெல்லாம் போய் வருவதாகப் பேசிக் கொள்வார்கள். அவளுக்கு அவன் கொஞ்சம் தூரத்துச் சொந்தம். நல்லது கெட்டது என்றால் இரண்டு வீட்டுக்கும் போக்குவரத்து நடக்கும். கட்டிக் கொடுக்கின்ற, கட்டிக் கொள்கிற உறவுமுறைதான். இரண்டுமே கூலி நாலிக்குப் போய் வந்து குடித்தனம் நடத்தும் குடும்பங்கள்தான். படிக்கும்போது அவன் வழிய வழிய வந்து பேச்சுக் கொடுப்பான். அவள் எதையாவது சொல்லிக் கொண்டே நழுவி நழுவிப் போவாள். அவனை அவளால் தட்டிக் கழிக்க முடியவில்லை. படித்து முடித்து அவன் பள்ளியை விட்டு வெளியேறிய பின்னால்தான் அவளுக்கு நிம்மதியாக இருந்தது. கதை கட்டி எவராவது பேசத் தொடங்கிவிடக் கூடுமென்று அவள் பயந்தாள்.

தெருவுக்குள் நுழைந்து நடக்கையில் தெருவிளக்குகள் பளிச்சென்று எரிந்தன. ஆடுகள் வேகமாகப் போய்க் கொண்டிருந்தன. வாசலில் அம்மா நிற்பதைப் பார்த்த அவள் கால்களை எட்டி வைத்து நடந்தாள்.

அங்கங்கே தொலைக்காட்சிப் பெட்டிகள் அலறத் தொடங்கின. சத்தங்களும், கூச்சல்களும் எழுவதும் அடங்குவதுமாக இருந்தன.

இரண்டு

சேவல்கள் அங்கங்கே இன்னமும் கூவிக் கொண்டிருந்தன. காலை நேரக் குளிர் காவேரியின் உடலில் சுறுசுறுப்பைக் கிளப்பிக் கொண்டிருந்தது. பரக்பரக்கென்று ஓசை கிளம்ப அவள் ஆட்டுப்பட்டியின் தரையைக் கூட்டிப் பெருக்கிக் கொண்டிருந்தாள். ஆடுகளின் சிறுநீரில் ஊறிப் போயிருந்த அவற்றின் புழுக்கைகள் கடலை விதைகளைப் போல உருண்டன. பழக்கப்பட்டுப் போன விரும்பத்தகாத அவற்றின் வாசத்தை அவள் பொருட்படுத்தவில்லை. அவளுக்கு விவரம் தெரிந்த நாளிலிருந்து அதனோடு அவள் கலந்து போயிருந்தாள். சினைப்பிடித்த காராடு தனியாகக் கட்டப்பட்டிருந்தது. குட்டிகளை ஈனும் வரை அதைக் கவனமாகப் பாதுகாக்க வேண்டியிருந்தது. மற்ற ஆடுகள் இடித்தாலோ, மோதினாலோ வயிற்றுக்குள் இருக்கும் குட்டிகள் பாதிக்கப்படும் என்பதில் அவள் கவனமாகவே இருந்தாள். சினை ஆட்டின் பால்மடி கனத்துப் பெருத்துக் கீழிறங்கியபடி இருந்தது. இடையிடையே ஆடுகள் மாறி மாறிக் கத்தின. தண்ணீர் வைக்க வேண்டுமென்ற நினைப்பு வந்தது அவளுக்கு. அவசரம் அவசரமாக ஆட்டுப் புழுக்கைகளைக் கூட்டிப் பெருக்கிக் குவியலாக்கினாள். பட்டியின் வடமேற்கு மூலையில் கவிழ்த்து வைக்கப்பட்டிருந்த மூங்கில் கூடையை எடுத்து வந்து குவியலிலிருந்து புழுக்கைகளை அள்ளிப் போட்டுக் கூடையை நிரப்பினாள். கைகளில் மணிக்கட்டைத் தொட்டுக் கொண்டிருந்த பிளாஸ்டிக் வளையல்களைக் கணுக்கை வரை இழுத்து விட்டுக் கொண்டாள். குவியல் மூன்று கூடை அளவுக்கு வரும் என்று கணக்கு போட்டுக் கொண்டே அதைக் குப்பை மேட்டுக்குக் கொண்டு போனாள். குப்பை மேடு குவிந்து கூம்பாரம் போலிருந்தது. அப்பாவிடம் சொல்லிக் குப்பை வண்டிக்காரரை வரச் சொல்ல வேண்டுமென்று நினைத்தாள். திரும்பும் போது பையன்கள் கும்பலாகக் கூவிக் கொண்டு தெருவில் ஓடினார்கள். அவளுக்கு எதுவும் பிடிபடவில்லை. தெருவில் நடந்தவர்கள் நின்று கவனித்துவிட்டு நடையைத் தொடர்ந்தார்கள். வீடுகளுக்குள்ளிருந்து வெளியில் வந்தவர்கள் தெருவைப் பார்த்துவிட்டு திரும்பவும் உள்ளே போனார்கள். அங்கங்கே வீடுகளிலிருந்து வெளிப்பட்ட புகைத் திட்டுக்கள் மேலே உயர்ந்து விரிந்து பரவிக் கொண்டிருந்தன.

குவியலை அள்ளிக் குப்பை மேட்டில் கொட்டிவிட்டுக் கைகளை கழுவிக் கொண்டாள் அவள். நிமிர்ந்த போது உடலின் இறுக்கம் தளர்ந்தது போலிருந்தது. வாயிற்படியில் அவள் மெல்ல ஏறியபோது பிளாஸ்டிக் பையுடன் வெளியே வந்தாள் பஞ்சவர்ணம்.

வந்தவள் "கடைக்குப் போயிட்டு வர்றேன்!" என்று சொல்லிக் கொண்டே ஒதுங்கி அவளுக்கு வழிவிட்டாள்.

காவேரி உள்ளே சென்றபோது அம்மா அடுப்படியிலிருந்தபடி சுள்ளிகளைத் தள்ளி நெருப்பை ஊதிக் கொண்டிருந்தாள். வீட்டுக்குள் புகை மூட்டம் விரிந்து பரவி அவளை இலேசாக மூச்சுத் திணற வைத்தது. சுவரோரமிருந்த பிளாஸ்டிக் குடங்களை எடுத்துக் கொண்டு அவள் படியிறங்கித் தெருவில் நடந்தாள். வெயில் இலேசாகச் சுடுவதை உணர்ந்த அவள் திரும்பி நின்று தெருவை ஒருதரம் பார்த்துக் கொண்டாள். தெருக்கோடியில் முனியம்மாள் கூடைக்குள் மண்பானையை வைத்து அதைத் தலையில் சுமந்து கொண்டு போய்க் கொண்டிருந்தாள். அவள் மோர் தயிர் விற்கிறவள். பொழுது விடிந்தால் ஏதாவது ஒரு தெருவில் கூவியபடி சுற்றிக் கொண்டிருப்பாள். காவேரி திரும்பிக் குழாயடியை நோக்கி விரைந்தாள். குழாய்த் தண்ணீர் விரைசலாகக் குடத்திற்குள் விழும் ஓசையை அவள் கேட்டாள். குழாயடியில் எவரும் இல்லை. குழாயடியில் குடத்தை வைத்து விட்டுப் போயிருப்பவள் யாராக இருக்குமென்று கணித்தபடியே அவள் கால்களை எட்டிப் போட்டாள்.

அக்கம் பக்கம் கவனித்தபடியே குழாயடிக்கு வந்து சேர்ந்த அவள் குடத்தில் தண்ணீர் நிறைந்து வழிவதைப் பார்த்தாள். அதை எடுத்து அப்பால் வைத்து விட்டுத் தன்னுடைய குடம் ஒன்றைக் குழாயடியில் வைத்தாள். குழாயில் தண்ணீர் விரைசலாக வந்து கொண்டிருந்தது. நிமிர்ந்து நிற்கையில் கிழக்குப் பக்கத்திலிருந்து தனலட்சுமி வேகமாக வருவதைக் கண்டாள். கைக்கு ஒரு குடமாக அவள் சிவப்பு நிற பிளாஸ்டிக் குடங்களை எடுத்து வந்தாள்.

வந்து சேர்ந்த தனலட்சுமி குடங்களைத் தரையில் வைத்து விட்டு தண்ணீர் நிறைந்த குடத்தை எடுத்து இடுப்பில் வைத்துக் கொண்டு நடந்தாள்.

"அடீ, காவேரி, தண்ணி புடிச்சிட்டு என்ர கொடத்தெ எடுத்து வெச்சிட்டுப் போ!" போகிற போக்கில் அவள் சொல்லியபடியே நடந்தாள்.

"அதிகாரத்துக்கு ஒண்ணும் கொறைச்சல் இல்லெ" காவேரி தனக்குள் முணுமுணுத்துக் கொண்டாள்.

முதலாவது குடம் நிறைந்ததும் அடுத்த குடத்தை எடுத்து வைத்துத் தண்ணீர் பிடித்துக் கொண்டே மேற்குப் பக்கமாக அவள் பார்வையைத் திருப்பினாள்.

அந்தப் பக்கத்திலிருந்து யாரோ ஒருவர் நடந்து வருவதைக் கண்டாள். அவர் வெளியூர்க்காரர் என்பது அவளுக்குத் தெளிவாகத் தெரிந்தது. வெள்ளை வேட்டியும், சட்டையுமாகப் பளிச்சென்று இருந்தார் அவர். நிறம் அந்தப் பக்கத்தில் வழக்கமாக இருக்கும் கருப்புத்தான். முன்னே பின்னே அவரைப் பார்த்த நினைவில்லை அவளுக்கு. அந்தச் சமயத்தில் ஊருக்குள் நல்லது கெட்டது எதுவும் நடந்திருக்கவில்லை என்று அவளுக்கு நன்றாகவே தெரியும். அவர் தன்னையே விரைத்துப் பார்த்தபடி கடந்து போனது அவளுக்கு எரிச்சலைத் தந்தது. கல்யாணத் தரகராக இருக்கக் கூடுமென நினைத்தாள். வலது கையில் கனத்த மோதிரங்கள் மினுமினுத்தன. இடது கையில் கைக்கடிகாரம் பளபளத்தது. போய்க் கொண்டிருந்தவர் தன்னுடைய தெருவுக்குள் நுழைவதை அவள் கவனித்தாள். தன் வீட்டுக்கு வருபவராக இல்லை என்று நினைத்தவள் குடம் நிரம்பி வழிவதைப் பார்த்தாள். குடத்தை எடுத்துக் காலடியில் வைத்தவள் தனலட்சுமியின் குடத்தை எடுத்து அந்த இடத்தில் வைத்தாள்.

ஒன்றை இடுப்பில் வைத்து இடது கையால் இடுக்கிக் கொண்டு இன்னொன்றை வலது கையில் எடுத்துக் கொண்டு நடந்தாள். அவளுக்கு இலேசாக மூச்சிறைப்பது போலத் தோன்றியது. இன்னும் நான்கு முறை குழாயடிக்கு வந்து போக வேண்டியிருந்தது அவளுக்கு. என்றைக்குத் தனக்கு விடியுமோ என்று அவள் ஏங்கினாள்.

தெருவில் இறங்கி நடக்கையில் அந்தப் புதியவர் கூப்பிடு தொலைவில் போய்க் கொண்டிருந்தார். அவருடைய செருப்புக்கள் தடித்திருப்பதை அவள் கவனித்தாள்.

கோழிக்குஞ்சு கத்தும் சத்தம் கேட்டு அவள் மனம் படபடத்தது. நடக்கையில் கொஞ்ச தூரத்துக்கு அப்பால் தொப்பென்று சத்தம் கேட்டு அந்தப் பக்கமாகப் பார்த்தாள். நான்காவதாக இடது பக்கத்தில் இருந்த ஓலைக் கூரையின் மேல் கோழிக்குஞ்சு கத்தியது. எதிர் வீட்டிலிருந்து ஓடி வந்த சாந்தி அந்த ஓலைக் கூரையின் மேல் புரண்டு கொண்டிருந்த கோழிக் குஞ்சைக் கையில் எடுத்துக் கொண்டாள். காவேரி நிமிர்ந்து மேலே பார்க்கையில் கிருஷ்ணப் பருந்து மெல்லச் சிறகசைத்துப் பறந்து தெற்குப் பக்கமாகப் போவதைப் பார்த்தாள்.

சாந்தி கோழிக் குஞ்சை பூவைப் போல கையில் வைத்துப் புரட்டிக் கொண்டே காவேரியின் பக்கமாக விரைந்து வந்தாள்.

"காவேரி! கொஞ்சம் நில்லு! ஒரு கை தண்ணி ஊத்து! குஞ்சு செத்திடுமாட்டா இருக்குது."

அவள் குரலில் பரபரப்புத் தொனித்தது.

வலது கையிலிருந்த குடத்தைத் தரையில் இறக்கி வைத்தாள். இடுப்பிலிருந்த குடத்துத் தண்ணீரை அள்ளி அள்ளி சாந்தியின் விரித்த உள்ளங்கையில் ஊற்றினாள். இடது கையில் பிடித்திருந்த கோழிக் குஞ்சுக்குத் தண்ணீர் ஊட்டினாள் சாந்தி. ஒரு கை தண்ணீரை அள்ளிய காவேரி அதைக் கோழிக் குஞ்சின் மேல் மெல்லத் தெளித்தாள். கோழிக் குஞ்சு நனைந்த அலகைத் திறந்து விட்டு விட்டுக் கத்துவதைப் பார்க்க காவேரிக்கு மனம் இளகியது.

"ச்சச்சோ! பாவம்! எப்புடியோ தப்பிச்சிட்டுது. ஓடி எடுக்கலீன்னா பருந்து வந்து தூக்கீட்டு போயிருக்கும்." சாந்தியின் குரல் இலேசாகப் படபடத்தது.

"இன்னிக்கு நல்ல நாளு! பொதன் கிழமெ! பொண்ணுக் கெடைச்சாலும் பொதன் கெடைக்காதுன்னு சொல்லுவாங்க. கொண்டு போயி பாங்கா வளத்து! பெரிய குஞ்சுதான்! பொழைச்சிக்கும்" சொல்லிக் கொண்டே தரையிலிருந்த குடத்தை எடுத்துக் கொண்டு விரைந்தாள் காவேரி.

காவேரியின் மனதில் அந்தக் கோழிக் குஞ்சின் வடிவம் அப்படியே படிந்து போய் விட்டதாக நினைத்தாள். நினைவிலிருந்து அகல வெகு நேரமாகியது. காதருகில் இருந்தபடி கத்திக் கொண்டே இருப்பது போல அவளுக்குத் தோன்றியது.

வீட்டுக்குப் பக்கத்தில் காவேரி வந்த போது அந்தப் புதியவரின் கால் செருப்புக்கள் வாயிற்படி ஓரமாகப் பளபளப்பதைக் கவனித்தாள். திண்ணையில் விரித்திருந்த பாயின் மீது அவர் சம்மணமிட்டு அமர்ந்தபடி சிகரெட் புகைத்துக் கொண்டிருந்தார். தாழியில் தண்ணீரை ஊற்றி விட்டுக் காலிக் குடங்களுடன் காவேரி குழாயடியை நோக்கி நடந்தாள்.

"லே! காவேரி, நேரமாகலியா?" பின்னாலிருந்து அம்மாவின் குரல் வருவதைக் கேட்டாள் அவள்.

"இதோ ஆச்சு!" திரும்பிக் கூடப் பார்க்காமல் அவள் விரைந்தாள். "பஞ்ச வர்ணாவப் பாத்தா சீக்கிரம் வரச் சொல்லு!"

குழாயடி ஆளரவம் இல்லாமல் இருந்ததைப் பார்க்க அவளுக்கு ஆச்சரியமாக இருந்தது. இரண்டாவது குடத்தில் தண்ணீர் பிடித்துக் கொண்டிருந்த போது பஞ்சவர்ணம் மெல்ல நடந்து வருவதைக் கவனித்தாள்.

"லே, புள்ளே! அம்மா சீக்கிரமா வரச் சொல்லிச்சு! வெசையா ஓடு!"

"எதுக்கு?!"

"எனக்கென்ன தெரியும்? ஆரோ வந்திருக்காங்க".

பஞ்சவர்ணம் வேகமாக நடந்து போவதைப் பார்த்துக் கொண்டிருந்த அவளை குடம் நிறைந்து விட்ட ஓசை விசுக்கென இழுத்தது. திரும்பியவள் குழாயைத் திருகி அடைத்து விட்டு குடங்களை எடுத்துக் கொண்டு நடந்தாள்.

தாழியில் தண்ணீரை ஊற்றி விட்டு ஆட்டுப் பட்டிக்குள்ளிருந்து அவள் வெளியில் வந்தாள். வாசலைக் கடந்து பஞ்சவர்ணம் வருவதைக் கவனித்தாள். அவளுடைய கால்களில் வேகமிருந்தது. காவேரிக்கு மனம் படபடத்தது.

"எங்கடீ?"

"அப்பாவெக் கூப்பிட" திரும்பாமலே போகிற போக்கில் அவள் சொல்லியபடியே நடந்தாள்.

வீட்டுத் திண்ணையைக் கவனித்தாள் காவேரி. அந்தப் புதியவர் ஆவி பறக்கும் காபியையோ, டீயையோ ஊதி ஊதிக் குடிப்பது தெரிந்தது. அம்மா வீட்டிற்குள் இருக்கக் கூடுமென்று அவளுக்குத் தோன்றியது. அம்மாவுக்கு இந்நேரத்தில் ஏதாவது ஒருவேலை இருக்கும். இல்லாமலிருந்தால் ஏதாவது ஒன்றைக் கண்டுபிடித்துச் செய்வாள்.

குழாயடியை நோக்கிக் காவேரி விரைந்தாள்.

"டீ, காவேரி, உங்க வீட்டுக்கு வந்திருக்கிறது, யாருடீ"

ஓரமாக நின்றிருந்த விஜயா கேட்டாள்.

"தெரியலெ. எங்க அப்பாவெப் பார்க்க வந்திருக்காரு"

"என்ன, மேரேஜ் வந்துட்டுதா?"

"போடீ, உனக்கு எப்பப் பார்த்தாலும் இதுதா?"

"வேணும்னா நீ பாரு! சீக்கிரமே, உங்க வீட்ல மேளச் சத்தம் கேக்குதா இல்லையான்னு"

"போடி! போய், வாயெக் கழுவு! காலை நேரத்துல!"

"வாயெக் கழுவுனாலும் இதே வார்த்தெதா வரும். நெனப்புல வெச்சுக்க!"

"சரி, இன்னிக்கு ஆடுகளெ அவுத்து விடுலயா?"

"நான் போகலே! இன்னிக்கு பிரியா போறாள்! இன்னிக்கு நீ போகமாட்டே, இல்லே?

"ஏண்டி? நான்தான் போகப் போறேன்!"

"டீ, சும்மா 'டா' உடாதடி! உன்னெப் பத்தி எனக்குத் தெரியாதா?"

"தெரிஞ்சா, அப்படியே வெச்சுக்க! எனக்கு நேரமாச்சு!"

காவேரி நடந்தபடியே சொன்னாள்.

"நல்ல காலம் வரப் போகுது! நல்ல காலம் வரப்போகுது"

விஜயாவின் குரல் பின்னாலிருந்து கேட்டது. காவேரிக்கு என்னவோ போலிருந்தது.

திரும்பவும் காவேரி குழாயடிக்கு வந்து சேர்ந்த போது சந்திராவும், முனியம்மாளும் நின்றிருப்பதைப் பார்த்தாள்.

"ஆரோ, உங்க ஊட்டுக்கு வந்திருக்கறாங்க போல இருக்கு!" சந்திரா தான் காவேரியுடன் பேசினாள்.

"ஆருன்னு தெரியல. எங்க அப்பாவெப் பார்க்க வந்திருக்காரு".

"இன்னிக்கு ஆடு ஓட்டுலயா?" முனியம்மாள் அவளிடம் கேட்டாள்.

"ஓட்டணும், நேரமாச்சு! இதுதா கடைசி நடெ."

"எங்கெ ஓட்டீட்டு போவெ? எல்லாமே மழை மாரியில்லாமெ வெங்காஞ்சு கெடக்குது."

"தூரந்தொலைக்குக் கொண்டு போயி பச்செ கண்ட பக்கம் மேய்க்கறதுதா, வாயில்லாப் பண்டங்க வயிறார மேஞ்சு நாலு வாய் தண்ணி குடிச்சா நமக்கு நெஞ்சு நெறைஞ்ச மாதிரி." காவேரி சொல்லிக் கொண்டே குடங்களைத் தரையில் வைத்தாள்.

சந்திரா குடங்கள் நிறைந்ததும் விலகிக் கொண்டாள். முனியம்மாள் முதலாவது குடத்தை வைத்துத் தண்ணீர் பிடித்தாள்.

சிம்மாட்டை எடுத்துத் தலைக்கு வைத்துக் கொண்டு ஒரு குடத்தை எடுத்து அதன் மேல் வைத்த போது தண்ணீர் தழும்பி அவளுடைய முகத்தை இலேசாக நனைத்தது. காவேரி தரையிலிருந்த அவளுடைய குடத்தை எடுத்து அவளுடைய இடுப்பின் மேல் வைக்க அவள் அதன் கழுத்துப் பகுதியை இடது கையால் தாங்கிச் சுற்றி இடுக்கிக் கொண்டு நடந்தாள். முனியம்மாள் ஒரு குடம் மட்டுமே கொண்டு வந்திருந்ததைப் பார்க்க காவேரிக்குத் தெம்பாக இருந்தது. குடம் நிறைந்ததும் அதை எடுத்து இடுப்பில் வைத்து இடுக்கிக் கொண்டு முனியம்மாள் நடந்தாள். காவேரி குடத்தை எடுத்துக் குழாயின் கீழ் வைத்தாள். யாராவது வருகிறார்களா என்று அக்கம் பக்கமாகப் பார்த்தாள் அவள். ஆளரவம் இல்லை. சாம்பல் நிறப் பூனை ஒன்று செத்த காக்கையைக் கவ்விக் கொண்டு பாதையின் குறுக்கே ஓடி வேலிக்குள் பதுங்கியதைக் கவனித்த அவளுக்கு மனதில் திக்கென்று பட்டது. காக்கை எதுவும் கண்ணில் படவில்லை.

தண்ணீர் நிறைந்த குடம் ஒன்றைத் தூக்கி இடுப்பில் இடுக்கிக் கொண்டு இன்னொன்றை வலது கையில் தூக்கிச் சுமந்தபடி காவேரி நடந்தாள். இலேசாக மூச்சு முட்டியது. பசி வயிற்றை இலேசாகக் கிள்ளுவதை அவள் உணர்ந்தாள்.

வந்த வேகத்திலேவே ஆட்டுப்பட்டியின் கீற்றுப் படலை ஓரமாகக் குடங்களை வைத்து விட்டுக் கூரையில் செருகி வைத்திருந்த அலுமினியத் தட்டைக் குலுங்காமல் எடுத்தாள். அதில் எருவுச் சாம்பல் மினுமினுத்தது. ஒரு சிட்டிகை சாம்பலை எடுத்து வாயிலிட்டு ஆள்காட்டி விரலால் பற்களை அழுந்தத் தேய்த்தாள். சாம்பல் இலேசாக உப்பரித்தது. வாயில் எச்சில் ஊறியது. குடத்துத் தண்ணீரைச் சாய்த்து வலது கையால் அதைப் பிடித்து வாயிலிட்டுக் கொப்பளித்துத் துப்பினாள். ஆட்டுப்பட்டிக்குள் ஆடொன்று இலேசாகத் தும்மி உடலைச் சிலிர்த்து அழுத்தமாகக் கனைத்தது. குடத்துத் தண்ணீரைச் சாய்த்து சாய்த்து முகம், கை கால்களையெல்லாம் கழுவிக் கொண்டாள்.

சேலைத் தலைப்பை இடுப்பிலிருந்து விலக்கி முகத்தைத் துடைத்தாள். கைகளைத் துடைத்துக் கொண்டே வாசலைக் கடந்து படியில் மெல்ல ஏறி வீட்டுக்குள் நுழைந்தாள். அந்தப் புதியவர் அவளை உற்றுப் பார்ப்பது போலிருக்க அவளுக்கு உடம்பு கூசியது. அம்மா உள்ளே அடுப்பில் எதையோ கிளறிவிட்டுக் கொண்டிருந்தாள்.

சுவரில் கிழக்குப் பார்த்திருந்த சாமி படங்களின் முன்னால் காவேரி நின்றாள். ஓரமாக வைத்திருந்த மரப்பெட்டியிலிருந்து ஆள்காட்டி விரலால் திருநீரை எடுத்துப் புருவங்களுக்கு இடையில் இலேசாக இட்டுக் கொண்டாள். கண்களை இமைகளால் மூடி வழக்கம் போல மீனாட்சி அம்மனை நினைந்து தன்னைக் காப்பாற்றும்படி வேண்டிக் கொண்டாள். அப்பா வீராச்சாமியையும், அம்மா பார்வதியையும், தங்கை பஞ்சவர்ணத்தையும் அவள் நினைத்துக் கும்பிட்டாள். கடைசியில் ஆடுகளுக்குக் குறையாமல் தீனி கிடைக்க வேண்டுமென்றும் வேண்டினாள்.

சட்டியிலிருந்த பழைய சோற்றைப் பிழிந்து வட்டிலில் இட்டாள். புளித் தண்ணீரை வடித்து அதில் சேர்த்தாள். கண்ணாடிக் குடுவையிலிருந்த மோரை ஊற்றி உப்பிட்டாள். பிளாஸ்டிக் காகிதத்தில் மடித்து வைக்கப்பட்டிருந்த எலுமிச்சை ஊறுகாயை எடுத்து வட்டலின் விளிம்போரமாக வைத்துக் கொண்டாள். சோற்றைப் பிசைந்த போது மோரின் புளிப்பு வாசம் வழக்கம் போலவே இருந்தது. மோர் கெட்டியான மோர். சோற்றை அள்ளி உருட்டி வாயிலிட்டு விழுங்கிய போது உடலெல்லாம் சிலிர்ப்பது போலிருந்தது.

“ஆரு, கருப்பையாவா? எப்ப அண்ணே வந்தே. வந்து நேரமாச்சா?”

“வந்து கொஞ்ச நேரமாவுது. எங்கியாவது நீ வெளியெ போயிருவீன்னு வெள்ளனெ வந்தே”.

“ஒண்ணுமில்லெ, வெள்ளைச்சாமி ஒரு வேலையா வரச்சொன்னான். போயிருந்தேன்”.

“போன காரியம் முடிஞ்சுதா?”

“முடிஞ்ச மாதிரிதான். பத்துப் பதினஞ்சு நாளு ஆவும் போல இருக்குது. அண்ணே, காபி, டீ, எதாவது குடுத்தாங்களா? லே, மீனாட்சி!”

“அதெல்லாம் ஆச்சு! இப்புடி உக்காரு!”

மீனாட்சி இரண்டு எவர்சில்வர் தம்ளர்களில் டீ போட்டுக்கொண்டு வந்து கருப்பையாவிடமும், வீராச்சாமியிடமும் கொடுத்துவிட்டு நிமிர்ந்து நின்றாள்.

“காவேரி எங்கே? ஆடுகளே அவுத்து விடுலயா?”

"கஞ்சி குடிக்கறா! சோறு வடிச்சுட்டே, தூக்குப் பொட்டியில் போட்டுக் குடுத்து அனுப்பறே!"

"சுடியா அனுப்பி வெய்! வெயில் ஏறீட்டு வருது!"

"இதெ போறே!" மீனாட்சியம்மாள் உள்ளே போனாள்.

அம்மா வருவதைப் பார்த்துக் கொண்டே சோற்றை அள்ளி அள்ளி வாயிலிட்டாள் காவேரி. திண்ணையில் வீராச்சாமியும், கருப்பையாவும் பேசிக் கொண்டிருப்பது காவேரியின் காதில் கனமாகவே விழுந்தது.

"இப்ப என்ன பண்ணீட்டு இருக்கறே அண்ணே!"

"ஊரு ஊரா சுத்தீட்டு இருக்கறே!"

"அப்படி என்ன வேலெ?"

"மில்லுகளுக்கு ஆளுச் சேத்தி உட்டுட்டு இருக்கறே."

"நானும் பார்த்துட்டுதா, இருக்கறே! இப்ப நெறையா மில்லுக வந்திட்டிருக்குது. அங்கங்கெ பொட்டப் புள்ளகளே வேலைக்குக் கூட்டீட்டு போறாங்க."

"நானே, என்ர புள்ளையெ திருப்பூருல கொண்டு போயி விட்டுட்டு வந்திருக்கறே! வருசம் மூணாகப் போவுது. இந்த வருசம் முடிஞ்சா பெரிய ரூவா ஐம்பதாயிரத்துக்கு மேலெ கைக்கு வரும். வந்ததும் சட்டுப்புட்டுன்னு கண்ணாலத்த முடிச்சுப் போடலாம். பையன் சிறுசு! அவனெப் பத்திக் கவலெ இல்லே! அவன் படிச்சிட்டு இருக்கறான்."

"எதோ, கடவுளு புண்ணியத்துல உன்ர பாடு பரவா இல்லெ! நாந்தா எப்புடிக் கரையேறப் போறேனோ, தெரியல"

"சும்மாவா சொன்னா அந்தக் காலத்துலெ, அஞ்சாறு பொண்ணுப் பொறந்தா அரசனும் ஆண்டியாவுன்னு! அப்பக் காடு கரை வெளைஞ்சுது. மழை மாரி ஒத்துப் பேஞ்சுது. கூலி நாலிக்குப் பஞ்சமில்லெ. இப்பச் சனம் பெருத்துப் போச்சு! வெள்ளாமெ வெளைச்சல் முன்ன மாதிரி இல்லெ. இப்பத்த பொட்டப் புள்ளைக படிச்சுட்டு கையிலெ மண்ணுப்படாமெப் பொழைக்கோணுமுன்னு பாக்குது. அங்கயும் இங்கெயும் மவராசனுக மில்லுக் கட்டறானுக.

எதோ நாலு சனம் வயிறு வளக்குது. நானும் பாத்தே! என்ர மவளெக் கொண்டு போயிச் சேத்துட்டே அதுக்கு ஒரு கண்ணாலத்தெப் பண்ணி வெச்சுக் கையெக் காட்டி உட்டுட்டா அது பொழைச்சிட்டு போவும்."

"நல்ல காரியந்தாம் பண்ணியிருக்கறே! நாம எப்ப சம்பாரிச்சு நாலு காசு சேர்த்து அதுகளுக்குக் கண்ணாலங் காட்சி முடிக்கிறது? நல்லது கெட்டது பார்க்கறது."

"நம்ம கொடுமையெப் பார்த்துட்டுதா கவருமெண்டு ஒரு திட்டம் கொண்டாந்திருக்குது. சுமங்கலித் திட்டமுன்னு பேரு! வருசம் மூணு ஆனாப் போதும்! கூட்டிக் கழிச்சாலும் ஐம்பதாயிரத்துக்குக் கொறையாமெக் காசு தேறும்."

"அந்த நாளுல ஆரு இத்தனெ காசு பணம் செலவு பண்ணிக் கண்ணாலம் மூச்சாங்க? இப்ப, நாவரிவம் பெருத்துப் போச்சு! ஒண்ணுக்கு ஒம்பது காசு செலவாகுது. யாரு நேரு நெதானம் பார்க்கறா?"

"கதை பேசுனாத் தீராது! உன்ர ஊட்ல புள்ளைக என்ன பண்ணறாங்க?"

"ரெண்டு பேரும் ஊட்லதா இருக்கறாங்க. வயசுக்கு வந்ததும் படிக்கறதெ நிறுத்திப் போட்டெ! ஒண்ணுக்கு பதனாறு வயசு. இன்னொன்னுக்கு பதினாலு! அப்பப்ப அறுக்கப் புடிக்க, கொத்துப் போட்டுக் களையெடுக்கப் போவாங்க. மீனாட்சி ஆடு ஓட்டீட்டுப் போவாள். வேலெ வெட்டி இல்லீன்னா புள்ளைகளும் ஆடோட்டி போவாங்க!"

"எத்தனை உருப்படி வெச்சிருக்கறே?"

"ஒம்பது. ஒண்ணு செனைப் புடிச்சுப் பட்டியில கட்டிக் கெடக்குது."

"ம்... இதுகளுக்கு எப்பக் கண்ணாலங்காச்சி முடிச்சுப் பார்க்கறது!" சொல்லி விட்டுக் கருப்பண்ணன் சட்டைப் பையிலிருந்து சிகரெட் பெட்டியை எடுத்து இரண்டு சிகரெட்டுகளை உருவி அதில் ஒன்றை வீராச்சாமியிடம் நீட்டினார்.

"வேண்டாம்! எங்கிட்ட பீடி இருக்குது." வீராச்சாமி சொல்லிக் கொண்டே சட்டைப் பைக்குள் கைவிட்டார்.

"இருக்கட்டும் உடு! அப்பறமா அதெப் பார்த்துக்க! இப்ப இதெப்புடி!"

"வேண்டாம்! விடு!"

"அட, எப்பவுமா குடிக்கப் போறெ? இன்னிக்கு மட்டுந்தான? சும்மா குடி!"

வீராச்சாமி அதை வாங்கிக் கொண்டார்.

கருப்பண்ணன் சிகரெட்டைப் பற்ற வைத்துப் புகையை இழுத்து ஊதிக் கொண்டே தீப்பெட்டியை வீராச்சாமியிடம் கொடுத்தார். அதை வாங்கிய வீராச்சாமி சிகரெட்டைப் பற்ற வைத்தார்.

"ஒண்ணு பண்ணே, வீராச்சாமி!"

"என்ன சொல்லு!"

"ஒண்ணுமில்லே! உன்ர மூத்த பொண்ணெ மில்லுல சேர்த்துப் போடே!"

வீராச்சாமி எதுவும் சொல்லாமல் சிகரெட் புகையை உறிஞ்சி மெல்ல ஊதினார்.

அப்பா என்ன சொல்லுவாரோ என்று எதிர்பார்த்தபடியே காவேரி சோற்றைப் புரட்டிக் கொண்டிருந்தாள்.

"என்ன ஓசனையில் இருக்கறே?" கருப்பண்ணன்தான் வீராச்சாமியிடம் கேட்டார்.

"ஒண்ணுமில்லே! இதெல்லாம் நம்ம வழக்கம் இல்லே! வெளியில தெரிஞ்சா நாலு பேரு அதையும் இதையும் சொல்லுவாக! கொடுக்க வாரவ, எடுக்க வாரவ யாரும் வாசப் பக்கம் வரமாட்டா."

"அதெல்லா அந்தக் காலம். இப்ப யாரு வரப் போக இல்லாமெ இருக்கறாங்க!"

"அதுக்கில்லெ, நல்லா ஓசன பண்ணிட்டு சொல்லறே"

"நானும் ஓசன பண்ணீட்டுதாங் கெடந்தே. வேற வழி இல்லே! நாலு எழுத்துப் படிச்சுட்டு புள்ளீக வெளியில போயி வேலை வெட்டி பார்க்கறதுக்கு ஆசைப்படுது. நல்லா தின்னு உண்டு சோக்கா உடுத்தீட்டு வெளியெ போயி வாறதப் பார்க்க நல்லாத்தா இருக்குது. எல்லாம் மாறீட்டு கெடக்குது. இன்னிக்கு வரெ எத்தனெ பொட்டைப் புள்ளைகளெ கட்டீட்டு பெண்டு புள்ளைகளோடு நல்லபடியாத்தான் குடித்தனம் நடத்துதுக. நல்லா ஓசன பண்ணிச் சொல்லு! அக்கம் பக்கத்துலெ ஆறேழு புள்ளக வாறமுன்னு சொல்லீட்டாங்க! எதுக்கும் நாலு நாளு கழிச்சு வாறெ. தூரந்தொலைன்னு வேண்டாம்! வேடெசெந்தூர்ல நெறையா மில்லுக இருக்குது. ஆயிரக் கணக்குல பொண்ணுக வேலெ பண்ணுதுக! அப்பப்ப நாமளும் போயிப் பார்த்துக்கலாம். சொல்லறதெச் சொல்லிப் போட்டே. எத்தனை நாளைக்கு வாயெக் கட்டி வவுத்தக் கட்டிப்

பொழைக்கறது. நல்லா, ஓசன பண்ணி வெய்யி, மொதல்ல, ஊட்டுலெ எல்லாத்தையும் கேளு! நாங் கிளம்பட்டா?!

"அண்ணெ திடுதிப்புன்னு வந்துட்டீங்க. இருந்து கை நனைச்சுட்டு போறது."

"அதுக்கெல்லா, நேரமில்லெ! இன்னும் நாலு எடம் போவொணும். இன்னோரு நாளைக்குப் பார்த்துக்கலாம். நல்லா ஓசன பண்ணி வை. அப்பறமா வாறெ!" சொல்லிக் கொண்டே திண்ணையிலிருந்து இறங்கிய கருப்பண்ணன் செருப்புக்களை மிதித்தார்.

"மீனாட்சி!" வீராச்சாமி வீட்டுக்குள் பார்த்தபடி கூவினார்.

காத்துக் கொண்டிருந்தவள் போல மீனாட்சி வெளியில் வந்தாள். காவேரி புறவடைப் பக்கம் போனாள்.

"தாயி, எல்லாம் சொல்லி வெச்சிருக்கறே. நல்லா ஓசன பண்ணுங்க! அப்பறமா வாறேன்!" சொல்லி விட்டு கருப்பண்ணன் நடையைத் தொடர்ந்தார்.

வீராச்சாமியும், மீனாட்சியும் வாசலில் இறங்கி நின்று அவர் போவதைப் பார்த்தபடி இருந்தார்கள். வெயிலுக்கு கருப்பண்ணனின் வேட்டியும் சட்டையும் பளிச்சென்று கண்ணில் பட்டது.

மூன்று

வெயிலின் வெக்கை கூடிக் கொண்டிருந்தது. அங்கேயும் இங்கேயும் பறவைகள் பறந்து திரிந்தன. வானம் பளிச்சென்று மேகமில்லாமல் நீல நிறத்தில் தோற்றம் தந்தது. தொலைவில் அங்கொன்றும் இங்கொன்றுமாகக் கூரைச் சாளைகள் சலனமில்லாமல் சோம்பி நின்றன. புஞ்சைக் காட்டில் முள் மரங்களும், பனை மரங்களும் ஓரம் பார்த்து விரைத்து நின்றிருந்தன. ஏதேதோ குருவிகளின் குரல்கள் விட்டு விட்டுச் சன்னமாகக் கேட்டன. வரப்புக்களிலும், வேலிகளிலும் ஆடுகள் மேய்ச்சலுக்கு இறங்கி மெல்ல நகர்ந்தன. வறண்டு வானம் பார்த்துக் கிடந்த பரப்பில் மாடுகளும், எருமைகளும் பச்சை தேடி அலைந்தன. கண்ணுக்கு எட்டிய தூரம் வரை ஆள் நடமாட்டம் எதுவும் இல்லை. மேய்க்க வந்தவர்களைக் கூடக் காணோம். மர நிழலிலோ, வேலி நிழலிலோ பதுங்கியிருக்கக் கூடும்.

கலகலவென்று பேசிக் கொண்டிருந்தவர்களுக்கு நடுவில் அலுப்படைந்தவள் போல காவேரி தனியாக வேடிக்கை பார்த்துக் கொண்டிருந்தாள். சாலை ஓரத்தில் நின்றிருந்த பஸ்ஸின் முன் படிக்கட்டில் காக்கி தரித்த டிரைவர் புகைத்துக் கொண்டிருந்தார். கண்டக்டர் இடது தோள்ப்பட்டையில் தோல்ப் பையைத் தொங்கவிட்டு அதைத் தடவியபடியே எதைப் பற்றியோ சொல்லிச் சிரிப்பது சன்னமாகக் கேட்டது. கருவேல மரத்தின் சிமிர்களின் வழியாக சரிந்து விழுந்த வெயில் அதன் கீழிருந்தவர்களின் ஆடைகளைப் பளபளக்கச் செய்தது. விதவிதமான வண்ணங்களில் சேலைகளும், ஜாக்கெட்டுக்களும் மினுமினுப்புக் காட்டின. சோர்ந்து நின்ற புளிய மரத்தின் கீழ் நின்றபடியும், குந்திய படியும் பலதரப்பட்ட ஆண்கள் பேசிக் கொண்டும், புகைத்துக் கொண்டும் இருந்தார்கள். அவ்வப்போது அவர்களின் பார்வை சாலையின் இரு திசைகளையும் ஊடுருவின.

அவர்கள் அடுத்த பஸ்ஸுக்காகக் காத்துக் கொண்டிருந்தார்கள். அவர்கள் அதுவரைக்கும் பயணம் செய்த பஸ் அதற்கு மேல் ஓட முடியாது என்று சலித்துக் களைத்து கண்டித்தனம் செய்வது போல நின்றிருந்தது. கண்டக்டரும், டிரைவரும் பஸ்ஸின் எஞ்சினைத் திறந்து மூடிச் சலித்துப் போயிருந்தார்கள். அதற்கு மேல் நகர முடியாத அளவுக்கு பஸ் கெட்டுப் போயிருந்ததால் அவர்களும் அடுத்த

பஸ்ஸுக்காகக் காத்திருந்தார்கள். குளத்தூருக்குப் போனால்தான் தொலைபேசி வசதி கிடைக்கும். கம்பெனிக்கு போன் செய்து தகவல் சொல்ல வேண்டும். வண்டி வாகனம் என்று எதுவும் அந்தப் பக்கமாக வந்த பாடில்லை.

“எந்நேரந்தா, நின்னுட்டு இருக்கறது! கொஞ்சம் உக்காரலாம்” அலுத்துக் கொண்ட ரங்கம்மாள் தரையில் குந்தினாள். சேலைத் தலைப்பு மண்ணில் படாதபடி அவள் சுருட்டி விட்டுக் கொண்டாள். அவளுக்குத் துணையாக இருப்பது போல செல்லமும் அப்படியே குந்தி தாடையைக் கைகளால் தாங்கிப் பிடித்தாள். ஈஸ்வரியும், பாரதியும், விஜயாவும், முத்துலட்சுமியும், கவிதாவும் தன்னைப் போலவே நின்றிருப்பதை, காவேரி கவனித்தாள். செல்லமும், ரங்கம்மாளும் கொஞ்சம் வயது கூடியவர்கள். குழந்தை பெற்றவர்கள்.

வாயிலிருந்த எச்சிலைத் துப்பினாள் விஜயா, வெள்ளைக் கல்லின் மேல் படிந்த எச்சிலைப் பார்த்த கவிதா, “என்னடி வாயில ரத்தமா?” என்று கேட்டாள்.

“இல்லடி! வெத்தலெ பாக்குப் போட்டது. வாய் நல்லா செவந்து போயிட்டுது! ரத்த மாட்டா மாறிப் போச்சு!

“என்னடி, ஆட்டு ரத்தமா, மாட்டு ரத்தமா?” முத்துலட்சுமி கேட்டாள்.

“இல்லெ, கோழி ரத்தம்!” ஈஸ்வரி கிண்டலாகச் சொன்னாள்.

“என்ன புள்ளைகா, கல்யாண ஊட்டுல கறி போடலையேன்னு சங்கடமா?” ரங்கம்மாள் கேட்டாள்.

“அங்கெ போடலீன்னா போவட்டு! அடுத்த படியா யாரு கண்ணாலம் மூய்க்கறீங்களோ அவிய போடுங்க!”

“அதுக்குள்ள உங்க பல்லுப் பவுடெல்லாம் கழண்டு போயிக் கெழவி ஆயிருவீங்க!”

“கல்யாணத்துக்கு யாரு சம்பாரிச்சு வெச்சிருக்கறாங்க?”

“பெத்தவியதாஞ் சம்பாரிக்கோணும். வேறெ யாரு செய்வாங்க?”

“எதுக்குப் பெக்கறாங்க? பெத்தா செஞ்சுதாந் தீரோணும்”.

“அதென்னமோ அப்படித்தா! எங்க காலத்துலெ எங்க அப்பனாத்தா கடனெ ஒடனெ வாங்கீட்டு இப்ப வாட்டா சின்னப்பட்டுச் சீரழியில! கையில இருக்கறதெ வெச்சுச் சுருக்கா செஞ்சாங்க, முய்யி மொறையெ வாங்கிக் கப்புச் சிப்புன்னு காரியத்தெ முடிப்பாங்க!” ரங்கம்மாள்

சொல்லி விட்டு வாயிலிருந்து எச்சிலைத் துப்பினாள். காவேரி எச்சிலின் நிறத்தைக் கவனித்தாள். அது கள்ளிப்பழம் போல சிவப்பாக இருந்தது.

"இன்னிக்கு நகை நட்டுன்னு, துணி மணீன்னு, பாத்தரம் பண்டமுன்னு, போக்குவரத்துன்னு ஒரு பாடு செலவு பண்ணறாங்க. சொந்த பந்தமுன்னா தூரந் தொலை போயி அழைக்கறாங்க! கல்யாணமுன்னு பொழப்புத் தழப்பெல்லாம் கெட்டுப் போகுது!"

"அன்னிக்கு காப்பவுனு, அரைப்பவுனு தங்கம் இருந்தாப் போதும்! இன்னிக்கு அஞ்சு பவுனு, பத்துப் பவுனுன்னு கேக்கறாங்க! காடு கரை வெச்சிக் கஞ்சி குடிச்சிட்டிருக்கற பொழப்புப் போவுது! அதெவித்து இதை வித்துச் செய்யோணும். ஊடு வாசலை அடமானம் வைய்க்கோணும். அதுகூட இல்லாமெக் கால் வயிறு அரை வயிறு கஞ்சி குடிக்கறவங்க எங்க போவாங்க! அன்னத்த ஆம்பளப் பசங்க அக்கா தங்கச்சீன்னு இருந்தா அதுகளுக்கு நல்லது செஞ்சு வெச்சிட்டுதாங் கண்ணாலங் காய்ச்சி பண்ணிக்குவாங்க. வயசாவிப் போயி கண்ணாலமே மூய்க்காதவிய எத்தனெ பேரு."

"ஆமா, எங்க பெரியப்ப மவன் அப்புடித் தாங் கண்ணாலமே மூய்க்காமெ இன்னிக்கும் ஒண்டிக் கட்டையாத் திரிஞ்சுட்டு இருக்குது. கூடப் பொறந்த அக்கா தங்கச்சிக நாலு பேரு! கண்ணாலங் கட்டிக் குடிக்கறதுக்குள்ள பொறந்த நாளுக் கண்டு போச்சு! இப்பவுந் தவறாமச் சீரு செறப்புச் செஞ்சிட்டு இருக்குது. அப்பன் ஆத்தாளுக்கு இத்தினி வயிறாரக் கஞ்சி ஊத்துது."

"இந்த நாளுல ஆரு அப்படி இருக்கறாங்க? மொளைச்சு மூணு எலை உடறதுக்குள்ளெ பொண்டாட்டி வேணுமுன்னு அலையுதுக. எவளையாவது கணக்குப் பண்ணீட்டு வந்து கண்ணாலம் மூய்ச்சு வையின்னு ஒத்தக் காலுல நிக்குதுக. பெத்தப் பொறப்புன்னு யாரு நெனச்சுப் பார்க்கறாங்க?"

"சுமதிக்கு நல்ல மாப்பிள்ளையா அமைஞ்சு போச்சு" கவிதா சொன்னதைக் கேட்ட செல்லமும், ரங்கம்மாளும் பேச்சை நிறுத்திக் கொண்டு அவளை எரிச்சலோடு பார்த்தார்கள். அன்றைக்குப் போய் வந்த கல்யாணம் பற்றிப் பேச்சு திரும்பியது.

"ம்... அந்த மாப்பளெதான் வேணுமின்னு அவள் ஒரே புடிவாதமாக நின்னாளாமா, பார்த்துக்க! அப்பனு ஆத்தாளு எத்தனையோ சொல்லியும் கேக்குல. கண்ணாலமே வேண்டாமுன்னு சண்டித்தனம்

பண்ணியிருக்கறா. வேறெ மாப்பிளைக வந்துதாம்! ஒண்ணும் பிடிக்கலைன்னு சொல்லிப் போட்டாலாம் பார்த்துக்க! கடைசியில, காட்டெ அடமானம் வெச்சுக் கண்ணாலத்தெ முடிச்சிருக்கறாங்க!"

"இப்பத்த கொமுரிக எங்கெ சொன்னாக் கேக்கறாங்க! நாலு எழுத்துப் படிச்சுட்டு அவளுக கேக்கறதுக்கு யாரு பதிலுச் சொல்லுவா? முன்னமாட்டா மழெ மாரி ஒத்துப் பேயுதா? காடு கரையில வெளைஞ்சு வித்துக் கொட்டறதுக்கு. எல்லா வெரலுல மண்ணுப் படாமப் பொழைக்கணுமுன்னு நெனைக்கறாங்க!"

"காலங் கெட்டுப் போச்சு! எங்க மழெ மாரி ஒத்துப் பேயும் அன்னிக் காட்டாவா! அப்ப குத்தா பார்த்துச் செஞ்சு வெப்பாங்க! அவியளுக்கு நல்லது கெட்டது தெரியும்! நாமளும் அது கண்டு பொழைச்சோம்! இப்பத்த கொமுரிகளுக்கு அதெல்லாம் எங்கெ தெரியுது!"

"கேட்டீங்களா புள்ளைகளா? அப்பனாத்தா பேச்சக் கேட்டுட்டு அடக்க ஒடுக்கமா நடந்துக்குங்க!"

"பெத்தவிய சொல்லெக் கேக்காமெ ஓடிப்போயிக் கண்ணாலம் கட்டீட்டு அவதிப் படறவளுகளெ நீங்களும் பார்த்துட்டு தானே இருக்கறீங்க."

"பார்க்காமலா இருக்கறோம்! அப்படி இப்படி ஒண்ணு ரண்டு இருக்கத்தாஞ் செய்யும். அப்பனாத்தா கட்டி வெச்சுப் பொழைக்காமப் போறது இல்லையா?" ஈஸ்வரி குறுக்கிட்டாள்.

"அப்படிப் போனா, சொந்த பந்தமுன்னு நாலு பேரு ஒத்தாசை பண்ணுவாங்க! அரை நாளுல கையெக் கழுவீட்டு போயிடறானுக! அப்பறம் பார்த்துக்க! நாயி பேயா அலையறத."

"சும்மாவா சொல்றாங்க! ஆசெ அறுபது நாளு! மோகம் முப்பது நாளுன்னு!"

"சொல்லறவிய சொல்லீட்டுதா இருக்கறாங்க! நடக்கறது நடந்துட்டுதா இருக்குது. யாரு கேக்கறா!"

"செல்லம்மா, என்ர கதையெக் கேளு! என்ர ஊட்டுக்காரனெ கண்ணாலங் கழிஞ்சு மூணு நாளும் கழிச்சுத்தி மொகமெடுத்துப் பார்த்தே!"

"அத்தைக்கு அத்தனெ வெக்கமா?" விஜயா கேட்டாள்.

“அடி போ புள்ளே! அந்த நாளுல எல்லாரும் அப்படித்தா! இப்பத்தா போட்டாவெக் கொண்டு வந்து காட்டறாங்க!”

“அத்தைக்கு இப்ப மாமனெப் பார்க்காமெ ஒரு நாளு இருக்க முடியாது!”

“அதென்னமோ அப்படித்தாம் புள்ளெ! இருட்டுக் கட்டினா ஊரு வந்து சேந்தறோணும்! இல்லீன்னா வயித்துல நெருப்புக் கட்டீட்டது மாதரெ இருக்கும்”.

“மாமெ, அங்கெ இங்கெ தாவீடுமொன்னு அத்தைக்கு பயம். அதனாலதான்!”

“அலெ, போ புள்ளெ! அந்த மனுச அந்த நாளுல இருந்து இன்னிக்கு வரை இன்னொருத்தியெ மொகமெடுத்துப் பார்த்ததில்லே!”

“நீ, நெனைச்சிட்டு இருக்கறே! அங்க மாமா எங்கெ என்ன பண்ணுதோ, ஏது பண்ணுதோ?”

“லே, மருமவளே! அப்படி எதாவுது கண்ணுல, காதுல பட்டுது அப்பவே நானுக்குவே!”

“அப்படி எதாவது பண்ணிப் போடாதெ? நான் வெளையாட்டுக்குச் சொன்னேன்”.

“ஒண்ணு சொல்றங் கேளு செல்லம்மா! அப்படி இப்புடிக் காதுல உழுந்தா உன்ர ஊட்டுக்காரனுக்கு விஜயாவெ ரண்டாங்குடியாக் கட்டி வெச்சிரு!”

“அப்படித் தாஞ் செய்யோணும்!”

“அதுதா நடக்காது! உங்க மாதிரி கெழூடு கிண்டுகளெக் கட்டீட்டு யாரு சம்பாரிச்சுச் சீரழியறது.”

“அலெ போ மருமவளே! என்ர ஊட்டுக்காரெ இன்ன ரண்டு பேரெ ஊட்டுல உக்கார வெச்சுச் சோறு போடுவான். நெனைப்புல வெச்சுக்க!”

“அத்தெ, இன்னிக்கு மாப்பளெயைப் பார்த்தயே, எப்புடி? உன்னெக் கண்ணாலங் கட்டற போது எங்க மாமெ அப்புடி இருந்திருக்குமா?”

“அதுக்கென்னடி? ஆளு வாட்ட சாட்டமா சும்மா சவான் மாதிரி இருப்பாரு! இப்பவும் என்ன கொறைச்சல்? நல்லாக் குண்டுக் கல்லாட்டா இருந்துட்டு ஓடி ஆடிப் பாடுபடறாரு!

"எங்க மாமனெ உட்டுக் குடுக்க மாட்டயே! அப்புடியே இரு! இப்ப என்ன பண்ணறது? பாழாய்போன பஸ்ஸு வந்து சேரமாட்டீங்குது! எந்நேரம் வாறது? எப்ப ஊரு போயிச் சேரறது?!" விஜயா அங்கலாய்த்துக் கொண்டே நின்றாள்.

"ஊரு கொஞ்ச தூரத்துலதானே இருக்குது! வெயிலு வேறெ கருக்கீட்டு வருது, நாலு எட்டு வெரைசலா வெச்சு நடந்தா பொடி நடையா ஊரு போயிச் சேர்ந்துறலாம்" ரங்கம்மாள் சொல்லிக் கொண்டே எழுந்தாள்.

"ஆமா,நடங்க போலாம்! புள்ளைகளா நடப்பீங்களா?"

"நீங்களே நடக்கற போது எங்களுக்கு என்ன?"

"அப்ப நடங்க போலாம்!"

செல்லம் எழுந்து நின்று நாலாப் பக்கமும் ஒரு தரம் பார்த்து விட்டுக் கொட்டாவி விட்டாள். அவளுக்குத் தூங்க வேண்டும் போலிருந்தது.

அவர்கள் எல்லோருமாக பஸ்ஸைக் கடந்து முன்னோக்கி நடந்தார்கள்.

"எல்லாம் எங்கெ போறீங்க?" கண்டக்டர் பஸ்ஸுக்கு முன்பாக நின்றபடி குரல் கொடுத்தான்.

"நேரமே காலமெ ஊடு போயிச் சேர வேண்டாமா? எப்ப வேற பஸ்ஸு வர்றது? எப்பப் போயிச் சேரறது? பொறுத்துப் பொறுத்துப் பார்த்தாச்சு! ஊரு பக்கத்துலதான, நாங்க, நடந்தே போறம்."

"இருங்க, பஸ்ஸு வந்துரும்!"

"நாங்க போயிட்டே இருக்கறோம், பஸ்ஸு வந்தா நிறுத்தி ஏத்தீட்டு போங்க!"

"நடுக்காடா இருந்தா இப்படிப் போவீங்களா?"

"அப்ப அது வேறெ கதெ!"

அவர்கள் சாலையில் நடந்தார்கள். காவேரி ஒரு தரம் திரும்பிப் பார்த்தாள். தங்களைப் போலவே ஆறேழு ஆண்கள் பின்னால் நடந்து வருவது கண்ணில் பட்டது. அவள் திரும்பி நடந்தாள்.

வேலியில்லாத செம்மண் காட்டின் குறுக்காக இரண்டு பேர் பொன்னிறச் செம்மறி ஆட்டுக் கூட்டத்தை நடத்திக் கொண்டு

போனார்கள். அவர்களுடைய முண்டாசுக் கட்டுக்கள் தடித்து வீங்கியிருந்தன. நீண்ட தடிக் கம்ப ஒருவன் ஊன்றி நடந்தான்.

இன்னொருவன் கையிலிருந்த தடிக் கம்பை விசிறி விசிறி நடந்தான். ஆடுகளின் குரல்களுக்கு நடுவில் அவர்களில் ஒருவனின் குரல் தனியாகக் கேட்டது. தார்ச்சாலை ஆளரவம் இல்லாமல் வெறிச்சோடிக் கிடந்தது.

"என்ன புள்ளைகளா, நடக்க முடியலயா? வெடுக்குன்னு எட்டி வெச்சு நடங்க!" முன்னால் சென்று கொண்டிருந்தவர்களை ரங்கம்மாள் விரட்டினாள்.

"வயிறு பொடைக்க எல்லா ஒரு புடி புடிச்சிட்டாங்க போல இருக்குது! வெரைசலா நடங்க!" செல்லம் நடையை வேகப்படுத்திக் கொண்டே சொன்னாள். கால்ச்செருப்புக்குள் திடுக்கெனச் சரசரப்பது போலக் கேட்டது.

"ஆளுக்கு ரண்டு இட்டிலி வெச்சாங்க! ஒரு தோசை போட்டாங்க. உப்புமாத்தா அள்ளி அள்ளிப் போட்டாங்க! திங்கவே முடியலே! ஒமட்டுச்சு! பேசாமெ எலையெ மூடி வெச்சிட்டெ. காபி தா நல்லாவே இல்லெ!"

"காபி நல்லாத்தா இருந்தது. ஆறிப் போச்சு! ருசி இல்லெ!"

"ஒரே கூட்டம். அவிய ஆரெப் பார்ப்பாங்க! பந்தி பந்தியா நா முந்தி நீ முந்தீன்னு எல்லாம் ஒரே அடியாப் பறக்கறாங்க!"

"இந்நேரம் பந்தி விளம்பி முடிச்சிருப்பாங்களா?"

"மத்தியானம் வரை இருக்கும்! கூட்டம் சொல்லி முடியாது! அத்தனெ ஊருச் சனத்தையும் அழைச்சிருக்கறாங்க!".

"முய் மொறையெல்லாம் குவிஞ்சு போச்சு!"

"நான் முய் வெய்க்கறதுக்குள்ளெ உசுரு போயி உசுரு வந்திருச்சு!"

"முய் எழுதறவந்தா எத்தனை தா எழுதுவான்!"

"கல்யாணச் செலவு அளவுக்கு முய் மொறை வந்திருக்குதுன்னு பேசிட்டாங்க!"

"சுமதிக்குச் சேலை பொருத்தமா இருந்தது. பட்டுச் சேலை அஞ்சாயிரம் இருக்குமா?"

"அதுக்கு மேலெ இருக்கும்! பளபளன்னு கண்ணெக் கூசுச்சு!"

"மாப்பளைக்கும் பட்டுச் சட்டை! பட்டு வேட்டி! செகச் சோதியா இருந்துது!"

"மணவறை நல்லாச் சோடிச்சிருக்கறாங்க! எங்கிருந்து அத்தனெ பூவெக் கொண்டாந்தாங்களோ?"

"திண்டுக்கல்லு என்ன தூரமா, தொலையா? எல்லாம் அள்ளிப் போட்டுக் கொண்டாந்திருப்பாங்க!"

"காசு ஒரு பாடு கரைஞ்சிருக்கும்!"

"மாப்பளெக்கு என்ன வேலை!"

"நெறையாப் படிச்சிருக்கறானாம். மருந்துக் கடை வெச்சிருக்கறானாம் திண்டுக்கல்லுல."

"அப்பக் காசு தாராளமாப் பொழங்கும்."

"சுமதிக்கும் ஒரு வேலை கெடைச்ச மாதிரி. இவளும் பத்தாவது படிச்சிருக்கறாளாமா?"

"ம்... கூட மாடப் புருசனுக்கு ஒத்தாசையா இருப்பா!"

குடுத்து வெச்சா அப்புடிக் குடுத்து வெச்சிருக்கோணும். எல்லாருக்கும் இப்புடி அமையுமா?"

அவர்கள் ஒருவர் மாறி ஒருவர் பேசிக் கொண்டே நடப்பதைக் கேட்டபடி காவேரி நடந்தாள்.

வேகமாக நடந்ததால் காவேரியின் கணுக்கால்கள் இலேசாகக் கனப்பது போலிருந்தது. மற்றவர்களுக்கும் அப்படித்தான் இருக்குமென்று அவள் நினைத்துக் கொண்டாள். அவளைப் போலவே, மற்றவர்களும் அவதிப்படக் கூடுமென்று அவளுக்குத் தோன்றியது. எவரும் அதைத் தெரிவிக்காததால் அவளும் அதை வெளிக்காட்டவில்லை. ரங்கம்மாளும், செல்லமும் எதைப் பற்றியும் அலட்டிக் கொள்ளாமல் பேசிக் கொண்டே நடந்தார்கள். அவர்கள் பரிமாறிக் கொள்ள அதை விட்டால் அவகாசமில்லை என்பதைப் போலப் பேசினார்கள். அவர்களுடைய வயதைப் பற்றிக் கேட்க அவள் நினைத்தாலும் கூச்சமாக இருந்தது. அவர்களுக்கு வளர்ந்து விட்ட குழந்தைகள் இருந்தார்கள். செல்லத்திற்கு ஒரு பையனும், இரண்டு பெண்களும் இருந்தார்கள். ரங்கம்மாளுக்குப் பெண் குழந்தை இல்லை. இருக்கிற இரண்டும் பையன்கள். அவர்கள் படித்துக் கொண்டிருக்கிறார்கள்.

“ஏம் புள்ளைகளா, ஒரு ஆளு வயசுப்புள்ளைகளெத் தேடீட்டு திரியறானாமா தெரியுமா?” செல்லம்மாள் கேட்டாள்.

“கருப்பண்ணன்னு ஒருத்தரு! வந்துட்டு போயிட்டு இருக்கறாரு! நாலஞ்சு தடவ வந்திட்டு போயிட்டாரு!” காவேரி பதில் சொன்னாள்.

“எதுக்கு வர்றாரு!”

“மில்லுல வேலை இருக்குது! ஆளு வேணுமின்னு ஊடு ஊடா ஏறி எறங்கீட்டு இருக்கறாரு!”

“எங்கெ வேலை கெடைக்குது?”

“வேடசந்தூர்லதான்! அங்கதா பெரிய பெரிய மில்லுக இருக்குதாம். ஆயிரக் கணக்குல புள்ளைக வேலை செய்யறாங்களாம்”.

“இங்கிருந்து எத்தனே தொலை போயிட்டு வாறது?”

“போக வரவே நேரம் போதாது!”

“அங்கயே தங்க வெச்சுக்கறாங்களாம்! இருக்கப் படுக்கக் குளிக்க உடுத்த எல்லா வசதியும் இருக்குதாம். ஊட்ட விட நூறு மடங்கு வசதியும் இருக்குதாம். நேரா நேரத்துக்கு உங்கத் திங்க குடுக்கறாங்களாம். மாசமானா ஆயிரம் ரூபா சம்பளமாம். மூணு வருசங் கழிஞ்சா கையில ரொக்க ரூவா அம்பதாயிரம் தர்றாங்களாம். வெயில் படாத வேலையாம். சுமங்கலித் திட்டமுன்னு கவருமெண்டு கொண்டு வந்திருக்குதாம். கல்யாணச் செலவுக்கு அது சரியா இருக்குமுன்னு அந்த ஆளு சொல்லறாரு!”.

“ஒங்கப்ப என்ன சொல்லுது!”

“எங்கப்பா, வேண்டாம்! அப்பறம் பார்க்கலாமுங்குது.” எங்கம்மா சரிங்குது!”

“நீ என்ன சொல்றே அடுத்தவவா.”

“எங்க ஊட்டுக்கும் அந்த ஆளு வந்தாரு! ஊட்டுல அதெல்லாம் ஆவாதுன்னு சொல்லிட்டாங்க!” விஜயா தானாகவே முன்வந்து சொன்னாள்.

“எங்க ஊட்டுக்கும் வந்தாரு! பின்னு பிறவு பார்க்கலாமுன்னு எங்க அம்மா சொல்லிப் போட்டுது!” கவிதா சொல்லி விட்டு மற்றவர்களைப் பார்த்தாள்.

“எங்க ஊட்டுக்கு வந்தாரு! நாங்க வயசுக்கு வந்த புள்ளையெ அப்படியெல்லாம் அனுப்ப முடியாதுன்னு எங்கப்பா சொல்லிப் போட்டாரு” என்றாள் ஈஸ்வரி.

"எங்க ஊட்டுக்கு அவரு வந்தப்ப, யோசிச்சுச் சொல்றேன்னு எங்க அம்மா சொல்லீட்டுது"

"நான் மாட்டேன்னு சொல்லிப் போட்டேன். எங்க அம்மாவும், அப்பாவும் சொல்லிச் சொல்லிச் சலிச்சிட்டாங்க! அவியளுக்கு எம்மேலெ ஒரே கோபம். சரியா முகங் குடுத்துப் பேசறது இல்லே!"

"அப்ப ஒருத்தரும் போகப் போறது இல்லே!"

"இப்ப அப்புடித்தா! பின்னாலெ எப்படியோ?" காவேரி சொல்லிக் கொண்டே செல்லத்தைப் பார்த்தாள். அவளுடைய முகம் இறுகிக் கருத்துப் போயிருந்தது. செல்லம் ஏதோ யோசனையில் இருப்பது போல அவளுக்குப் பட்டது.

குளத்தூர் மாரியம்மன் கோவில் கண்ணில் பட்டதும் சொல்லி வைத்தது போல அவர்கள் எல்லோரும் மௌனமானார்கள். அதற்குப் பின்னாலிருந்த குட்டையும் நெட்டையுமான வீடுகளும், கூரைகளும் வழக்கம் போல சோர்ந்து கிடந்தன.

மாரியம்மன் கோவிலுக்குப் பக்கத்தில் வந்தபோது அதன் வாயிற்படியில் வெள்ளை நாயொன்று குறுக்கிப் படுத்தி முகம் புதைத்துக் கிடந்தது. அரச மரத்தில் காக்கையொன்று கரைந்து கொண்டிருந்தது. வயதானவர்கள் திண்ணையில் சிரித்தபடி எதைப் பற்றியாவது பேசுவது வழக்கம். அன்றைக்கு அவர்களில் ஒருவரைக் கூடப் பார்க்க முடியவில்லை. என்னவோ, ஏதோவென்று காவேரி அங்கலாய்த்தாள்.

"சரி புள்ளைகா! கல்யாணம் பார்த்திட்டு வந்தாச்சு! அவியவிய போயி வேலை வெட்டியப் பாருங்க!" ரங்கம்மாள் சொல்லிக் கொண்டே பிரிந்து சென்றாள்.

"அக்கா, சும்மா இருந்தீனா ஊட்டுக்கு வா!"

"எங்க, சும்மா இருக்கறது? ஒரு பாடு வேலை கெடக்குது" அவர்கள் தனித்தனியாகப் பிரிந்தார்கள்.

காவேரி தன்னுடைய தெருவில் நடந்தாள். வீட்டுத் திண்ணைகளில் காடு கரையென்று பாட்டுக்குப் போக முடியாதவர்கள் குறுக்கிப் படுத்துக் கிடப்பதை அங்கங்கே கவனித்தாள் காவேரி.

அவளுக்குப் படுத்துக் கிடக்க வேண்டுமென்று தோன்றியது. பஞ்சவர்ணம் ஆடுகளை மேய்ச்சலுக்கு ஓட்டிப் போயிருப்பாள் என்று அவள் நினைத்தாள். அதுதான் வழக்கம். அம்மா அக்கம் பக்கத்து

ஊர்களுக்குக் கூலி நாலிக்குப் போயிருப்பாள். அப்பா வீராச்சாமி திண்டுக்கல் பஸ்ஸில் போனதை காவேரி கல்யாணத்திற்குப் போகும் போதே கவனித்தாள். அப்பா வீராச்சாமிக்கு இன்ன வேலை என்று எதுவும் இல்லை. தூக்கப் பிடிக்க, வெட்டக் குத்த, அடிக்கப் புடைக்க அளக்க எந்த வேலையானாலும் செய்வார். தன்னைப் பெண் பார்க்க எங்கிருந்தெல்லாமோ வந்து போய்க் கொண்டிருந்தார்கள். அப்பா வீராச்சாமி அதையும் இதையும் சொல்லி ஒவ்வொன்றையும் தட்டிக் கழித்து வருகிறார். அவ்வப்போது ஆடுகளை விற்று பணம் காசு சேர்த்து வைத்திருக்கிறார். நல்ல இடமாகத் தேடிக் கொண்டிருக்கிறார். கருப்பண்ணன் வாரத்துக்கு ஒரு தரம் வந்து போய்க் கொண்டிருக்கிறார்.

அம்மாள் பார்வதிக்குத்தான் கேட்பவர்களுக்குச் சொல்லி முடியவில்லை. 'ஒண்ணுக்கு ரண்டா பொண்ணுக கண்ணாலத்துக்கு நிக்குதுக. எப்பக் கண்ணாலங்கட்டிக் குடுக்கப் போறே? மூத்தவள விட இளையவ கண்ணுக்குப் புடிச்சவளா இருக்கறா. கடனெ ஒடன வாங்கிச் சட்டுப்புட்டுன்னு கண்ணாலத்தெ மூச்சுவை. வயசுப்புள்ளெ ஊட்டுலெ படுத்துப் பெருமூச்சு உட்டா ஊடு விளங்காது! என்றெல்லாம் பலரும் அம்மாள் பார்வதிக்கு ஓதிக் கொண்டிருப்பதை காவேரி கவனித்துக் கொண்டுதான் இருக்கிறாள்.

இரவாரத்திலிருந்த சாவியை எடுத்துப் பூட்டைத் திறந்து கதவைத் தள்ளிக் கொண்டு உள்ளே போன காவேரி அதே வேகத்தில் கதவை ஒருக்களிக்கத் திறந்து வைத்தாள். மூலையில் கிடந்த பாயை எடுத்துத் தரையில் விரித்துப் போட்டாள். தலையணையைக் கிடத்தி விட்டுப் பாயில் சாய்த்து படுத்தாள். கண்களை மூடினாலும் தூக்கம் வருவதாகக் காணோம். அப்படியும் இப்படியுமாகப் புரண்டு படுத்துப் பார்த்தாள். தூக்கம் வருவதாக இல்லை. மல்லாந்து கிடந்து வலது கைத்தண்டை நெற்றியில் மேல் வைத்து இமைகளை மூடினாள். இருட்டு அவளுக்கு இதமாக இருந்தது.

அம்மாவும், அப்பாவும், பஞ்சவர்ணமும், ஆடுகளும், காடு கரைகளும், தெருக்களும் அவளுடைய நினைவில் மாறி மாறி வந்தன. அங்கிருந்து வெளியேற அவளுக்கு விருப்பமில்லை. தான் படித்தது பெரிய தவறென்று அவள் நினைத்தாள். ஊரை விட்டு வெளியேற அவள் தயங்கினாள். எல்லோரையும் விட்டு விட்டு அனாதையாக எங்கோ போயிருக்க அவளுக்குப் பயமாக இருந்தது. கருப்பண்ணன் எதை எதையெல்லாமோ அப்பா வீராசாமியிடம் சொல்லி ஆசை மூட்டுகிறார். அம்மாள் பார்வதியும் அவளை அனுப்பி வைப்பதில் குறியாக இருக்கிறாள். இதுவே பேச்சாக இருந்து கொண்டிருக்கிறது.

காடு கரைகள் அவளுக்கு அலுப்புத் தட்டி வருகிறது. ஆடுகள் பின்னால் அலைவதை விட மில் வேலை எவ்வளவோ தேவலாமென்று அவளுக்குத் தோன்றுகிறது. வெயில் படாமல் நல்லபடியாக உடுத்திக் கொண்டு பலரோடும் சிரித்துப் பழகுவது எப்படி இருக்கும் என்று நினைத்துப் பார்த்துக் கொண்டாள். பெண்ணாகப் பிறந்தாலே காலமெல்லாம் கொடுமையை அனுபவிக்க வேண்டியிருக்குமென்று நினைத்தாள். தான் ஏன்தான் பெண்ணாகப் பிறந்தேனோ என்று வருந்தினாள். பிறந்ததிலிருந்து சாகும் வரை எவரையாவது எதிர்பார்த்து வாழ வேண்டியிருக்கிறது. எல்லாரையும் சரிக்கட்டிப் பிழைக்க வேண்டும். தேவைப்பட்டதற்கெல்லாம் எவரையாவது கேட்டுக் கெஞ்ச வேண்டும். அம்மாவைக் கேட்டால் அப்பாவைக் கேட்க வேண்டுமென்பாள். அப்பாவைக் கேட்டால் அம்மாவைக் கேட்க வேண்டுமென்பார். அண்ணன் இருந்தால் அவனிடம் கெஞ்ச வேண்டும். தம்பி இருந்தால் அவனிடம் தஞ்சமடைய வேண்டும். கல்யாணமானால் புருசனிடம் கேட்க வேண்டும். மகன் பிறந்து வளர்ந்தால் அவனிடம் கெஞ்சிக் கூத்தாட வேண்டும். காலமெல்லாம் ஒரு பிச்சைக்காரியைப் போலவே பிழைக்க வேண்டியிருக்கின்ற அவலத்தை அவள் நினைத்துக் கலங்கினாள்.

காவேரியின் அனுபவத்தில் அம்மாவையோ, அப்பாவையோ, பிரிந்து அதிக நாள் இருந்ததில்லை என்பது அவளுக்கு நன்றாகவே நினைவிருக்கிறது. தனக்குப் பின்னால் பிறந்து தன்னுடனே வளர்ந்த பஞ்சவர்ணத்தையும் அவள் பிரிந்திருந்ததில்லை. கல்யாணமானால் எப்படியும் பிரிந்தாக வேண்டும் என்பது அவளுடைய விதியாக இருப்பதாக அவள் உணர்ந்தாள். அவளால் அப்போது ஊரை விட்டுப் போகாமல் இருக்க முடியாது. அம்மாவும் அப்பாவும் ஓடாகத் தேய்ந்து போய் விட்டார்கள். கடைசிக் காலத்தில் அவர்களுக்குக் கஞ்சி தண்ணீர் ஊற்றத் தனக்கு அண்ணனோ தம்பியோ இல்லையென்பதை நினைக்கையில் அவளுக்கு மனம் கனப்பது போலிருந்தது. அவர்களும் இன்னமும் எத்தனை நாட்களுக்குப் பாடுபடுவார்கள். பஞ்சவர்ணத்தையும் அவர்கள் கரையேற்ற வேண்டும். அவளும், தானும் ஆடுகளை எத்தனை காலத்திற்கு மேய்த்துத் திரிய வேண்டியிருக்குமோ என்று வருந்தினாள். ஆடுகளை மேய்த்து வளர்த்து விற்று காசு சேர்த்து எந்தக் காலத்தில் கல்யாணம் செய்வது என்று அவள் ஏங்கினாள். தலைக்கு மேல் ஒன்றுக்கு இரண்டு கல்யாணங்கள் காத்திருக்கின்றன.

மில்லுக்கு வேலைக்குப் போனால் வீட்டில் சுமை குறையும் என்று அவள் நினைத்தாள். பலரோடும் சேர்ந்து பழகலாம். அங்கேயும், இங்கேயும் போய் வரலாம். விதவிதமாகத் துணிமணி எடுத்து உடுக்கலாம்.

விரும்பியதையெல்லாம் வாங்கலாம். உண்ணலாம். தின்னலாம். கஞ்சி கூழ் என்றெல்லாம் குடித்துக் கொண்டு அரை வயிறும் கால் வயிறுமாக அலைய வேண்டியதில்லை. வேகாத வெயிலில் ஆடுகளுக்குப் பின்னால் திரிய அவள் பத்தாவது வரை படித்திருக்க வேண்டாம். அப்பா தன்னை எதற்காகப் படிக்க வைத்தாரென்று அவளுக்குப் புரியவில்லை. அந்த வேலைக்கு அவள் படித்திருக்கத் தேவையில்லை.

அன்றைக்குப் போய் வந்த கல்யாணம் அவளுக்கு இதமாக இருந்தது. அப்படிப்பட்ட நேரங்களில்தான் அவளால் வெளியில் போய் வர முடிகிறது. பள்ளியில் தன்னோடு படித்தவள் சுமதி. சுமதியின் அப்பா கெட்டிக்காரரென்று தோன்றியது அவளுக்கு. அவரும் குளத்தூர்க்காரர்தான். வறண்ட காட்டில் விதைத்து வெள்ளாமை செய்து வந்தவர். வியாபாரம் செய்தார். சட்டென்று வறக்காட்டை விற்றுத் தொலைத்துக் காசாக்கிக் கொண்டு அய்யனூர் பக்கம் போனார். கடை வைத்தார். காசு சேர்த்தார். சுமதியை நல்லபடியாகக் கரை ஏற்றி விட்டார்.

தனக்கு வாய்த்த அப்பா வீராச்சாமி அப்படி இல்லை அப்பாவி! காலும், கையும்தான் அவருக்குச் சொத்து சுகம்,. கிடைத்த வேலைக்குப் போய் கொடுத்த காசை வாங்கி வருவார். அம்மாவும் கூலி வேலை செய்வாள். அதுவும் வருசமெல்லாம் இருக்காது.

காவேரியையும் அறியாமல் கண்களில் நீர் கோர்த்துச் சளசளவென்று சரிந்தது.

நான்கு

வேடசந்தூரை அடுத்த நெடுஞ்சாலையில் பாய்ச்சலுடன் போய் வந்து கொண்டிருந்த கார்களையும், மோட்டார் சைக்கிள்களையும், பஸ்களையும், லாரிகளையும் மிரட்சியுடன் பார்த்தபடியே காவேரி ஒதுங்கி நடந்தாள். அவளுடன் கவிதாவின் அம்மா கனகம்மாள் அங்கேயும், இங்கேயும் பார்த்தபடி வந்தாள். சற்று முன்னால் கவிதா தன்னைப் போலவே நடப்பதைக் கவனித்தாள் காவேரி. அப்பா வீராச்சாமியும், கருப்பண்ணனும் சற்றுத் தொலைவில் போய்க் கொண்டிருந்தார்கள்.

குளத்தூரைச் சுற்றிச் சுற்றி அலசிப் பார்த்து காவேரியையும், கவிதாவையும் மில் வேலைக்கு கருப்பண்ணன் பிடித்து விட்டார். கவிதாவுக்கு அம்மா மட்டும்தான். காவேரிக்கு அப்பா வீராச்சாமி உடன் வந்தார். காவேரியும், கவிதாவும் ஒன்றாகப் படித்தவர்கள். கவிதா ஏழாம் வகுப்போடு நின்று விட்டாள். கூலி நாலிக்கு அம்மா கனகம்மாளோடு போய் வருவாள். ஆடு மாடு மேய்க்கிற வேலை அவளுக்கு இல்லை. அம்மா கனகம்மாள் பல தரம் ஆட்டுக் குட்டிகள் வாங்கி வளர்க்க நினைத்தாள். காசு பணம் சேரும் போது அந்த நேரம் பார்த்து ஏதாவது செலவு வந்து விடுகிறது. பார்க்கிற போதெல்லாம் கவிதா தன்னிடம் சொல்லிக் கொண்டிருந்தது அப்போது கூட அவளுக்கு நினைவில் வந்தது. காவேரியைப் போலவே கவிதாவும் துணி மூட்டையைச் சுமந்தபடி நடந்து கொண்டிருந்தாள். காவேரியிடம் மூன்று செட் துணிமணிகள் இருந்தன. கவிதாவிடமும் அவ்வளவுதான் இருக்குமென்று காவேரி கணக்குப் போட்டாள். போதவில்லையென்றால் அப்பா வீராச்சாமியிடம் கொடுத்து அனுப்புவதாக அம்மாள் பார்வதி அவளிடம் சொல்லியிருந்தாள்.

நெடுஞ்சாலையின் இரண்டு பக்கங்களிலும் கண்ணுக்கெட்டும் தூரம் வரை நீண்ட கல்லுச் சுவர்கள் அவர்கள் பயமுறுத்துவதைப் போல விறைத்து நிற்பதாக காவேரிக்குத் தோன்றியது. அவ்வளவு அகலமான, மொழுமொழுவென்ற சாலையை அதற்கு முன்னால் காவேரி பார்த்ததில்லை. சுவர்கள் ஏணி வைத்து ஏறமுடியாத அளவுக்கு உயரமாக இருந்தன. உள்ளேயிருந்த கட்டடங்களின் கூரை விளிம்புகள் மதில்ச் சுவர்களுக்கு மேல் இலேசாகத் தெரிந்தன. உள்ளே இருந்த தென்னை மரங்களின் குலைகளை மட்டுமே பார்க்க முடிந்தது. அங்கங்கே இருந்த மரங்களின் பச்சைப் பசேலென்ற ஊச்சிகள் தூங்கி வழிவது போல

இருந்தன. காற்று தாராளமாக ஓட இடமிருந்தாலும் இலேசாகத்தான் வீசியது.

அப்பா வீராச்சாமிக்கு அதையும் இதையும் காட்டிக் கொண்டே கருப்பண்ணன் நடந்து கொண்டிருந்தார். அவர் ஊதிய சிகரெட்டுப் புகை மெல்லப் பறந்து வந்து அருவருப்பூட்டுவதாக காவேரி உணர்ந்தாள். கருப்பண்ணன் பளிச்சென்று உடுத்தியிருந்தார். செயின் போட்ட கடிகாரத்தை உயர்த்தி நேரம் பார்த்துக் கொண்டே நடந்தார் அவர். அப்பா வீராச்சாமியின் உடைகள் இலேசாக அழுக்குக் கறையுடன் இருந்தன. செருப்புக்கள் கூடப் பழையவைதான். கருப்பண்ணனின் உடம்பில் முக்கால் பகுதிக்குக் கூட எட்டாது அப்பா வீராச்சாமியின் உடம்பு. ஆனாலும் அவர் கருப்பண்ணனை விடவும் தாராளமாக நடந்தார்.

தொலைவில் ஒரு பஸ் வெயில் காய்ந்து கொண்டிருந்தது. அதன் மேல் கூரை பளபளத்துக் கண்களை இலேசாகக் கூசச் செய்தது. பஸ்ஸுக்கு வெளியே யாரையும் காணோம். அதற்கு அடுத்து மூடப்பட்ட பெரிய கதவு தகதகவென மின்னுவது போலிருந்தது. ஓரக்கதவின் வழியாகக் காக்கித் துணிகள் அணிந்த ஒருவன் வெளிவந்து தாங்கள் நடந்து கொண்டிருப்பதைப் பார்த்து விட்டு அப்படியே நின்றான். அவன் தங்களைக் கவனிப்பதாகக் காவேரி நினைத்தாள்.

வாகனங்கள் தாராளமாகப் போய் வர வசதிப்படும் விதத்திலிருந்த வாயிலின் உயரமான கதவுகள் மூடப்பட்டு உள்பக்கமாகத் தாழிடப்பட்டிருப்பதை காவேரி கவனித்தாள். முன்னால் நின்றிருந்த பஸ்ஸின் முன் கண்ணாடிகளுக்கு மேல் ‘மகேஸ்வரி’ என்ற பெயர் தடித்த வண்ண எழுத்துக்கள் மினுமினுத்தன. வாயில் கதவுக்கு மேல் அரை வட்டக் கம்பிகளுக்கு நடுவில் ‘மகேஸ்வரி டெக்ஸ்டைல்ஸ்’ என்ற எழுத்துக்களில் ஆங்கிலத்தில் இலேசாக மினுமினுத்தது. அதுதான் மில்லின் பெயர் என்று காவேரி ஊகித்துக் கொண்டாள். கவிதாவும் அதைப் பார்த்து விட்டுத் தன்னைப் பார்த்துப் பார்த்துப் பெருமூச்சு விடுவது போல காவேரிக்குத் தோன்றியது. உள்ளூர காவேரி பயந்தாள். அதற்குள்ளேதான் அவள் இனி வாழ்க்கையைக் கழிக்கப் போவதாக நினைத்தாள்.

ஓரக்கதவை அடைந்த கருப்பண்ணன் உள்ளே தலையை நீட்டிப் பார்த்து விட்டுத் திரும்பி நின்று கொண்டார். விசுக்கென்று காக்கிச் சட்டைக்காரன் ஒருவன் ஓரக் கதவு வழியாக வெளியே வந்தான். கருப்பண்ணன் கும்பிடு போட்டார்.

“வாங்க, எப்படி இருக்கறீங்க?”

“அதுக்கென்ன? கொறைச்சல் இல்லே! மானேஜர் இருக்கறாரா?”

“ம்... உள்ளெதா இருக்கறார்! இந்தப் பொண்ணுக இங்கெ வேலைக்கு வருதுகளா?” காவலாளி கேட்டான்.

‘ஆமா, இந்த ரெண்டு பொண்ணுகளும் வர்றாங்க! அந்தப் பொண்ணோட அம்மா அது. இது, இந்தப் பொண்ணோட அப்பா!”.

“சரி, உள்ளெ போங்க!”

ஒருவர் பின் ஒருவராக ஐந்து பேரும் ஓரக் கதவின் வழியாக உள்ளே நுழைந்தார்கள். உள்ளே இடைவிடாத உறுமல் சத்தம் கேட்பதைக் கவனித்த காவேரிக்கு இலேசாக வயிறு குமட்டியது. அங்கங்கே சிறியதும் பெரியதுமாகக் கட்டிடங்கள் தெரிந்தன. சுவர்களில் இலேசாக அழுக்குப் படிந்திருந்தது. உயர்ந்ததும், தாழ்த்ததும் அங்கொன்றும் இங்கொன்றுமாக மரங்கள் இருந்தன. விசாலமான தரைப் பகுதிகள் பளிச்சென்றிருந்தன.

அலுவலகத்துப் பக்கமாக கருப்பண்ணன் நடக்க அவருக்குப் பின்னால் தயங்கித் தயங்கி மற்றவர்கள் சென்றார்கள். அலுவலக அறை கருப்புக் கண்ணாடி போட்ட சன்னல்களுடன் உறுத்தலாகத் தெரிந்தது. அலுவலக அறைக்கு வெளியே ஒருவன் மேசையில் கையூன்றி நாற்காலியில் அமர்ந்திருந்தான்.

வாயில் படியில் ஏறி நடந்த கருப்பண்ணனைக் கண்டதும் அவன் எழுந்து நின்றான். கருப்பண்ணன் வலது கையை உயர்த்தினார்.

“வாங்க!” என்று அவன் சொல்லிக் கொண்டே அலுவலக அறைக் கதவைத் திறந்து உள்ளே போனான்.

கருப்பண்ணன் திரும்பிப் பார்க்கையில் மற்றவர்கள் வாசலில் நின்றிருந்தார்கள். கையசைத்து அவர்களை வரச் சொன்னார் அவர். உள்ளே போனவன் வெளியில் வந்து கதவை உள்பக்கமாகத் திறந்தபடி நின்றான்.

“போங்க! சார், வரச் சொல்றார்!”

கருப்பண்ணன் அறைக்குள் செல்ல மற்றவர்களும் அவரைப் பின்தொடர்ந்தார்கள்.

அறைக்குள் இலேசாகக் குளிர்வதை காவேரி உணர்ந்தாள். கண்ணாடி பதித்த பெரிய மேசையின் பின்னால் மானேஜரின் அரை உடம்பு தெரிந்தது. வெள்ளை வெளேறென்ற முழுக்கைச் சட்டை அணிந்த அவர் “வா! எப்படி இருக்கே?” துண்டுத்தாளில் எதையோ எழுதிக் கொண்டிருந்தார்.

“இருக்கறனுங்க ஐயா! உங்க புண்ணியத்துல!”

“சரி, என்ன புதுசா ஆள் கொண்டு வந்திருக்கயா?”

“ஆமாங்க ஐயா! இந்த ரண்டு பொண்ணுங்களெ குளத்தூர்ல இருந்து கொண்டு வந்திருக்கறேன். வாங்கம்மா! முன்னாடி!”

கவிதாவும், காவேரியும் முன்னால் வந்தார்கள்.

“ம்... உம் பேரு என்ன?”

“கவிதா!”

“என்ன படிச்சிருக்கே?”

“ஏழாம் வகுப்பு”

“வயசு?”

“பதிமூன்று!”

“என்ன பண்ணறே?”

“வீட்டுல இருக்கறனுங்க!”

மானேஜர் மேலிருந்து கீழ் வரை கவிதாவைப் பார்வையால் அளந்தார். ஒரு நிமிடம் மௌனமாக இருந்தார்.

மற்றவர்கள் மனம் படபடக்க அவரையே அடக்கத்துடன் கவனித்தார்கள்.

“உன் பேரென்ன?” மானேஜரின் பார்வை காவேரியின் பக்கமாகத் திரும்பியது.

“காவேரி!”

“எது வரெ படிச்சிருக்கறே!”

“ஒன்பதாம் வகுப்பு”

“வயசு?”

“பதினஞ்சு!”

“என்ன பண்ணறே?”

“ஆடு வளர்க்கறே!”

“நீங்க யாரு?”

“அது கவிதாவோட அம்மா!” இது காவேரியோட அப்பா!” அந்த அம்மாவோட வீட்டுக்காரர் செத்துட்டாரு!”. கருப்பண்ணன் சொல்லிவிட்டு மானேஜரின் முகத்தைக் கவனித்தார். “எல்லாம் என்னென்ன சாதி?”

“ரண்டு பேருமே தேவமாருங்க!”

“கீழ்ச்சாதி இல்லையே. சர்ட்டிபிகேட் வெச்சிருக்கறீங்களா?”

“அதெல்லாம் கொண்டு வந்திருக்கறாங்க!”

மானேஜர் மேசையின் பக்கவாட்டிலிருந்த சுவிட்சை அழுத்தினார்.

வெளியில் இருந்தவன் கதவைத் திறந்து கொண்டு உள்ளே வந்து நின்றான்.

“இவங்கெள, மனோகர் கிட்டெ கூட்டிப் போ!”

“வாங்க போகலாம்!” அவன் அவர்களைப் பார்த்துச் சொல்லியபடியே ஒதுங்கி நடந்தான்.

அவர்களுக்கு முன்னால் நடந்து அறைக் கதவை மெல்லத் திறந்து வைத்துக் கதவின் கைப்பிடியைப் பற்றிக் கொண்டு நின்றான்.

அவர்கள் வெளியேறியதும் ஓசை இல்லாமல் கதவை மூடிவிட்டு அவன் முன்னால் நடந்தான்.

காவேரிக்கு உடம்பு சிலிர்ப்பது போலத் தோன்றியது. வெயிலின் வெளிச்சம் கண்களைக் கூச வைத்தது. விசாலமான தரைப் பகுதியில் அவர்கள் அடுத்திருந்த கட்டிடத்தின் பக்கமாக நடந்தார்கள். வானம் நீல நிறத்தில் பளிச்சென்றிப்பது மட்டுமே காவேரியின் கண்களுக்குப் புலப்பட்டது. சுற்றுச் சுவர்களுக்கு அப்பால் எதையும் பார்க்க முடியவில்லை. அவர்கள் அப்போது கிணற்றுக்குள் நடந்து கொண்டிருப்பதாக காவேரி நினைத்தாள். மில்லுக்கு வெளியே உறுமல் சத்தம் தொடர்ச்சியாகக் கேட்டுத் தேய்ந்தது. ஏதோ ஒரு தவறான இடத்தில் தான் வசமாக மாட்டிக் கொண்டு விட்டதாக காவேரிக்குத் தோன்றியது. அவளையும் மீறி அவளுடைய அடிவயிறு கலங்கியது. கவிதாவின் முகத்தை அவள் கவனிக்கையில் அவளும் கலங்குவதை அவளுடைய முகம் காட்டுவதை காவேரி உணர்ந்தாள். காவேரியின் அப்பாவும், கவிதாவின் அம்மாவும் கலவரத்துடன் இருப்பது போல காவேரிக்குத் தோன்றியது. கருப்பண்ணன் எதையும் கவனிக்காதவர் போல தாராளமாக நடந்தார்.

அவர்களுக்கு முன்னால் மானேஜரின் அட்டெண்டர் வழக்கம் போல நடந்து வடக்குப் பார்த்த கட்டிடத்திற்குள் நுழைந்தான்.

பின்னால் நடந்த காவேரிக்கு அது புதிதான அனுபவமாகத் தோன்றியது. அந்த மாதிரியான ஒரு சூழ்நிலைமையை அதற்கு முன்பு அவள் ஒருபோதும் அனுபவித்ததில்லை. வியப்பும் பயமும் கலந்த ஒருவிதக் கலவரத்துடன் காவேரி அங்கிருந்த ஒவ்வொன்றையும் கவனித்தாள். அறைக்குள் இருந்த மேசைகளுக்கு முன்னால் நான்கு பேர் இடைவெளி விட்டு நாற்காலியில் அமர்ந்திருந்தார்கள். உள்ளே நுழைந்தவர்களை ஒரு தரம் மேலோட்டமாகப் பார்த்துவிட்டு அவர்கள் தங்களுடைய வேலைகளைக் கவனித்தார்கள்.

“வாங்க, கருப்பண்ணன்! எப்படி இருக்கறீங்க? பார்த்து நாளாச்சு!” வரிசையில் முதலாவதாக அமர்ந்திருந்தவன் கேட்டான்.

“அலைச்சல் அதிகமாகிப் போச்சு!” முன்னமாதிரி வர முடியலே!”

“சரி, இவங்க ரண்டு பேரும் வேலைக்கு வர்றாங்களா?”

“ஆமாங்க!”

மானேஜரின் அட்டண்டர் மெல்ல வெளியேறுவதை காவேரி கவனித்தாள்.

“ஏம்மா, சர்டிபிகேட்களைக் கொண்டு வந்திருக்கீங்களா?”

“இருக்குங்க!” காவேரி தன்னுடைய பையில் துணிகளுக்கு நடுவில் இருந்த தடித்த உறையை வெளியில் எடுத்து அந்தக் கிளார்க்கிடம் கொடுத்தார்.

அவர் உரையிலிருந்த சர்ட்டிபிகேட்களை உருவி எடுத்துப் பார்த்தார். தனக்கு வேண்டிய விவரங்களைத் துண்டுக் காகிதத்தில் குறித்துக் கொண்டு திருப்பிக் கொடுத்தார்.

கவிதாவும் தன்னுடைய சர்ட்டிபிகேட்கள் அடங்கிய காகித உரையை எடுத்துக் கொடுத்தாள். கிளார்க் அவளுடைய சர்ட்டிபிகேட்களை உரையிலிருந்து எடுத்துத் தேவையான விவரங்களைக் குறித்துக் கொண்டு திருப்பிக் கொடுத்தாள்.

“அந்த அம்மா யாரு?”

“கனகம்மாள்னு பேரு. கவிதாவோட அம்மா!”

“அப்பா இல்லையா?”

“செத்துட்டாரு!”

“அவரு, காவேரியோட அப்பாவா?”

“ஆமாங்க!”

“எல்லாரும் கேட்டுக்குங்க! சுமங்கலித் திட்டத்துல காவேரியும், கவிதாவும் சேரப் போறாங்க! மூணு வருசம் தொடர்ச்சியாக வேலை செய்யணும், மாசம் ஆயிரம் ரூபா சம்பளம். மூணு வருசம் கழிச்சு மொத்தமா ஐம்பதாயிரம் ரூபா தருவோம்! அது கல்யாணச் செலவுக்குப் பயன்படும். அதுவரை இங்கேயே தங்கி இருக்கணும். எட்டு மணி நேரம் தினமும் வேலை செய்யணும். ஒரு நாளைக்கு மூணு சிப்டு. மாறி மாறிச் செய்ய வேண்டி வரும். இங்கயே ஹாஸ்டல் இருக்கு! தங்க, உங்க, திங்க, தூங்க எல்லா வசதியும் இங்கெ உண்டு. மாசத்துல ஒருநாள் கடைவீதிக்குக் கூட்டிப் போவாங்க! கவனிச்சுக்க பெண் வார்டன் இருக்காங்க. நோய் நொடீன்னா டாக்டர்கிட்டக் கூட்டிப் போவாங்க! உங்க வீட்ட விட ஆயிரம் மடங்கு வசதி இருக்கு! வெயிலிலே அலைய வேண்டியதில்லே! வேளா வேளைக்குத் தேவையானது கிடைக்கும். முதல் மூணு மாசத்துல வேலை பழகிக்கலாம். லீவு கேட்கக் கூடாது. கேட்டாலும் கிடைக்காது! வருசத்துக்கு ஒரு தடவை ஊருக்குப் போலாம், வரலாம். கொடுக்கற லீவுக்கு மேலெ எடுக்கக் கூடாது. அதா! அவருகிட்ட பாண்டு பேப்பர் இருக்கு. அதுல எல்லா விவரமும் இருக்கு! அதுல நீங்க கையெழுத்துப் போட்டுக் குடுக்கணும். மத்ததெல்லாம் நாங்க பார்த்துக்குவோம்! சேகர் இவங்ககிட்டெ கையெழுத்து வாங்கிக்க! அங்கெ போங்க.”

சேகர் பீரோவைத் திறந்து பச்சை நிற பிளாஸ்டிக் ஃபைலை எடுத்தான். அதிலிருந்து இரண்டு ஸ்டாம்ப் பேப்பர் வகையறாக்களை எடுத்தான். மீண்டும் அமர்ந்து கவிதாவிடமும், காவேரியிடமும் சர்ட்டிபிகேட்களை வாங்கித் தனது தேவைக்கான விவரங்களை பாண்டுத் தாள்களின் காலி இடங்களில் நிரப்பினான். தேவையான இடங்களில் காவேரியையும், வீராச்சாமியையும் கையெழுத்துப் போடச் செய்தான். அதைப் போலவே கவிதாவிடம் கையெழுத்து வாங்கினான். கனகம்மாவின் இடது கைப் பெருவிரலை ஸ்டாம்ப் பேடில் அழுத்தி எடுத்து விரல் ரேகையைப் பதிவு செய்துவிட்டு அதற்குக் கீழே தற்குறி கனகம்மாள் இடது கைப் பெருவிரல் ரேகை என்று எழுதினான் சேகர். சாட்சியாக கருப்பண்ணனிடமும் இரண்டு பாண்டுகளிலும் கையெழுத்து வாங்கிக் கொண்டான். இண்டர்காமில் ஒருவருடன் சேகர் பேசுவதைக் கவனித்தாள் காவேரி.

“சரி, வெளியே போய் நில்லுங்க! சரசம்மாள் அப்படீன்னு ஒருத்தர் வருவாங்க! அவங்ககிட்ட சொல்லி பொண்ணுங்களே விட்டுட்டுப் போங்க! என்ன கருப்பண்ணன் எல்லாம் சரி தானே?”

“நீங்க எது செஞ்சாலும் சரியாத்தான் செய்வீங்க!”

கருப்பண்ணன் முன்னால் நடக்க மற்றவர்கள் அவரைத் தொடர்ந்து மெல்ல நடந்தார்கள். அந்த அலுவலகத்தில் தலைக்கு மேலே விசிறிகள் வேகமாகச் சுற்றுவதை காவேரி வேடிக்கை பார்ப்பதைப் போல பார்த்தாள்.

“கையெழுத்துப் போட்டாச்சா?” கிளார்க் கேட்டார்.

“ஆச்சுங்க!” தாழ்ந்த குரலில் சொன்னார் கருப்பண்ணன்.

“போறப்ப மானேஜரைப் பார்த்துட்டுப் போங்க!”

“சரிங்க!”

அவர்கள் வெளியில் வந்து அலுவலக வாசல் நிழலில் நின்றார்கள்.

உயரமான கூரைகளையுடைய நீள நீளமான கட்டிடங்களுக்குள்ளிருந்து இடைவிடாத சத்தம் வந்து கொண்டிருப்பதை காவேரி கூர்ந்து கவனித்தாள். பகலும், இரவுமாக அந்தச் சத்தம் வந்து கொண்டிருக்கக் கூடுமென நினைக்கையில் சரியாகத் தூங்க முடியுமா என்று ஒரு தரம் அவள் நினைத்துப் பார்த்தாள்.

கட்டான உடலோடு ஒரு காவலாளியைப் போல ஒரு பெண் மிடுக்காக நடந்து வருவதைக் கண்ட அவர்களின் கவனம் முழுவதுமாக அந்தப் பக்கம் திரும்பியது. சற்றே கருப்பாக இருந்தாலும் பார்க்கக் கண்ணுக்குப் பிடித்தவளாக இருந்தாள். பக்கத்தில் வரும் போது அவளுடைய முகத்தில் ஒருவித இறுக்கம் படிந்திருப்பது போல காவேரிக்குத் தோன்றியது. அவள் சரசம்மாளாக இருக்கக் கூடுமென ஊகித்தாள்.

“என்னம்மா, எப்படி இருக்கறீங்க!” கருப்பண்ணன் கேட்டார்.

“எப்பவும் இருக்கற மாதிரி தா இருக்கறேன்!” அவளுடைய குரல் அழுத்தமாக இருந்தது.

“இந்த ரண்டு பொண்ணுகளும் வேலையில் சேர்ந்திருக்கறாங்க! பெத்தப் பொறப்பாட்டா பார்த்துக்கங்க!”

“எந்த ஊரு!”

“குளத்தூர்”

“அடிக்கடி வந்து மகளெப் பார்க்கணும்னு சொல்லி நிற்கக் கூடாது! மாசத்துல ஒருநாள் வந்தால் போதும். தூரம் தொலையிலே இருக்கறவங்க பிரச்சனை இல்லே!”

"அப்படியெல்லாம் வரமாட்டாங்க!"

"சரி, வாங்க!"

சரசம்மாள் அவர்களை அழைத்துப் போவதை எதையோ பறி கொடுத்தவர்கள் பார்ப்பதைப் போல வீராச்சாமியும், கனகம்மாளும் பார்த்துக் கொண்டு நின்றார்கள்.

சென்று கொண்டிருந்த கவிதாவும், காவேரியும் ஒரு தரம் திரும்பிப் பார்த்தார்கள்.

கனகம்மாளின் கண்களில் நீர் கோர்க்க அவள் முந்தானையால் கண்களைத் துடைத்துக் கொண்டாள். வீராச்சாமியின் கருத்த முகம் வாடி இறுகியிருந்தது. புறங்கையால் அவர் மீசையைத் துடைத்துக் கொண்டார். அதைக் கவனிக்காதவர் போல கருப்பண்ணன் முன்னால் நடந்தார். அதுவெல்லாம் அவருக்குப் பழகிப் போனவை.

அவர்கள் மானேஜரின் அலுவலக அறையின் முன்னால் நின்றார்கள். "இருங்க வந்தர்றேன்!" கருப்பண்ணன் சொல்லி விட்டு அந்த அறைப் பக்கமாகப் போனார்.

கனகம்மாளும், வீராச்சாமியும் கட்டிட நிழலில் ஒதுங்கி நின்றார்கள். அட்டண்டர் வழக்கம் போல கதவைத் திறக்க மானேஜர் அறைக்குள் அமர்ந்து நாளிதழ் படித்துக் கொண்டிருந்தார்.

"என்ன அட்மிசன் ஆயிடுச்சா?"

"ஆயிடுச்சுங்க!"

மேசை அறையைத் திறந்த மானேஜர் அதிலிருந்து பத்து நூறு ரூபாய் நோட்டுக்களை எடுத்து எண்ணி கருப்பண்ணனிடம் கொடுத்தார். அதை வாங்கி அப்படியே சட்டைப் பையில் வைத்துக் கொண்டார் கருப்பண்ணன்.

"கருப்பண்ணா! இன்னம் நமக்கு ஆள் தேவைப்படுது. நல்லா சுத்திப் புடிச்சுக் கொண்டு வா! போற பக்கமெல்லா நம்ம நோட்டீசெக் குடு! உனக்கும் நாலு காசு பணம் கிடைக்கும்!"

"செய்யறனுங்க!"

"ஒண்ணெ நல்லா மனசுல வெச்சுக்க! கீழ்ச்சாதிப் பொண்ணுங்களெக் கொண்டு வராதெ! அதுக சுத்த பத்தமா இருக்காதுக! சொன்னாலும் புரிஞ்சுக்காதுக! ஒரு சின்னப் பிரச்சனைன்னாக் கூட ஊரையே தெரட்டீட்டு வந்து நிப்பாங்க!"

"சரி, போயிட்டு வாறனுங்க!"

"ம்..."

கருப்பண்ணன் மனம் கனக்க அறையை விட்டு வெளியில் வந்து படி இறங்கி நடந்தார். கனகம்மாவும், வீராச்சாமியும் நின்றிருந்த நிழலுக்கு நடந்தார்.

கீழ்ச்சாதிப் பெண்களென்றால் அவருக்கு அவ்வளவாகச் சிரமம் இருப்பதில்லை. மேல்ச் சாதிக்காரர்களை வசப்படுத்துவதென்றால் கால் செருப்புத் தேய நடையாக நடக்க வேண்டும். எல்லாம் தன் விதி என்று நினைத்துக் கொண்டார். அதில்தான் தனக்குக் காசு பணம் கூடுதலாகக் கிடைப்பதாக நினைத்தார்.

"வாங்க! போவலாம்!" சொல்லிக் கொண்டே நடந்த அவரை கனகம்மாளும், வீராச்சாமியும் பின்தொடர்ந்தார்கள்.

ஓரக் கதவின் பக்கமாக வந்ததும் சட்டைப் பையிலிருந்து பத்து ரூபாய் நோட்டு ஒன்றை எடுத்துக் காவலாளியிடம் கொடுத்தார் கருப்பண்ணன். காவலாளி விசுக்கென்று கால்சட்டைப் பைக்குள் அதைத் திணித்துக் கொண்டு ஓரக் கதவைத் திறந்து விட்டான்.

வெளியில் வந்த அவர்கள் மூவரின் முகங்களிலும் காற்று விசுக்கென்று மோதி விரைந்தது.

போதவில்லையென்று பசியுடன் கத்தும் ஆட்டைப் போல அந்த மில் உறுமிக் கொண்டிருப்பது போல கனகம்மாளுக்குத் தோன்றியது. அவர்கள் பஸ் நிறுத்தம் பக்கமாக நடையைத் தொடர்ந்தார்கள். இரு சாரிகளிலும் வாகனங்கள் மிகுந்த பாய்ச்சலுடன் போய் வந்து கொண்டிருந்தன.

ஐந்து

அன்றைக்கு காவேரிக்கு புளோயிங் ரூமில் வேலை. அப்போது மிகவும் களைத்துப் போயிருப்பதாக அவள் உணர்ந்தாள். கண்களுக்குப் புலப்படாத துகள்கள் காற்றோடு கலந்து மிதக்கும் அந்த அறைக்குள் மூச்சு முட்டக் குனிந்தும் நிமிர்ந்தும் வேலை செய்து கொண்டிருந்தாள். அவளைப் போலவே தேவகியும், பத்மாவும், ரேணுகாவும், வடிவும் அப்படியும் இப்படியுமாகப் போய் வந்து அலைந்தார்கள்.

அட்டி போட்டு வைத்திருந்த பேல்களைப் பிரித்துக் கொண்டிருந்தான் சரவணன். அவன் பிரித்து நகர்த்திக் கொடுத்த பேல் கட்டை பத்மாவும், வடிவும் கைப்பிடியாகப் பிடித்து இரும்பு மேசையின் மேல் வைத்தார்கள். தேவகியும் ரேணுகாவும் கித்தானால் சுற்றிக் கட்டப்பட்ட பேல்கட்டின் கயிறைக் கத்தியால் அறுத்துவிட்டுக் கொண்டிருந்தார்கள். ஒவ்வொரு பேல் கட்டும் அரை குவிண்டால் எடை இருந்தது. அதன் மீது 150 கே.ஜி என்று பச்சை மையில் பெரிதாக அச்சிடப்பட்டிருப்பதை அவ்வப்போது காவேரி கவனிப்பாள். அவற்றை இறக்கும் போதும், நகர்த்தும் போதும் அவளுக்கு மேல் மூச்சு கீழ் மூச்சு வாங்கும். கை கால்கள் இற்று விழுந்து விடுவது போயிருக்கும். அவ்வப்போது மூச்சு விடச் சிரமமாக இருக்கும். இதுவெல்லாம் அவளுக்குப் பழக்கமாகி விட்டது. புளோவ் ரூமில் வேலையிருந்தால் சிரமம் கூடுதலாக இருக்கும். மற்றபடி, கார்டிங் வேலையிலோ, ஜின்னிங் வேலையிலோ, ட்ராயிங் வேலையிலோ, சிம்ப்ளெக்ஸ் மெசின் பகுதியிலோ, ஸ்பின்னிங் பகுதியிலோ அவ்வளவு சிரமம் இருப்பதில்லை. ஆனால், மிகவும் கடினமாக வேலை பார்க்க வேண்டும். ஜாயினிங் பகுதியில் வேலை செய்யும் பொழுது விரல்கள் சிக்கிக் கொள்ளாமல் பார்த்துக் கொள்ள வேண்டும். கோன் வைண்டிங் பிரிவில் வேலை பார்க்கும் பொழுது கூர்மையான கவனம் செலுத்த வேண்டும். கோன் வைண்டிங் முடிந்ததும் வேலை கூடுதலாக இருக்கும்.

ஒவ்வொன்றையும் எடுத்து வேக்கூம் கிளீனரைக் கொண்டு தூசு தும்புகளை நீக்கி விட்டுப் பாலிதீன் பைகளில் போட்டு வைக்க வேண்டும். ஒவ்வொரு கோனும் ஒரு கிலோ எடை இருக்கும். வைண்டிங் செய்யப்பட்ட ஐம்பது கோன்களைச் சீராக அடுக்கி

மூட்டையாகக் கட்ட வேண்டும். காவேரி எல்லாப் பிரிவுகளிலும் வேலை செய்து பழகி விட்டாள். எந்தப் பிரிவிலும் அவளால் வேலை செய்ய முடியும். ஆனாலும் அவளால் களைத்துப் போவதைத் தடுக்க முடியவில்லை. சிம்ப்ளெக்ஸ மெசினிலும், ஸபின்னிங் மெசினிலும் வேலை செய்யும் பொழுது ஒவ்வொரு இராட்டையின் சுழற்சியையும், இழையும் நூலையும் கவனித்துக் கொண்டே இருக்க வேண்டும். வலது பக்கமும், இடது பக்கமும் போய் வந்து கொண்டே இருப்பாள். வேலை செய்யும் பொழுது சிரமம் இருப்பதைக் காட்டிலும், தூங்கி எழுவதில் அவளுக்கு மிகவும் சிரமமிருந்தது. கண்களைத் திறக்க விருப்பமில்லாமல் அப்படியே படுத்துக் கிடப்பதில் அவளுக்கு ஒருவிதமான சுகம் இருப்பதை அவள் அனுபவத்தில் கண்டிருந்தாள். அவளைப் போலவே மற்றவர்களும் அரை குறைத் தூக்கத்தில் படுத்தபடியே கண்மூடிக் கிடப்பார்கள். வேலைக்குக் கிளம்புவதில் விருப்பம் இல்லாதவர்கள் போலப் படுத்துக் கிடப்பார்கள்.

தரையில் பாய் விரித்துப் படுத்திருப்பார்கள். அந்த அறையில் எப்போதும் பதினைந்து பேர்கள் படுத்துக் கிடப்பது வழக்கம். மற்றவர்கள் அடுத்த சிப்டு வேலைக்குப் போய் விடுவார்கள். காலை ஆறு மணிக்கு முதலாவது சிப்டு தொடங்கி விடும். அந்த சிப்டு முடிந்து திரும்பி வர இரண்டு மணி ஆகி விடும். கூடுதலாக வேலை செய்ய நேர்ந்தால் திரும்பி வர நேரமாகும். வந்ததும் வராததுமாகப் பாயை விரித்துப் படுத்துக் கொள்வார்கள். எவராவது அங்கங்கே கூடி அமர்ந்து மெதுவான குரலில் எதையாவது பேசிக் கொண்டிருப்பார்கள். அவர்களும் கூடக் கொஞ்ச நேரத்தில் பாயில் சாய்ந்து விடுவார்கள். முதலாவது சிப்டுக்காரர்கள் திரும்புவதற்கு முன்பே மதிய உணவை முடித்துக் கொண்டு இரண்டாவது சிப்டுக்காரர்கள் தயாராகிக் கிளம்ப வேண்டும். அவர்கள் இரவு பத்து மணிக்குத்தான் திரும்புவார்கள். அவர்கள் திரும்பும் போது மூன்றாவது சிப்டுக்காரர்கள் கிளம்பி விடுவார்கள். அவர்கள் காலை ஆறு மணிக்குத்தான் திரும்புவார்கள். மற்றபடி உண்ணவும், தூங்கவும் நேரம் சரியாக இருக்கும். நேரம் தாராளமாகக் கிடைக்கிற போது துணிமணிகளைத் துவைத்துக் கொள்வார்கள். அங்கே இங்கேயென்று தனிமைப்பட்டுக் கிடக்கும் இடங்களில் அமர்ந்து கொண்டு பேசித் தீர்ப்பார்கள். முதலாவது சிப்டில் வேலை செய்யும் போது மட்டும் கொஞ்சம் தாராளமாக நேரம் கிடைக்கும். யாராவது வேலை செய்ய முடியாத நிலைமை வந்தால் அந்த வேலையைச் செய்யச் செல்ல வேண்டும். வேலை செய்யவும், உண்ணவும், தூங்கவும் நேரம் சரியாக இருக்கும்.

சிட்டம் பிரித்த பஞ்சு மங்கிய வெண்மையில் திருசு முருசாக இருந்தாலும் ஒன்றோடு ஒன்றாக ஒட்டிக் கிடப்பதைப் பார்க்க காவேரிக்கு வியப்பாக இருக்கும். சதுர வடிவத்திலான பெரிய மரத்துண்டைப் போல இருந்தாலும் சிட்டம் இலகுவாகவே இருக்கும். புளோயிங் மெசினில் அதை நுழைக்கும் போது பஞ்சு சிதறாமல் பார்த்துக் கொண்டால் வேலை குறையும். உதிரும் பஞ்சுத் துண்டுகளைப் பொறுக்கி எடுத்து புளோயருக்குள் போட்டுக் கொண்டே இருக்க வேண்டும். குனிந்து, நிமிர்ந்து, திரும்பி அலைய வேண்டும். ஒரு இராட்டையைப் போல சுழல்வது மாதிரி அப்போது அவளுக்குத் தோன்றும். புளோயரிலிருந்து வெளிவரும் தூசிகளைச் சகித்துக் கொள்ள வேண்டும். அடிக்கடி மூச்சு முட்டுவது போலிருக்கும். காவேரி படிப்படியாக அதற்குப் பழகிப் போய் விட்டாள்.

ஜின்னிங் பகுதியில் மாலாவும், மஞ்சுளாவும் வேலை செய்து கொண்டிருந்தார்கள். பஞ்சிலிருந்து கழிக்கப்பட்ட பருத்தி விதைகளையும், இலைத்துண்டுகளையும், குப்பை கூளங்களையும் அள்ளி பிளாஸ்டிக்கூடையில் அவர்கள் போட்டுக் கொண்டிருந்தார்கள். அங்கிருந்து வெளிப்பட்ட பஞ்சு கார்டிங் மெசினுக்குள் தள்ளப்பட்டுக் கொண்டிருந்தது. கார்டிங் மெசினிலிருந்து சோப்பு நுரை போல வெள்ளை வெளேரென்று பஞ்சு பொலபொலவென்று சரிந்து விழுந்தது. விழுந்த பஞ்சை டிராயிங் மெசினுக்கு சாந்தியும், சுமதியும் தள்ளி விட்டுக் கொண்டிருந்தார்கள்.

புளோயிங் அறைச் சத்தம் அடக்கமாக உறுமுவதை காவேரி விரும்பினாள். சிட்டத்தை எடை போடும் சந்திரன் அவ்வப் போது குரலுயர்த்திக் கூவுவான். அதைக் கேட்க அருவருப்பாக இருக்கும் காவேரிக்கு. அந்தப் பக்கம் திரும்பாமல் அவள் தன்னுடைய வேலையில் குறியாக இருப்பாள். அவனுடைய கூவலைக் கேட்டு அந்தப் பக்கமாகத் திரும்பிப் பார்த்து விட்டு சாந்தியும், சுமதியும் உதடு பிரியச் சிரிப்பார்கள். தேவகியும், பத்மாவும், ரேணுகாவும், வடிவும் முணுமுணுத்துக் கொண்டே இருப்பார்கள். அவன் பக்கமாகத் திரும்ப மாட்டார்கள். ரமேஷ் அட்டகாசமாகச் சிரிப்பான். ஒருவன் பூனை மாதிரி கத்துவான். இன்னொருவன் கிளி மாதிரி பேசிக் காட்டுவான்.

அவ்வப்போது கெட்ட வார்த்தைகள் தெறித்து வரும். இருவரும் மாறி மாறிக் கத்துவார்கள். அவர்கள் சண்டை போட்டுக் கொள்வது போலத் தோன்றும். சூப்பர்வைசர் கண்ணில் படாத போது அவர்களின் ஆட்ட பாட்டம் தாராளமாக இருக்கும்.

சூப்பர்வைசர் சுந்தரேசன் மிகவும் கண்டிப்பாக இருப்பார். அக்கம்பக்கத்தில் இருப்பவர்களிடம் நான்கு வார்த்தைகள் கூடப் பேச முடியாது. மிடுக்காகச் சுற்றிச் சுற்றி வருவார். பார்வைக்கு ஒரு போலீஸ்காரரைப் போல இருப்பார். அவர் சிரித்ததைப் பார்த்தவர்கள் எவரும் இல்லையென்று பலரும் பேச காவேரி கேட்டிருக்கிறாள். குற்றம் குறை கண்டால் கடுமையாகப் பேசுவார். வேலையிலிருந்து துரத்தி விடுவதாக எச்சரிப்பார். அல்சேசன் என்று செல்லப் பெயர் வைத்துக் குறிப்பிடுவான் சந்திரன். அதைக் கேட்டு ஒவ்வொருவரும் கலங்கிப் போவார்கள். அவருடைய கண்கள் விறைத்து உறுத்தலாகத் தெரியும். ஒவ்வொன்றிலும் குறை காண்பதில் அவர் குறியாக இருப்பார். அவரைக் கட்டிக் கொண்டவள் என்ன பாடு படுகிறாளோ என்று சந்திரன் அங்கலாய்ப்பான். அவருடைய மனைவிக்கு அடங்கி, ஒடுங்கி, பயந்து நடுங்குவதனாலேயே அவர் தங்களிடம் அப்படி நடந்து கொள்வதாக ரமேஷ் ஊகித்துக் கொள்வான். அதையெல்லாம் கேட்டும் கேட்காதது போல காவேரி அடக்கமாக இருந்து கொள்வாள். சிரிப்பு வந்தால் அவள் சிரமப்பட்டு அடக்கிக் கொண்டு விடுவாள்.

இன்னொரு சிப்டுக்கு வரும் சூப்பர்வைசர் மோகன் அப்படி இல்லை. அவர் ஒவ்வொன்றையும் வேகமாகக் கவனித்துக் கொண்டே சுற்றிச் சுற்றி வருவார். யாரிடமும் அநாவசியமாகப் பேச மாட்டார். எவருடைய வேலையிலாவது குற்றம் குறை கண்டால் அங்கேயே நின்று கூர்ந்து கவனிப்பார். அதைக் கவனிப்பவர் ஒவ்வொருவரும் எச்சரிக்கையடைந்து வேலையைத் தொடர்வார்கள். தான் வேலை செய்கிற சிப்டில் எல்லாம் சூப்பர்வைசர் மோகன் இருக்க வேண்டும் என்று காவேரி விரும்புவாள். அவரைப் பற்றி எவராவது ஏதாவது சொன்னால் கூர்ந்து கவனிப்பாள். புளோயிங் அறைக்கு வந்தால் அவர் நீண்ட நேரம் வரை நின்று கொண்டிருப்பார். சந்திரனும், ரமேஷும் வாயடக்கி வேலை செய்வார்கள். அவர் பஞ்சு குடோனுக்குள் நுழைந்து ஒவ்வொன்றையும் நிதானமாகக் கவனித்து விட்டு வெளியில் வருவார். அதற்குள் செல்வதென்றால் காவேரிக்குப் பயம். அவளைப் போலவே, மற்றவர்களுக்கும் பயமிருக்கும். சூப்பர்வைசர் மோகன் மட்டும் கூரையைக் கூர்ந்து கூர்ந்து கவனிப்பார். அங்கே ஓட்டை உடைசல் கண்ணில் படுகிறதா என்று அவர் கவனிப்பார். தீயணைக்கும் கருவி சரியாக மாட்டப்பட்டிருக்கிறதா என்று கவனிப்பதிலும் குறியாக இருப்பார்.

கடைசி சிப்டுக்கு வரும் சூப்பர்வைசர் எலி பிடிக்கும் பூனையைப் போல பதுங்கிப் பதுங்கி வருவார். அவர் நிற்கும் இடம் ஒன்றாக

இருக்கும். கண்கள் கவனிக்கிற இடம் இன்னொன்றாக இருக்கும். குற்றம் குறை கண்ணில் பட்டால் திடீரப் பாய்ச்சலுடன் அந்த இடத்தை அடைவார். குரல் கனமாக ஒலிக்கும். கன்னிப் பெண்கள் என்றும் பார்க்காமல் நாயே பேயே என்றெல்லாம் திட்டித் தீர்ப்பார். வேலை செய்யும் போது அக்கம் பக்கமாகத் திரும்பிப் பார்க்கக் கூட பயப்படுவார்கள். கண்களும், கைகளும் வேலையிலேயே கவனமாக இருக்கும். கருணாகரன் என்பது அவருடைய பெயர். கருணைக்கும் அவருக்கும் தொடர்பே இல்லையென்று ராமராஜ் அடிக்கடி சொல்லிக் கொண்டு திரிவான். அவனிடம் அவர் கடுகடுவென்றோ சிடுசிடுவென்றோதான் பேசுவார். அவர் என்ன பேசினாலும் அடக்கமாகப் பதில் சொல்வான். அவர் அப்பால் போனதும் நீண்ட நேரம் வரை தனக்குள் முணுமுணுத்துக் கொண்டிருப்பான். அவன் பேசுவது அவனுக்கு மட்டுமே கேட்கும் என்று பலரும் சொல்வார்கள். வந்து சேர்ந்ததற்குள் காவேரி அவரிடம் திட்டு வாங்கியிருந்தாள். அவர் வேலை சொல்லித் தரும் பொழுது கவனப் பிசகு வந்துவிடக் கூடாது. திட்டும் வசையும் நீண்ட நேரம் வரை தொடரும்.

காவேரி அந்த மில்லிற்குள் எல்லா வேலையும் பழகிக் கொண்டாள். புளோயிங் அறையை விட்டு விசாலமான தளத்தில் வேலை செய்வது காவேரிக்கு விருப்பமாக இருந்தது. திரைச் சேலை போல அசையும் தூசிக் காற்றுக்கு நடுவில் இருக்க வேண்டிய நிலைமை இல்லை. சிம்ப்ளெக்ஸ் மெசின், ஸ்பின்னிங் மெசின், கோன் வைண்டிங் மெசின் என்று ஒவ்வொன்றும் அடுத்தடுத்து தொடர்ச்சியாக இருந்தன. அவை மொத்தத்தில் நான்கு வரிசையில் தனித்தனியாக இருந்தன. ஓயாமல் கோன்கள் சுழன்று சுழன்று கடுமையாக உறுமுவதாக அவள் நினைத்துப் பயந்தாள். வந்த புதிதில் வேண்டாத வேலையில் மாட்டிக் கொண்டு அவதிப்பட்டு விதியைச் சபித்து வந்தாள். அவளையும் அறியாமல் கண்ணீர் விட்டாள். நுழைந்தது முதல் போகிற வரை நின்று கொண்டும் நடந்து கொண்டும் இருக்க வேண்டும். இரைச்சல் அவளுக்கு ஒத்து வரவில்லை. படுக்கையில் விழுந்தால் தூக்கம் பிடிக்க நேரமாகிறது. உடம்பெல்லாம் தளர்ந்து போனதாக அவள் உணர்ந்தாள். தலைவலி அடிக்கடி வந்து போய்க் கொண்டிருந்தது. அந்த நேரங்களில் வார்டன் சரசம்மாள்தான் மாத்திரை கொடுத்து அவளைக் காப்பாற்றுகிறாள். வார்டன் சரசம்மாவிடம் பலரும் காவேரியைப் போலவே போய் வருவார்கள். தலைவலி மாத்திரையை டின் கணக்கில் வாங்கி அவள் தயாராக வைத்திருப்பதாக மஞ்சுளா அடிக்கடி கேலியாகச் சொல்வாள். அதைக் கேட்கும் போது காவேரி வேதனை கலந்த சிரிப்பை வெளிப்படுத்துவாள். அவளுக்கு

இப்போது எதிலும் பிடிப்பு இல்லாத மனப்போக்கே இருந்து வருகிறது. விசாலமான கூரையைச் சுமந்திருக்கும் உயரமான சுவர்களுக்குள்ளேயே அவள் முடங்கிக் கிடப்பதைப் பற்றி நினைத்து மனம் சோர்ந்து போகிறாள். அவ்வப்போது வீட்டு நினைப்பு வந்து போகிறது. அம்மாவைப் பற்றியோ, அப்பாவைப் பற்றியோ, தங்கையைப் பற்றியோ நினைத்துக் கொண்டிருக்கும்போது விசுக்கென்று ஏதாவது வேலை வந்து விடும். உடனிருப்பவர்களோ, சூப்பர்வைசரோ குரல் கொடுப்பார்கள். அதிர்ச்சியடைந்தவள் போல வேலையைத் தொடர்வாள்.

அப்பா வீராச்சாமி நான்கைந்து முறை வந்து பார்த்து விட்டுப் போயிருந்தார். கொஞ்ச நேரம்தான் இருப்பார். அதற்குள் வார்டன் சரசம்மாள் அவசரப்படுத்தி அவரை அனுப்பி வைத்து விடுவாள். கலங்கிய கண்களோடு செல்லும் அப்பாவைப் பார்க்க அவளுக்குப் பரிதாபம் தோன்றும். அம்மா பார்வதியும், தங்கை பஞ்சவர்ணமும் ஒருமுறை வந்து போனார்கள். அவர்களுக்குக் கொஞ்சம் தாராளமாக இருக்க நேரம் கிடைத்தது. அப்பாதான் அவர்களைக் கூட்டி வந்து காட்டி விட்டுப் போனார். தனக்குக் கிடைக்கும் சம்பளப் பணத்தை வாங்கிக் கொண்டு போக மாதத்தின் வாரக் கடைசியில் தவறாமல் வருவார். மாதம் ஆயிரம் ரூபாய்க்குக் கையெழுத்துப் போட்டாலும் கைக்குக் கிடைப்பது என்னவோ எழுநூறு ரூபாய்தான். மீதியை உணவுச் செலவுக்காகப் பிடித்துக் கொள்வார்கள்.

உணவைப் பொருத்தவரை சராசரிதான். காலையில் இட்லி, தோசை வைப்பார்கள். மதியம் தவறாமல் சாம்பார் சாதம் கிடைக்கும். புளியோதரையும், தக்காளிச் சாதமும் இரவு நேரத்தில் தருவார்கள். வாரத்திற்கு ஒருநாள் கருவாட்டுக் குழம்புடன் சோறு போடுவார்கள். ஞாயிற்றுக் கிழமை ஒரு முட்டை கிடைக்கும். சாப்பாடு வேளைக்கு அரைமணி நேரம்தான் அனுமதி. சிப்டு வேலையின் போது டீ குடிக்கப் பத்து நிமிடம் ஓய்வு கொடுப்பார்கள். வாரத்தில் ஒருநாள் கூட விடுமுறை இல்லை! அதுவெல்லாம் அலுத்துப் போய்விட்டது காவேரிக்கு. வீட்டிலானால் விரும்பியதைச் செய்து தின்னலாம். கூழும், கஞ்சியும், துவையலும் இல்லாமல் நாக்கு மரத்துப் போய் விட்டது போல காவேரி உணர்ந்தாள். அதை நினைக்க அவளையும் அறியாமல் கண்ணில் நீர் கசியும். தன்னுடைய உடல் இளைத்துப் போய் விட்டதாகச் சொல்லி அம்மா வருத்தப்பட்டுச் சேலைத் தலைப்பால் கண்களைத் துடைத்துக் கொண்டாள்.

ஆறுமாதம் கழிந்தால் ஆறுநாள் தொடர்ச்சியாக விடுமுறை கிடைக்குமென்று பலரும் சொல்லக் கேட்டு வருகிறாள் காவேரி. அதை நினைக்க அவளுடைய மனதில் தெம்பு கூடியது. அம்மாவும், பஞ்சவர்ணமும் கூட இளைத்துப் போய்விட்டதாக காவேரிக்குத் தோன்றியது. பார்க்காமலிருந்து பார்த்ததில் அப்படித் தோன்றக் கூடுமென்று அவள் நினைத்தாள். வீட்டைப் பற்றி நினைக்கையில் வேலையை உதறி விட்டுப் போய் விட்டாலென்ன என்று காவேரி நினைப்பதுண்டு. சலிப்பு வந்தாலும் அப்பாவைத்தான் அவள் நினைப்பாள். அவள் தூக்கம் வராமல் படுக்கையில் புரண்டு புரண்டு திரும்பும் போது அந்த நினைப்பு அவளுக்குத் தீவிரமாகும்.

வந்ததிலிருந்து இரண்டு முறை திண்டுக்கல்லுக்குக் கூட்டிப் போய் வந்தார்கள். அப்போதுதான் அவள் கூட்டத்தைப் பார்க்க முடிந்தது. விதவிதமான மனிதர்கள் அங்கும் இங்கும் தாராளமாகப் போய் வந்தார்கள். கலகலப்புடனும், சளசளப்புடனும் தெருக்களில் சுற்றித் திரிந்தார்கள். விதவிதமான வண்ணங்களில் உடைகளை அணிந்து கடைவீதியில் வேடிக்கை பார்த்தார்கள். விரும்பியதை வாங்கினார்கள். சோப்பு, சீப்பு, ரிப்பன், வளையல், டூத் பேஸ்ட், பிரஷ் எண்ணெய் என்றெல்லாம் அவரவருக்குத் தேவைப் பட்டதை வாங்கினார்கள். இனிப்பும், காரமும் நிறைந்த தின்பண்டங்களை வாங்கினார்கள். காவேரியும் தனக்கு வேண்டியவற்றை வாங்கிக் கொண்டாள். செலவுக்கென்று அப்பா கொடுத்துப் போன நூறு ரூபாய் அவளிடம் இருந்தது. அந்தத் தொகைக்குத் தகுந்த அளவில் கணக்குப் போட்டு வாங்கிக் கொண்டாள். அதற்கும் அதிகமாகப் பணம் வைத்துக் கொள்ள அவர்கள் ஒவ்வொருவருக்கும் அனுமதி இல்லை. வெளியில் போகிற போது மட்டுமே விரும்பிய விதத்தில் உடை உடுக்க முடிகிறது. மற்றபடி நீலநிறச் சீருடைகளை அணிந்து மில்லுக்குள் அலைந்து கொண்டிருக்க வேண்டும். வேண்டியவர்களைக் கூட்டத்தில் தேடித் தேடிக் கண்டுபிடிக்க வேண்டியிருந்தது. வியர்வையின் கசகசப்பு உடம்பையே ஒரு சுமையாக்குவதை காவேரி உணர்ந்து அவ்வப்போது குளிக்க நினைப்பாள். குளிப்பதற்கு வரிசையில் காத்திருக்க வேண்டும். வேலை செய்த களைப்பில் குளிப்பதற்குக் கூடச் சோம்பலாக இருக்கும். அயர்ந்து போய்ப் படுத்துக் கிடப்பதில் ஒருவிதச் சுகமிருக்கும். சமாளித்து எழுந்து காத்திருந்து குளித்து முடித்துத் திரும்பும் போது புதுப்பிறவி எடுத்தது போல இருக்கும். காடு கரைகளில் சுற்றித் திரிந்த அனுபவங்கள் நினைவுக்கு வந்து போகும். ஆபத்தான ஒரு படுகுழியில் அவள்

தள்ளப்பட்டு விட்டதாக அப்போதெல்லாம் உணர்வாள். அதிலிருந்து வெளியேறுவதற்கான காலத்தைக் கணக்கிட்டுப் பெருமூச்சு விடுவாள்.

மலம் கழிக்கச் சென்று திரும்புவதற்குள் அவளுக்கு உயிர் போய் திரும்பி வரும். காத்திருக்க வேண்டும். அதற்காக அதிகாலையில் இருட்டிருக்க எழுந்திருக்கவேண்டும். அங்கிருக்கும் நிலைமைகளை அனுசரித்துத்தான் ஒவ்வொன்றையும் செய்ய வேண்டியிருந்தது. பொறுமையுடன் ஒவ்வொன்றையும் அவள் சகித்துக் கொள்ள வேண்டியிருக்கிறது. அதற்கு உப்பில்லாத உணவைத் தின்னப் பழகிக்கொள்ள வேண்டுமென்று அவள் நினைப்பாள். ஒவ்வொன்றுக்கும் அவசரம் தேவைப்படுகிறது. கணக்குப் போட்டுத்தான் எதையும் செய்ய வேண்டியிருக்கிறது, துணிகளைத் துவைத்துக் காய வைப்பதற்குள் போதும் போதுமென்றாகிவிடும். அதற்கும் காத்திருக்க வேண்டும். மாதவிடாய் வருவது கூட மாறிப் போய் விடுகிறது. வயிற்று வலி தாள முடிவதில்லை. படுக்கையில் படுத்துப் புரள வேண்டியிருக்கிறது. அய்யனாரையும் மாரியம்மனையும் நினைத்து அவளுடைய குறையைத் தீர்க்க வேண்டுவாள். கண்ணீர் தாரை தாரையாக வடியும். அவளைப் போலவே மற்றவர்களும் மனதிற்குள் புலம்பிக் கொண்டிருப்பதாக அவள் நினைப்பாள். ஒவ்வொருவரும் ஏதாவது ஒரு மனநிலையில் இருப்பார்கள். எப்போது அவர்கள் மகிழ்ச்சியாக இருக்கிறார்கள். எப்போது அவர்கள் உள்ளுக்குள் புலம்புகிறார்கள் என்பதைச் சொல்ல முடியாது. அதைப் பொருத்தே ஒவ்வொருவருடனும் பேசிப் பழக வேண்டும். நெருக்கமான சிநேகிதிகளைப் போல இருப்பவர்கள் பகைமையுடன் நடப்பது போல இருக்கும். பகைமையுடன் பழகுவது போல இருப்பவர்கள் நெருங்கிய சிநேகிதிகளைப் போல பழகுவார்கள். ஒவ்வொரு நிமிடத்திலும் யார் எப்படிப்பட்ட மனநிலையில் இருக்கிறார்கள் என்பதைக் கண்டுபிடிப்பது அவளுக்குச் சிரமமாகவே இருக்கிறது. பேசலாம் என்று எவரையாவது அணுகினால் முகத்தைத் திருப்பிக் கொள்பவர்களைப் பார்த்து அவள் அவமானப்பட்டிருக்கிறாள். தானும் அப்படி நடந்து கொள்வதை அவளும் உணர்கிறாள். மனம் விட்டுப் பேசுபவர்களைப் பார்ப்பது சிரமமாக இருந்தது அவளுக்கு.

அன்றைக்கு காவேரிக்கு காலை நேர சிப்டு என்பதால் அதிகாலையிலேயே விழித்துக் கொண்டு விட்டாள். சுறுசுறுப்பாக வேலை செய்தாலும் அவளுடைய உடம்பு கனப்பது போலிருந்தது. தான் மெலிந்து போய் விட்டதாக அம்மா வந்தபோது சொன்னது

அவளுக்கு நினைவு வந்தது. அவளாலும் தளர்ச்சியை உணர முடிந்தது! புளோயருக்குள் செல்லும் பஞ்சைத் தள்ளிவிட்டபடியே நின்றிருந்தாள் அவள்.

"காவேரி!" அவள் திரும்பிப் பார்த்த பொழுது அங்கே மாலா நின்றிருந்தாள்.

"என்ன வேணும்?!"

"சூப்பர்வைசர் கூப்பிடறார்"

காவேரிக்கு மனதில் திக்கென்று பட்டது. அவர் கூப்பிடுகிறார் என்றால் எல்லோருமே பதைபதைத்துப் போய் விடுவார்கள். அன்றைய சிப்டுக்கு சுந்தரேசன்தான் வந்திருந்தார். அவர் கூப்பிடுகிறார் என்றால் ஏதாவது தவறு நடந்திருக்க வேண்டும். என்னவோ ஏதோ என்று அவள் உள்ளுக்குள் புலம்பினாள். நடப்பது நடக்கட்டுமென்று காவேரி தலைக்குக் கட்டியிருந்த துண்டுத் துணியை அவிழ்த்து ஓரமாக வைத்து விட்டு நடந்தாள். புளோயிங் அறையை விட்டு மில்லுக்குள் அவள் நுழைந்த போது மாலா விறுவிறுவென்று போய்க் கொண்டிருந்தாள். சினிமாக் கொட்டகை போல விசாலமாக இருந்த மில்லுக்குள் ஆயிரக் கணக்கில் கோன்கள் சுழன்றன. வழக்கத்திற்கு மாறாக அவளைப் பார்த்து அந்தக் கோன்கள் உரக்கச் சத்தமிடுவது போல அவளுக்குத் தோன்றியது. எதுவோ நடக்கப் போகிறதென்று அவள் பயந்தாள். அங்கங்கே இயந்திரங்களுக்கு முன்னால் நின்று கொண்டிருந்த பெண்கள் அவளை ஒருவிதமாகப் பார்ப்பது போல இருந்தது அவளுக்கு. கோன் வைண்டிங் மெசினுக்குப் பக்கத்தில் சூப்பர்வைசர் சுந்தரேசன் விறைத்து நிற்பதைப் பார்க்க அவளுக்குள் கலக்கம் கூடியது. அந்த சிப்டு வேலை முடிய இன்னும் கொஞ்ச நேரம் மட்டுமே மீதமிருந்தது.

"மேனேஜர் வரச் சொல்லியிருக்காரு! வா!" சூப்பர்வைசர் சுந்தரேசன் அதற்கு மேல் எதுவும் சொல்லவில்லை.

காவேரி முந்தானைத் தலைப்பால் முகத்தைத் துடைத்தாள். குப்பை கூளம் போல முகத்தில் அப்பியிருந்த பஞ்சுத் துகளைத் துடைத்து விட்டுப் பார்த்த போது எல்லாம் பளிச்சென்று தோன்றுவதை அவள் உணர்ந்தாள். அவருக்குப் பின்னால் அவள் சென்றாள்.

இடைவெளி விட்டே நடந்தாள் காவேரி. சூப்பர்வைசர் சுந்தரேசன் நிலத்தை அழுத்தமாக மிதித்து நடப்பது போல அவள் நினைத்தாள். அடுத்த சிப்டுக்கு வர வேண்டிய பெண்கள் அங்கங்கே கூட்டம் கூட்டமாக நின்றிருந்தார்கள். அந்த நேரத்தில் நூற்றுக்கணக்கில் பெண்கள்

ஒவ்வொரு மில்லின் முன்னாலும் நின்றிருப்பார்கள் என்று அவள் கணக்குப் போட்டாள். அங்கிருந்தவர்கள் பேச்சை நிறுத்திக் கொண்டு அவளையே ஒருவிதமாக உற்றுப் பார்ப்பதை அவள் கவனித்தாள். அவளுடைய இதயத்தின் படபடப்பை அவளால் உணர முடிந்தது. நான்கு மில்களைக் கடந்து நடந்த சூப்பர்வைசர் சுந்தரேசன் இடது பக்கத்தில் இருந்த மானேஜரின் அறைக்குச் செல்லும் படியில் ஏறிய பின் ஒருமுறை திரும்பிப் பார்த்தார். அதைக் கவனித்த காவேரி வேகமாக நடந்து படியேறி அவரைப் பின் தொடர்ந்தாள். அறைக்கதவைத் திறந்து வைத்தபடி நின்றான் அட்டெண்டர். மானேஜரின் அறைக்குள் நுழையும் போது அவளுடைய உடல் இலேசாக நடுங்குவது போல உணர்ந்தாள். அறை சில்லென்று இருந்ததால் அவளுடைய உடல் நடுக்கம் கூடியது.

"நீ தா காவேரியா?"

"ஆமாங்க!" அவள் கம்மிய குரலில் சொன்னாள்.

"வேலைக்கு வந்து எத்தனை மாசம் ஆச்சு!"

"மூணு மாசம் இருக்குமுங்க!"

"எல்லா மிசின்லயும் வேலை செஞ்சிருக்கியா?"

"ஆமாங்க!"

"நல்லா வேலை செய்வியா?"

"செய்வனுங்க!"

"இதுவரை நீ வேலை பழகியிருக்கே! இனிமேதான் மொறையா உனக்கு வேலை. இனிமே சம்பளம் இருநூறு சேர்த்திக் கொடுப்பாங்க! போயி ஒழுங்கா வேலை செய்! போ!"

காவேரி அதிர்ச்சியடைந்து நிலைகுலைந்து வாயடைத்து வெளியில் வந்தாள். கண்கள் கூசின. கூடுதலான சம்பளம் கிடைக்கப் போவதை நினைக்கையில் அவளுடைய உடம்பிலிருந்த வலியெல்லாம் வெளியேறி விட்டது போலத் தோன்றியது. வரிசை வரிசையாக இருந்த மில் கட்டிடங்களுக்குள் இயந்திரங்கள் பயங்கரமாக உறுமின. நிமிர்ந்து பார்க்கையில் நீலம் பாரித்த வானத்தில் ஒரு துண்டு மேகம் தொங்கியது. அவள் நடந்தாள்.

ஆறு

மகேஸ்வரி டெக்ஸ்டைல்ஸின் எந்திரங்கள் தொடர்ந்து உறுமிக் கொண்டிருந்தன. அந்தச் சத்தம் காவேரிக்குப் பழக்கப்பட்டுப் போய் விட்டது. அமைதியான நிலைமைதான் அவளுக்கு வியப்பைத் தரக் கூடியதாக மாறிப் போனது. மின்சாரம் தடைப்பட்டால் அப்படியொரு அனுபவத்தைக் காவேரி பெறுவாள். அந்த அனுபவம் அவளுக்கு ஆறுதல் தரக் கூடியதாக இருக்கும். இரவு நேரமானால் அந்தச் சத்தம் கனமாக ஒலிப்பதை அவள் உணர்வாள். முதலாவது சிப்டுக்குப் போய் வரும் போது அவள் பிற்பகலில் தூங்கிப் போவாள். அவளைப் போல அந்த அறையில் மூன்றாவது சிப்டுக்குப் போகிறவர்களும் தூங்கிக் கொண்டிருப்பார்கள். முன்னிரவில் உணவுக்குப் பின் அவர்கள் அங்கேயும் இங்கேயும் அமர்ந்திருப்பார்கள். வராந்தாவில் போய் வருபவர்களும் தாராளமாக உண்டு. உணவை முடித்துக் கொண்டு தூங்கி விடுபவர்களும் இருப்பார்கள். அவ்வப்போது எவருடைய பெயராவது உச்சத்தில் ஒலிக்கும்.

அன்றைக்கு இருட்டில் சுவரோரமாக அமர்ந்து அவர்கள் பேசிக் கொண்டிருந்தார்கள். சன்னமான குரல்களில் அவர்கள் கவனமாகப் பேசினார்கள். அவர்கள் அமர்ந்திருப்பதை எவரும் அவ்வளவு எளிதில் கண்டு கொள்ள முடியாது. அந்நேரத்தில் வார்டன்களில் எவரும் அந்தப் பகுதியில் நடமாட மாட்டார்கள். அவர்கள் வெளிச்சத்தையும், நிழல்களையும் பார்த்தார்கள். காவேரியால் வெளிச்சத்தில் நடமாடுபவர்களைப் பார்க்க முடிந்தது. அங்கங்கே இரண்டு பேர் நான்கு பேர் என்று போய் வந்து கொண்டிருந்தார்கள். மின் விளக்குகள் எரிந்தன.

காவேரியின் வலது பக்கத்தில் கவிதா இருந்தாள். அவளுக்குப் பக்கத்தில் மஞ்சுளா. இடது பக்கத்தில் தேவகியும், ரேணுகாவும் ஒருவரோடு இன்னொருவரெனச் சேர்ந்திருந்தார்கள்.

அன்றைக்கு மில்லுக்குள் நடந்தவற்றைப் பற்றிப் பேசினார்கள். சூப்பர்வைசர் கருணாகரன் சாந்தியைக் கண்டபடி திட்டி விட்டதாக மாலா சொன்னாள். அதைக் கேட்ட மற்றவர்களுக்கு ஒரே எரிச்சலாக இருந்தது என்று அவள் சொன்னாள். கார்டிங் பிரிவில் திரிதிரியாகச் சரிந்து கொண்டிருந்த பஞ்சுத் திரிகளைச் சரியாகக் கவனிக்காததில் மெசினுக்குள் பஞ்சு இறங்கிச் சேதமாகி விட்டது. கார்டிங் மெசினை

அரை மணி நேரம் வரை நிறுத்தி வைத்துச் சுத்தம் செய்ய வேண்டியிருந்ததாக மாலா சொன்னாள்.

"அப்படி என்ன சொன்னான்?"

"நாயே, கழுதையே, பன்னியே, சோத்தத் திங்கறயா? மலத்தத் திங்கறயான்னு ஆரம்பிச்சு அப்பன், ஆத்தாவெ திட்டித் தீர்த்தான். அடிக்காத குறைதான்!"

"அவன் சிப்டுக்கு வந்தாலே முடியறவரெ கிடுகிடுன்னு நடுங்கோணும்!"

அவனெ வேறெ எடத்துக்கு மாத்தித் தொலைக்க மாட்டேங்கறாங்க!"

"எவன் வந்தாலும் அப்படித்தான் இருக்கும்!" தேவகி சொன்னாள்.

"மோகன் வந்தால் தேவலை!" கவிதாவின் குரல்.

"சுந்தரேசன் வந்திருந்தால் என்ன நடந்திருக்குமோ?"

"எல்லாம் தலைவிதி!" மஞ்சுளா அங்கலாய்த்தாள்.

"தேவகி இன்னிக்குக் காலையிலெ யாரோடு பேசிகிட்டு இருந்தே?" கவிதா கேட்டாள்.

"எங்க ஊர்க்காரங்க!"

"உங்க ஊர்னா?"

"திருநெல்வேலி உக்கிரன் கோட்டை!"

"அவங்க எதுக்கு வந்தாங்க? யாரையாவது சேர்க்கவா?"

"இல்லே! பணம் வாங்க!"

"குடுத்தாங்களா?"

"இல்லே! வீட்டுக்கே அனுப்பி வைக்கறதாச் சொன்னாங்களாம்"

"மூணு வருசம் முடிஞ்சுதுன்னா குடுக்கறதா சொல்றாங்களே!"

"அவங்க பொண்ணு மூணு வருசம் வேலை செய்யலே!"

"அப்படீன்னா, எத்தனெ வருசம் வேலை செஞ்சாளாம்?"

"ஒன்னரை வருசம் வேலை செஞ்சிருக்கா?"

"அப்படீன்னா, பாதியிலயே ஓடிப் போயிட்டாளா?"

"இல்லெ வேலையில இருந்து நிறுத்தீட்டாங்களா?"

“அவ ஓடவும் இல்லே! அவளெ வேலையில் இருந்து நிறுத்தவுமில்லே!”

“அவ பேரென்ன?”

“பேரைக் கேட்டு என்னாவுது? ம்... அவ பேரு செல்வி. அவளோட அப்பா கணபதி. ஆசாரி வேலை, திடீர்னு செத்துப் போயிட்டாரு!” அவளோட அம்மா சொர்ணம்தான் அவளெ அஞ்சாவதுவரெ படிக்க வெச்சிருக்கு. அதுக்கு மேலெ முடியலே! கண்ட கண்ட வேலையெல்லாம் செஞ்சு பொழைச்சிருக்கறாங்க!” தேவகி மௌனமானாள். கண்களைத் துடைத்துக் கொண்டாள்.

“ஏண்டி, வாயடங்கீட்டெ? அப்புறம் சொல்லு!” கவிதா அவளைத் தூண்டினாள்.

“வேலையிலெ சேர்ந்த பின்னாடி அவளுக்கு அப்பப்பத் தலைவலி வந்து படாதபாடு பட்டிருக்கா. அதோட இல்லாமெ வயிறு வலி வேறெ. வார்டன் கிட்ட சொல்லறப்ப எல்லாம் அவ மாத்திரையா குடுத்திருக்கிறாள். டாக்டர் கிட்டெக் கூட்டிப் போகவே இல்லே! உள்ளெயே நோய் முத்திப் போச்சாம். தினமும் அறுபது கிலோ பஞ்சு சுத்தம் பண்ணியிருக்கா. எடுத்திருக்கா. நாளாக நாளாக அவளுக்கு மூச்சுத் திணறல் வந்திருக்கு. அவளாலெ வேலை செய்ய முடியலே! அவ அம்மாவுக்கு தகவல் கொடுத்திருக்கிறாள். அவ அம்மா வந்து பார்த்துட்டு அவளெக் கூட்டீட்டு போயிட்டாள். அப்புறம் வேலைக்கு வரலெ! அதுக்குள்ளே ஒண்ணரை வருசம் ஆவிப் போச்சு! ஊருக்குப் போன பின்னாலே நெஞ்சு வலி வந்திருக்கு. ஆஸ்பத்திரிக்குக் கூட்டிப் போயிருக்காங்க! டாக்டர்கள் சோதனை பண்ணிப் பார்த்திருக்காங்க. நுரையீரலுல பஞ்சு சுத்தி இருக்கறதெக் கண்டுபிடிச்சு காச நோயின்னு சொல்லியிருக்காங்க!

“ஐயோ! அப்படியா?” மஞ்சுளாவின் குரல் ஓங்கி ஒலித்தது.

“அப்புறம் பார்த்துக்க! மூச்சுத் திணறல் அதிகமாகிப் போச்சு. திருநெல்வேலி ஆஸ்பத்திரிக்குக் கொண்டு போயிருக்கறாங்க. டியூப் வெச்சு சளியெ எடுத்திருக்காங்க! அப்பறம் ஆபரேசன் பண்ணி நுரையீரலைச் சுத்தம் செஞ்சு அவளெக் காப்பாத்தியிருக்காங்க! ஆஸ்பத்திரி செலவுக்கு ஒரு காசும் மில்லுல குடுக்கலே? செஞ்ச வேலைக்கும் பணம் தரலே! பணத்தெக் கேட்டா தர்றதா சொல்றாங்க! ஆனா, தர்றது இல்லே! பாவம்! அந்த அம்மாளெயும், மகளெயும் இழுத்தடிக்கறாங்க!”

அவர்கள் மௌனமானார்கள். நனைந்த கண்களை விரல்களால் துடைத்துக் கொண்டார்கள்.

"இப்ப என்ன சொன்னாங்க?"

"போங்க! ஒரு வாரத்துலெ அனுப்பி வைக்கிறோமின்னு சொல்லியிருக்காங்க!"

"எங்க ஊர்லெ இன்னொரு கொடுமை நடந்திருக்கு!" ரேணுகா தன்னுடைய மனதில் இருந்ததைச் சொன்னாள்.

"அதென்ன?" காவேரி கேட்டாள்.

"சந்திரபுளிங்கர ஊருல நடந்தது. திருநெல்வேலி பாணாங்குளத்துல அந்த ஊரு இருக்குது. இசக்கித்தாயின்னு அவ பேரு. அவளோட அப்பா ஆட்டோ ஓட்டறவர். முத்துன்னு அவரெக் கூப்பிடுவாங்க. மூன்றடைப்புங்கற எடத்துல ஒரு மில்லுக் கட்டியிருக்காங்க. அதுல சுமங்கலித் திட்டம் நடக்குது. மாசம் ஆயிரத்தைநூறு ரூபா கொடுக்கறாங்க! சோத்துச் செலவு போக தொளாயிரம் ரூபா கையிலெ குடுத்திருக்காங்க. வேலையில சேர்ந்தப்ப மூணு வருசம் கழிஞ்சதும் முப்பதாயிரம் ரூபா தர்றதா சொல்லியிருக்காங்க. தூங்கறதுக்கு வசதி இருந்திருக்கு. பாய் தலையணை எல்லாம் கொடுத்திருக்கறாங்க. அதுல நூத்தி இருபது பேரு வேலை செஞ்சிருக்கறாங்க. ஏழு கக்கூஸ், ஏழு பாத்ரூம், திங்கறதுக்கு நிறையா குடுத்திருக்கறாங்க. லீவு கெடையாது. வேலை செய்யறப்ப ஏப்ரான் தொப்பி குடுப்பாங்க. போடலேன்னா அம்பது ரூபா ஃபைன். அவளுக்கு அடிக்கடி தலைவலி, கண் எரிச்சல் வரும். வார்டனிடம் சொன்னால் அவள் மாத்திரை கொடுப்பாளாம். உடம்புக்கு முடியலேன்னாத்தான் பக்கத்துல இருக்கற கிளினிக்குக் கூட்டிப் போவாங்களாம். வீட்டுலெ இருந்து டெலிபோன் வந்தா என்ன பேசறாங்கன்னு கவனிப்பாங்களாம். எப்படியோ மூணு வருசம் வேலை செஞ்சு காலத்தைக் கழிச்சிட்டா அவ."

"பேசுனபடி பணம் குடுத்தாங்களா?"

"அதுதா இல்லே!"

"ஏனாம்?"

"இன்னம் ஆறு மாசம் சேர்த்து வேலை செய்யச் சொல்லியிருக்காங்க!"

"எதுக்கு?"

“அவளோட அம்மாளுக்கு ஒடம்பு சரியில்லாத அப்ப பத்துநாள் லீவு போட்டுட்டு போயிருக்கா. அதுக்காக வேலை செய்யச் சொல்லியிருக்காங்க!”

“வேலை செய்யலே! ஊருக்கு வந்துட்டாள்!”

“இன்னம் பணம் வாங்கலியா?”

“வாங்கலே! என்ன ஆச்சோ, ஏது ஆச்சோ தெரியலெ!”

அவர்கள் மீண்டும் மௌனமானார்கள். இருளில் அவர்களுடைய பெருமூச்சுக்கள் கலந்து கரைந்தன.

அவர்கள் பக்கமாக இரண்டு பேர் வருவதை காவேரி கவனித்தாள். அசப்பில் வைத்து அங்கு வருபவர்கள் ராதாவும், ரேகாவும்தான் என்று காவேரி நினைத்தாள். அவர்கள் தங்களை நெருங்கும் போது அது சரி என்பதை அவள் கண்டு கொண்டாள். அவர்கள் வழக்கமாக வந்து அவர்களோடு கதை பேசுகிறவர்கள்தான்.

“எங்கடீ, போனீங்க? இந்நேரம்?”

“லேட்டா போனோம்! லேட்டா தின்னோம்! லேட்டா வர்றோம்! இன்னிக்குச் சப்பாத்தியும், புரோட்டாவும் நல்ல ருசி!” அழுத்தமாகச் சொன்னாள் ராதா.

“அதனாலே நல்லாவே நாலு புடிபுடிச்சிட்டோம்!”

“அப்ப காலையிலெ நேரமே எந்திருப்பீங்க!”

“எதுக்கடி?”

“நேரத்துலயே கக்கூஸ் போகணுமே.

“இல்லைன்னா காத்துக் கெடக்கணுமே. கூட்டம் வந்திடும். அடக்கீட்டு எத்தனெ நேரம் அவதிப்படுவீங்க!”

“அனுபவம் பேசுது!”

“பேசட்டும்! பேசட்டும்! வெச்சுக்கறே!”

“சரி, இன்னிக்கு என்ன கொண்டு வந்திருக்கீங்க!”

“திரில்லா ஒண்ணி சொல்லப் போறேன்!”

“உனக்கு எல்லாமே வேடிக்கைதான்!”

“எல்லாத்தையும் நான் லைட்டாத்தான் எடுத்துப்பேன்!”

“அடீ, உனக்குப் பட்டாத்தான் தெரியும்!”

“அப்படி வம்புல எல்லாம் மாட்டிக்க மாட்டேன்!”

“அதையும் பார்க்கலாம்!”

“சரி, நீ சொல்லடி!” மாலா அவளைத் தூண்டினாள்.

“கதை திருநெல்வேலி மானூர் உக்கிரன்கோட்டையில் நடந்தது. காளியம்மாள்னு ஒருத்தி. நம்ம மாதிரி. அப்பா நவநீத கிருஷ்ணன். அவளோட அண்ணன் மிலிட்டரியிலெ இருக்கறார். அக்கா பெண் போலீஸ். காளியம்மாள் கோயமுத்தூர்ல ஒரு மில்லுல வேலைக்குச் சேர்ந்திருக்காள். அவளோட அப்பா விவரம் உள்ளவர். அப்பப்ப போனுல மகளோட பேசுவாராம். மாசத்துலெ ஒரு தடவெ நேருலயே போய்ப் பார்த்துட்டு வருவாராம். அப்படியே ரண்டரை வருசம் கழிஞ்சிருக்கு. அவளும் நல்லா வேலை செஞ்சிருக்கா. ஒருநாள் அவருக்கு போன் வந்திருக்கு. மகள் ஆஸ்பத்திரியிலெ இருக்கறதாச் சொல்லியிருக்கறாங்க! அவளோட அப்பா பதறி அடிச்சிட்டு ஓடிப் பார்த்திருக்காரு. விசாரிச்சதுலெ மகள் ஆசிட் குடிச்சிட்டதா சொல்லியிருக்காங்க. ஆசிட் குடிக்கற அளவுக்குப் பிரச்சனை இல்லே! விவரமாகக் கேட்டிருக்கறாங்க. குடிக்கற தண்ணியிலெ மெசின் கிளீன் பண்ணற ஆசிட் கலந்திருக்கு”

“தண்ணிக்கும் ஆசிட்டுக்கும் வித்தியாசம் தெரியலையா?”

“தெரிஞ்சிருந்தா குடிச்சிருப்பாளா?”

“அப்புறம் என்னாச்சு சொல்லு!

“தொண்டை புண்ணாகிப் போச்சு! கழுத்துல இருந்து வயிறு வரை புண்ணு. மில்லுக்காரங்க கே.ஜி ஆஸ்பிட்டல்லெ ட்ரீட்மெண்ட் குடுத்திருக்காங்க. பயன் இல்லே! அவளோட அப்பா சென்னைக்கு மகளெக் கூட்டீட்டுப் போறதா சொல்லி பணம் கேட்டிருக்கறார். அவங்க தரலே! அவங்களையும் இவங்களையும் பிடிச்சு எப்படியோ மெட்ராஸ்லெ போயி சிகிச்சை பண்ணியிருக்காங்க. அப்பவும் போயிப் பணம் கேட்டிருக்கறாங்க. மில்லுக்காரங்க தரலே! முதலாளியெப் பார்க்க உடலே. அங்கெ ரண்டரை மாசம் ட்ரீட்மெண்ட் குடுத்திருக்காங்க. மெல்லப் பேச ஆரம்பிச்சிருக்காள். பேச்சு நல்லா வந்ததும் குடிக்கற தண்ணியிலெ வேணும்னு ஆசிட் கலந்து வெச்சிருந்ததா அவள் சொன்னாள். விசாரிச்ச அப்ப அவள் ஒண்ணெச் சொல்லியிருக்காள். சூப்பர்வைசர் ஒருத்தியெக் கெட்ட வார்த்தையிலே சொல்லித் திட்டியிருக்கான். அதெ மானேஜர் கிட்ட காளியம்மா சொல்லியிருக்காள். சூப்பர்வைசர்தான் அப்படிச் செஞ்சிருக்கார்ன்னு அவள் சொல்றாள்.”

“நான் அது காதல் விவகாரமா இருக்குமோன்னு மொதல்லெ நெனைச்சேன்!”

“ஏண்டி, உங்களுக்கு அதெ விட்டா வேற ஒண்ணும் தெரியாதா?”

“இந்த வயசுலெ வேறெ என்ன தெரியும்?”

“அப்ப, இவ ஏதோ பிளான்லெ இருக்காள்!”

“அதுக்குத் தாண்டி இங்கெ வந்து சேர்ந்திருக்கோம்!”

“காதலுக்கா? கல்யாணத்துக்கா?”

“ரண்டும் ஒண்ணுதானடி!”

“அதென்னமோ அப்படித்தான்!”

“விவரமில்லாமெ எவங்கிட்டயாவது மாட்டிக்காதீங்கடி”

“அப்பறம் வேறெ ஏதாவது இருந்தா சொல்லுங்கடி”

“நான் ஒரு திரில் சொல்றேன்! போன வாரம் என்னெப் பார்க்க வந்த எங்க அம்மா சொன்னாள். கேட்டுப் பதறிப் போயிட்டேன்!” அப்போது கூட ரேகாவின் குரல் தளர்ந்திருந்தது.

“அப்படி என்னடி கதை?” கவிதா கேட்டாள்.

“இதுவும் திருநெல்வேலிக்காரங்களைப் பற்றியதுதான்! மானூர் உக்கிரன் கோட்டையிலெ நடந்தது. முருகன்னு ஒருத்தர். கூலி வேலைக்காரர். அவருக்கு ரண்டு பொண்ணுக. ஒரு பையன். மூத்த பொண்ணு செல்வியெ திருப்பூருக்குப் பக்கத்துல பல்லடத்துலெ ஒரு மில்லுல சேர்த்திருக்காங்க. வயசு பதினாறு. இன்னொரு பொண்ணு புனிதா. அவள் வீட்டுல இருந்துட்டு பீடி சுற்றியிருக்கிறாள். செல்விக்கு மாசம் ஆயிரம் ரூபா கூலி. மூணு வருசம் முடிஞ்சா நாற்பத்திரண்டாயிரம் ரூபா குடுக்கறதாப் பேசியிருக்காங்க. வேலைக்கு சேர்ந்து அஞ்சு மாசம் கழிச்சுத்தான் அவளோட அப்பனும் அம்மாவும் அவளெப் போயிப் பார்த்துட்டு வந்திருக்காங்க. அப்ப அவள் நல்லாத்தா இருந்திருக்கிறாள். ஒவ்வொரு மாசமும் வீட்டுக்கு அறுநூறு ரூபா அவள் அனுப்பி வெச்சிருக்கறாள். ரெண்டு மாசம் கழிச்சு ஊருல இருந்து ஆபீசுக்குப் போன் பண்ணியிருக்காங்க. வேலைக்குப் போயிட்டதாச் சொல்லியிருக்காங்க. திரும்பத் திரும்ப போனுல கூப்பிட்டிருக்காங்க. செல்வி காய்ச்சல், தலைவலின்னு படாத பாடு பட்டிருக்கிறாள். வீட்டுக்குச் சொன்னால் திட்டுவார்கள் என்று அதெப் பத்தி அவள் சொல்லவே இல்லெ. அவ கூட வேலை செய்யற பொண்ணுக சொல்லித்தான் அவளோட

அப்பாவுக்குத் தெரிஞ்சிருக்கு. ரண்டு வருசம் அவள் அங்கெ வேலை செஞ்சிருக்கறாள். வேலை செஞ்சுகிட்டு இருக்கறப்ப மெசின்லெ வலதுகை ஆள்காட்டி விரல் சிக்கியிருக்கு. அதெத் தெரிஞ்சுட்டு அவளெ ஊருக்குக் கூட்டி வந்து ஆஸ்பத்திரியில சிகிச்சை பண்ணியிருக்காங்க. ஒரு மாசத்துல விரல் சரியாயிடுச்சு. திரும்பவும் மில்லுக்கு வேலைக்குப் போயிருக்காள். அடிக்கடி ரத்த வாந்தி எடுத்திருக்கிறாள் செல்வி. ஒருநாள் அவளோட வேலை செய்யற கலாவோட அம்மாவுக்கு போன் வந்திருக்கு. செல்வி உயிர் போற நிலையிலெ இருக்கறாங்கற தகவலை அவளோட அப்பாவுக்குத் தெரிவிக்கச் சொல்லியிருக்காங்க. அவங்க கார் பிடிச்சு மில்லுக்குப் போயிருக்காங்க. அங்கெ போனப்ப செல்வி பல்லடம் ஆஸ்பத்திரியிலெ இருக்கறதாச் சொல்லியிருக்காங்க. அப்ப, அந்த ஊர்லெ இருந்து போய் செல்வியோட வேலை செஞ்ச பெண்களையெல்லாம் ஒரு ரூமில போட்டு அடைச்சு வெச்சிருக்கறாங்க. அப்பறம் ஆஸ்பத்திரிக்குப் போயிப் பார்த்திருக்கறாங்க. தலைமுடி கொஞ்சங்கூட இல்லாமெ மொட்டை அடிக்கப்பட்டுப் பொணமாகக் கெடந்திருக்கிறாள். அவளுக்குக் கல்யாணம் செய்ய முடிவு பண்ணி மாப்பிளை பார்த்திட்டு இருந்திருக்காங்க. அவளுக்கு மாப்பிள்ளை பிடிக்காமெ வெஷங் குடிச்சுச் செத்துட்டான்னு மில்லுல சொல்லியிருக்காங்க. அவளோட சம்மதத்துல கல்யாணம் ஏற்பாடு பண்ணுனதா செல்வியோட அப்பா சொல்லியிருக்கார். போலீஸ் ஸ்டேசனுக்குப் போயிருக்காங்க. உடலை ஊருக்குக் கொண்டு போகக் கூடாதுன்னு மில்லுக்காரங்க சொல்லியிருக்காங்க. அங்கெயோ பொதைக்கணுமின்னு கட்டாயப்படுத்தியிருக்காங்க. செல்வியோட அப்பாவும், அம்மாவும் மில்லுக்காரங்க காட்டுன காகிதத்துலெ கையெழுத்துப் போட்டிருக்காங்க. கையிலெ அம்பதாயிரம் ரூபா கொடுத்திருக்கறாங்க. எப்படியோ கெஞ்சி உடலெ ஊருக்குக் கொண்டு போய் அடக்கம் பண்ணியிருக்காங்க. எல்லாமே ரகசியமா நடந்திருக்கு.”

அவர்கள் இருளைப் பார்த்தபடி நீண்ட நேரம் வரை இருந்தார்கள்.

“எந்திரீங்கடி! போய்ப் படுக்கலாம்! நாளைக்கு மொதல் சிப்டு. படுத்தா தூக்கம் வருதோ இல்லையோ?”

“நெனைச்சா பயமா இருக்குது” கவிதாவின் குரல் கம்மியது.

அவர்கள் ஒவ்வொருவராக மெல்ல எழுந்து நடந்து அறைக்குள் நுழைந்தார்கள். உள்ளே குரல்கள் சளசளத்தன. காவேரி விரித்திருந்த படுக்கையில் சாய்ந்து கண்களை மூடிக் கொண்டாள்.

ஏழு

அந்த நினைவின் அழுத்தத்தால் அன்றிரவு காவேரி தூங்காமல் விழித்துக் கொண்டிருந்தாள். காலையில் அம்மா பார்வதியும், தங்கை பஞ்சவர்ணமும் அவளைப் பார்க்க வந்து போயிருந்தார்கள். அறைக்குள் எதையும் பார்க்கமுடியாத அளவுக்கு இருட்டு கும்மென்று கவிழ்ந்திருந்தது. மின்விளக்குகள் அவ்வளவும் அணைக்கப்பட்டிருந்தன. இயந்திரங்களின் உறுமல் சத்தம் கனமாக ஒலித்துக் கொண்டிருந்தது. வேலை செய்து களைத்துப் போனவர்கள் அயர்ந்து தூங்கிக் கொண்டிருந்தார்கள். அவர்களெல்லாம் அந்த உறுமலுக்குப் பழக்கப்பட்டு நீண்ட காலம் ஆகியிருந்தது. படுக்கையில் சாய்ந்த கொஞ்ச நேரத்தில் அங்கேயும், இங்கேயும் இலேசான குறட்டைச் சத்தம் கேட்கும். அவ்வப்போது எவராவது இலேசாக இருமுவார்கள், முனகுவார்கள். அவையெல்லாம் காவேரிக்குப் பழக்கப்பட்டுவிட்டதால் அவள் அலட்டிக் கொள்வதில்லை. அவளும் கூடத் தூக்கத்தில் அப்படி ஏதாவது ஒன்றைச் செய்து கொண்டிருக்கக் கூடுமென்று நினைத்தாள். அப்படிப்பட்ட எதையும் அவளிடம் எவரும் கூற அவள் கேட்டதில்லை. ஒவ்வொரு நாளும் ஒரே மாதிரியாகக் கழிந்து கொண்டிருப்பதை அவள் உணர்கையில் அலுப்புத் தட்டியது அவளுக்கு. படுக்கை, கழிப்பறை, குளியலறை, மில்கட்டிடம், இயந்திரங்கள், பஞ்சுக் கட்டுக்கள், நூலிழைகள், பார்த்த முகங்கள், உணவுத்தட்டு, தண்ணீர்க்குவளை, நீலவானம், மின்விளக்குகள் தவிர அவளோடு எதுவும் சம்பந்தப்பட்டதாக இருக்கவில்லை. உடலுக்குள் ஒடுங்கியிருந்து அவ்வப்போது வெளிப்பட்டு அவதியைத் தரும் தலைவலி, உயிர் போய்விடுவதைப் போல அவளை உணரச் செய்யும் மூச்சிரைப்பு. சோர்ந்து தளர்ந்து போய்விடும் அவளுடைய கைகால்கள், அங்கு வந்து ஏழு மாதங்கள் கழிந்துவிட்டதை அவள் கணக்கிட்டுக் கொண்டாள். அப்பா, அம்மா, தங்கை தவிர அவளுக்குத் தெரிந்த பழைய முகங்கள் எதுவும் இல்லை. ஒரு வருடம் கழிந்தால் ஊருக்கு ஒரு முறை போய்வரலாம் என்று வார்டன் சரசம்மாள் சொல்லக் கேட்டிருந்தாள். அதை நினைக்கும்போது அவளுக்கு மனதில் தெம்புவரும். அவள் கழிக்க வேண்டிய மூன்று வருடங்களும் ஒரு மலையைப் போல அவளுக்குத் தோன்றின.

அம்மா பார்வதி அன்றைக்கு என்றுமில்லாத அளவுக்குத் தன்னைப்பற்றிக் கவலைப்பட்டு வருந்தினாள். கண்கள் கலங்கிவிட முந்தானையால் துடைத்துக் கொண்டாள். தான் துரும்பாக இளைத்துப் போயிருப்பதாக அவள் சொன்னாள். சொல்லும்போது குரல் கம்மியிருந்தது. பெற்ற வயிறும் வளர்த்த மனமும் தவித்ததாக அவள் உணர்ந்தாள், பஞ்சவர்ணத்தின் முகம் கூடக் கவலரப்பட்டுவிட்டது. அவளைப் பார்த்ததில் அவளுக்கு மகிழ்ச்சி எதுவும் இல்லை என்பதை காவேரி கவனித்தாள். சரியாக முகம் கொடுத்துப் பேசக்கூட அவளுக்குத் தெம்பில்லை. அவள்தான் அம்மாவுடன் மாறி மாறி ஆடு மேய்த்துக் கொண்டிருந்தாள். ஆடுகள் பெருகிவிட்டதாக அம்மா சொன்னாள். பதினாறு என்று கணக்கிட்டுச் சொன்னாள் பஞ்சவர்ணம். காவேரி கொடுக்கிற பணத்தில் வீட்டுச் செலவுக்குச் சிரமம் இல்லை என்றாள் அம்மா. அதைக் கேட்க காவேரிக்குப் பெருமையாக இருந்தது.

“நல்லா இருக்கறயா? உண்ணத் தின்னக் குடுக்கறாங்களா?” பார்த்ததும் அம்மா இப்படித்தான் கேட்டாள்.

“எதோ இருக்கறேன். உண்ணத் தின்னக் கொறைச்சல் இல்லே! காலையிலெ இட்டிலி, தோசை. மத்தியானம் சாம்பார், ரசத்தோட சோறு. ராத்திரிக்கு சப்பாத்தி, புரோட்டா, வயிறாரக் குடுக்கறாங்க!”

“அப்ப எதுக்கு ஒடம்பு துரும்பாட்ட இருக்குது.”

“ஆட்டுக்கும், மாட்டுக்கும் தீனிபோட்டுப் பால் கறக்கறம் இல்லியா? அது மாதிரிதா இங்கெ?”

“மனசுல எதாவது நினைச்சிட்டயா? பாவி, நான் தப்புப் பண்ணிப்போட்ட. உங்கப்ப அப்பவே மவளே அனுப்பமாட்டேனு சொல்லுச்சு. நான் தான் கேக்கலே! இப்படி வருமுன்னு எனக்குத் தெரியலையே கண்ணு. தெரிஞ்சிருந்தா அனுப்பி வெச்சிருக்க மாட்டேன். நாலு காசு பணம் இருந்தா மவள் நல்லாப் பொழைச்சுப்பான்னு “நெனைச்சே!” அம்மா புலம்பாத குறையாகச் சொன்னாள்.

“ஒண்ணும் இல்லே! நீ தைரீமா இரு! அப்படி இப்படி ஆறேழு மாசம் ஆவிப்போச்சு, ரண்டு வருசம் பொறுத்துக்க.”

“ம்... அந்த அய்யனார் விட்ட வழி.”

“வேலை கடுசா!”

“அப்பப்ப கடுசா இருக்கும். மத்தபடி நின்னுட்டும் நடந்துட்டும் செய்யற வேலைதான். தெனமும் பத்துமணி நேரம் பன்னண்டு மணி

நேரமின்னு நின்னுட்டே இருக்க வேணும். மிசனச் சுத்திச் சுத்திப் பார்க்கோணும். கண்ணு வலிக்கும். ஒரே எரிச்சலா இருக்கும்."

"குளிக்கத் தொவைக்க தண்ணியெல்லாம் கெடைக்குதா?"

"அதெல்லாம் கெடைக்குது. ஒரே கூட்டமா இருக்கும். நீ முந்தி, நான் முந்தீன்னு ஓடோணும். ஒண்ணொன்னுக்கும் காத்திட்டு இருக்கோணும்."

"வெளியிலே எங்கயாவுது போவீங்களா?"

"அதுதா முடியாது! எல்லா நாளும் வேலை செய்ய வேணும்! மாசத்துக்கு ஒரு தடவெ திண்டுக்கல்லுக்குக் கூட்டிப் போவாங்க. வார்டன் சரசம்மாள் தான் வருவாள். மில்லு பஸ்ஸுலதா போயிட்டு வருவோம்! கடைவீதியில் வேணுமிங்கிறதெ வாங்கீட்டு வருவோம்."

"எங்க மாதரெ வேறவிய வந்து போவாங்களா?"

"அப்பப்ப யாராவது வந்து போவாங்க! நாங்க வேலைக்குப் போயிருந்தா பார்க்க முடியாது. சிப்டு முடிஞ்சு வந்தாத்தா பார்க்க முடியும். அரைமணி நேரத்துக்கு மேலெ இருக்க உடமாட்டாங்க! வந்தமா, பார்த்தமா, போனமான்னு இருக்கோணும்! போனுல கூட அதிக நேரம் பேசக்கூடாது. அடிக்கடியும் பேச முடியாது!.

"மாசாமாசம் தவறாம தீட்டம் உழுவுதா?"

"உழுவது! நாலு நாளு அஞ்சு நாளு தள்ளிப் போவுது. வயித்து வலி புடிச்சா உயிருபோயி உயிரு வருது. தாங்க முடியறதில்லே."

"டாக்டரெப் பார்க்க கூட்டீட்டு போவாங்களா?"

"படுக்கற நெலைமைக்கு வந்துட்டா கூட்டீட்டு போவாங்க! அப்படி இல்லைன்னா மாத்தரெ குடுப்பாங்க! அதெத் தின்னு தின்னு வயிரெல்லாம் புண்ணாப் போவும். சரியா உங்கத் திங்க முடியாது."

"உனக்கு முடியலைன்னா சொல்லு! அப்பனெ வரச் சொல்றெ! வந்து சொல்லிக் கூட்டீட்டு வரச் சொல்றே! ஒடம்பு நல்லான பின்னாலெ வருவியாம்."

"அதெல்லாம் விடமாட்டாங்க! லீவு எடுத்தா வேலையில வெச்சுக்க மாட்டாங்க."

"அப்படியா! கொடுமையா இருக்குதே! இதுக்கா நான் எம்மவளெப் பெத்தேன்". அம்மாவின் கண்களிலிருந்து நீர் பொலபொலவென்று சரிந்தது.

அதைப் பார்த்த காவேரிக்கு அடிவயிறு கலங்கியது.

"மவளே! உனக்கு முடியலீன்னா போன் பண்ணு! வந்து கூட்டீட்டு போறம். எதாவுது தப்புத் தண்டா செஞ்சிறாதெ! வேலை போனாப் போயிட்டு போவுது. நாங்க இருக்கறோம்! அரை வயிறு கஞ்சி குடிச்சாவுது உனக்கு நல்லது பண்ணறோம்". அம்மாவின் குரல் கம்மியது.

அதைக் கேட்ட பஞ்சவர்ணம் இலேசாக விம்மினாள்.

"அப்படி எல்லாம் செய்யமாட்டே! நீ தைரீமா இரு!"

"வேலை செய்ய முடியலீன்னா திட்டுவாங்களா?"

"திட்டுவாங்க! பொறுத்துப் போயிரோணும். முடியலீன்னா கொஞ்ச நேரம் அழுவாங்க! அடி கூடக் குடுப்பாங்க! தாங்கிக்கோணும்."

"உன்னெ அடிப்பாங்களா? அந்த அளவுக்கு நான் வெச்சுக்க மாட்டேன்! கவனமா வேலை செய்வேன்! எப்பவாவது திட்டுவாங்க அழுவையா வரும்!"

"கண்ணாலமானவிய வேலெ செய்யறாங்களா? அவங்க ஒண்ணும் கேட்க மாட்டாங்களா?"

"எல்லாமே இருபது வயசுள்ளெதா இருப்பாங்க! ஒண்ணு ரண்டு பேரு கல்யாணம் செஞ்சிருப்பாங்க! அவிய புருசனே உட்டுப் பிரிஞ்சிருப்பாங்க! இல்லீன்னா விதவையா இருப்பாங்க! அவங்க கூட இந்தத் திட்டத்துலெ சேர்ந்திருப்பாங்க! வெளியிலெ காட்டிக்க மாட்டாங்க!"

"எல்லாருமே ஒண்ணாத்தா படுத்துப்பீங்களா?"

"ஆமாம்! ஒரே அடைசலா இருக்கும்"

"எப்படி இத்தனெ பொறுமையா இருக்கறது?"

"தப்பிச்சு ஓடிப் போறவங்களும் இருக்காங்க! ஒரு மாசத்துக்கு முன்னாடி மூணுபேரு மதிலுமேலே ஏறி அந்தப் பக்கமாக் குதிச்சு ஓடீட்டாங்க!"

"அட பாவிகளா? எப்படி? மதிலு ஒருபாடு ஓசரமா இருக்குதே!"

"பின்னாலெ ஓசரம் கொறைஞ்சு இருக்குது. அதுல ஒருத்தி மேலே ஒருத்தி ஏறி மேலே போயிக் குதிச்சு ஓடீட்டாங்க!"

"நல்ல கதையாக் கெடக்குது போ!"

“அதுக்கு முன்னாடி கடைவீதிக்குப் போனவிய ரண்டுபேரு தப்பிச்சு ஓடீட்டாங்க! ஊரு போயிச் சேர்ந்துட்டு லெட்டர் போட்டிருக்காங்க!”

“அப்பற வாட்ச்மேனெ ஏமாத்தீட்டு நாலுபேரு தப்பிச்சுட்டாங்க! காசு குடுத்திருப்பாங்க போல. ஊருக்கு பஸ் ஏறரப்ப மில்லுக்கு வேண்டியவங்க கண்டுபிடிச்சுக் கூட்டி வந்துட்டாங்க! அப்பறம் வாட்ச்மேனெ வேலையில் இருந்து நிறுத்தீட்டாங்க!”

“ஊருல பேசீட்டாங்க! அதெக் கேட்டப்பற அங்கு இருக்க முடியலே! உங்கப்பங்கிட்டெச் சொன்னேன்! அப்பறம் பார்க்கலாமுன்னு சொன்னாரு. அதெல்லாம் முடியாதுன்னு கிளம்பி வந்துட்டேன்! பஞ்சவர்ணமும் கூட வர்றேன்னு அழுதா! சரி வான்னு கூட்டியாந்தேன். இன்னிக்கு உங்க அப்பந்தான் ஆடுகளெ மேய்க்கக் கொண்டு போயிருக்கு.”

“ஊருலெ என்ன பேசீட்டாங்க?” காவேரி கேட்டாள்.

“விருதுநகருலெ ஒரு ஊரு! பேரு என்னமோ சொன்னாங்க! மறந்து போச்சு! மூக்கம்மான்னு ஒருத்தி. அவளுக்குப் புருசன் இல்லே! செத்துப் போயிட்டானாம். அவியளுக்கு ரண்டு பசங்க. ஒரு பொண்ணாம், பஞ்சவர்ணமுன்னு பேராம்.” அம்மா நிறுத்திவிட்டு தங்கையைப் பார்ப்பதை காவேரி கவனித்தாள்.

“அப்புறம்?” காவேரிதான் தொடர்ந்தாள்.

“அவளெ உன்ன மாதிரி ஒரு மில்லுல வேலைக்குச் சேர்த்திருக்கறாங்க. ஏழாவுதோ எட்டாவுதோ படிச்சிருக்கறாளாம். கோயமுத்தூருக்குப் பக்க சூலூர்லெ மில்லாம். அவளோட அம்மா மூணு நாலு மாசத்துக்கு ஒருக்காப் போயிப் பார்த்துட்டு அவள் குடுக்கற காசு பணத்தெ வாங்கீட்டு வந்திருக்கறாள். இன்னும் நாலு மாசம் கழிஞ்சா மூணு வருசம் முடியப் போவுதாம். ஒரு நாளு அவிய பக்கத்து ஊட்டுக்காரருக்கு மில்லுல இருந்து போன் செஞ்சிருக்கறாங்க. மவளுக்கு ஒடம்பு செரியில்லைன்னு சொல்லி மூக்கம்மாளெக் கிளம்பி வரச் சொல்லியிருக்காங்க. அவளும் பொறந்தவனெக் கூட்டீட்டு மில்லுக்குப் போயிருக்கறாள். அவளோடு மவனும் ஏஜண்டும் பின்னால வந்தாங்களாம். பொண்ணு எங்கேன்னு கேட்டிருக்குறாங்க! கவர்மெண்டு ஆஸ்பத்திரியில இருக்குதுன்னு சொல்ல அங்கெ போயிருக்கறாங்க. மூக்கம்மா பொறந்தவனெத் தனியாக் கூட்டீட்டு போயிருக்கறாங்க மில்லுக்காரங்க. பஞ்சவர்ணம் செத்துப் போயிட்டான்னு சொல்லியிருக்காங்க. ராத்திரியெல்லாம் வாந்தி எடுத்ததனாலெ

அவளெ ஆஸ்பத்திரிக்குக் கொண்டு போனாங்களாம். அங்கெ மருந்து கொடுத்திருக்கறாங்க. காப்பாத்த முடியலெ செத்துப் போயிட்டாளாம். மூக்கம்மாள் கேட்டுட்டு தலைதலையா போட்டுட்டு கத்திக் கத்தி அழுதிருக்கறாள். ஒரு வாரத்துக்கு முன்னாலெதான் அவள் மகளைப் பார்த்துட்டு வந்திருக்கிறாள். மவள் தனக்கு இருமலும் வாந்தியும், காய்ச்சலும் இருக்கறதாச் சொல்லியிருக்கறாள். மவளெ ஊருக்குக் கூட்டீட்டு போறன்னு மானேசருகிட்டெச் சொல்லியிருக்கறாள். மில்லுல ஆளு கொறைவா இருக்கறதாச் சொல்லியிருக்கறான் அந்த ஆளு. அவியளே நல்லாப் பாத்துக்கறதாவும் சொல்லியிருக்கறான். அந்தப் பாவி அதெ நம்பி வந்துட்டாள். மவளெப் பலி கொடுத்துட்டு தவிக்கிறாள். கேட்டு நெஞ்செல்லாம் பதறிப்போச்சு! இந்தா இதையெல்லாம் எடுத்துக்க. போண்டா, வடை, பஜ்ஜி. “அம்மா காவேரியிடம் பொட்டலங்களைக் கொடுத்தாள்.

“நீங்களும் எடுத்துக்குங்க!” காவேரி பொட்டலங்களைப் பிரித்து வைத்தாள்.

அவர்கள் மூவரும் தின்பண்டங்களை மெதுவாக மென்று தின்று கொண்டிருந்தார்கள். அவர்கள் அமர்ந்திருந்த கட்டிடத்தின் நிழல் சுருங்கிக் கொண்டிருந்தது. விடுதியின் வராந்தாவில் வேகமாகவும், மெதுவாகவும் பெண்கள் அலைந்து கொண்டிருந்தார்கள். அடுத்த சிப்டுக்கு நேரமாகிக் கொண்டிருப்பதை காவேரி உணர்ந்தாள்.

“வந்து நேரமாச்சு! கிளம்புங்க?” வாட்ச்மேன் சொல்லிக் கொண்டே அவர்கள் பக்கமாக வந்தான்.

வாரிச்சுருட்டிக் கொண்டு மூவரும் எழுந்தார்கள். பொட்டலக் காகிதங்களையும், இலைகளையும் சுருட்டி எடுத்துக் கொண்டாள் காவேரி. வாட்ச்மேன் தன்னுடைய இருக்கையை நோக்கி நடந்தான்.

ஓரமாக இருந்த கைகழுவும் இடத்தை நோக்கி நடந்த காவேரியின் பின்னால் அம்மாவும், தங்கையும் சென்றார்கள். கையிலிருந்தவற்றை காவேரி குப்பைத் தொட்டியில் போட்டுவிட்டு தண்ணீர்க் குழாயைத் திருகினாள். அம்மாவும், தங்கையும் கைகளைக் கழுவினார்கள். முந்தானையால் கைகளைத் துடைத்துக் கொண்டார்கள்.

“காவேரி, நேரமாச்சு! நாங்க ஊருக்குக் கிளம்பறம் ஏதாவதுன்னா போன்பண்ணுமா. சொன்னதையெல்லாம் மறந்தறாதே!” கலங்கிய கண்களோட அம்மா சொன்னாள்.

“அக்கா!...” அதற்கு மேல் பஞ்சவர்ணத்தால் பேச முடியவில்லை.

"ம்..." சொல்லிக் கொண்டே கலங்கிய கண்களைப் புறங்கையால் துடைத்தாள் காவேரி.

பஞ்சவர்ணம் முந்தானையால் கண்களைத் துடைத்துக் கொண்டு நடந்தாள். அதற்குமேல் அங்கு நிற்க விருப்பமில்லாமல் காவேரி விடுதிக்கு வந்தாள்.

அடுத்த சிப்டு வேலைக்குப் போனதால் அதை மறந்திருந்தாள் காவேரி. சிப்டு முடிந்து வந்து படுக்கையில் படுத்து நீண்ட நேரமாகியும் அவளுக்குத் தூக்கம் வரவில்லை. அம்மாவையும், தங்கையையும் பார்த்ததில் அவள் மனம் நெகிழ்ந்து போயிருந்தாள். அவள் ஒவ்வொன்றையும் திரும்பத்திரும்ப நினைத்துப் பார்த்துக் கொண்டாள். பஞ்சவர்ணம் கூட கல்யாணத்திற்கு வந்து நாளாகிறது. அவளுக்கு வழிவிட்டாக வேண்டும். அவள் சுமங்கலித் திட்டத்தில் சிக்கிக் கொள்ளாமல் பார்த்துக் கொள்ள வேண்டும் என்று முடிவு செய்தாள். அவள் புரண்டு புரண்டு படுத்துப் பார்த்தாள். அவளுடைய மனதை எதுவோ அழுத்துவதாக உணர்ந்தாள். மெல்ல மெல்ல அது அவளுக்குள்ளிருந்து வெளிவந்தது. அது பிரபா சொன்னதுதான். அவள் சொல்லி இரண்டு மாதங்கள் கழிந்திருக்கக் கூடுமென்று காவேரிக்குத் தோன்றியது.

அந்த நிகழ்ச்சி தூத்துக்குடி மாவட்டம் ஒட்டப்பிடாரம் தெற்கு பரும்பூரில் நடந்ததாக அவள் சொல்லியிருந்தாள். அந்த ஊரிலிருந்த உலகேஸ்வரியைப் பற்றியதாக இருந்தது. அவளுக்கு அப்பாவோ அம்மாவோ இல்லை. ஒரு தம்பி மட்டும் இருக்கிறான். அவளுடைய அம்மா பதினான்கு வருடத்திற்கு முன்னால் செத்துப் போய்விட்டாள். அப்பா பதிமூன்று வருடத்திற்கு முன்னால் செத்துப் போனார்.

அவளுடைய சித்தப்பாவும், சித்தியும் அவளையும் அவளுடைய தம்பியையும் வளர்த்திருக்கிறார்கள். அவள் நான்காவது வகுப்பு வரை படித்திருக்கிறாள். அதற்குப் பிறகு அவர்கள் இருவரும் தனித்துவிடப்பட்டிருக்கிறார்கள். அவள் ஒரு சில வீடுகளில் சிறு சிறு வேலைகளைச் செய்து வந்திருக்கிறார்கள். அங்கெல்லாம் அவர்களுக்குச் சோறு போட்டிருக்கிறார்கள். வறுமையில் சிக்கிக் கொண்ட அவள் தற்கொலை செய்து கொள்ளலாமென்று அவ்வப்போது நினைத்தப்படி இருந்திருக்கிறாள். அவளுடைய தம்பியை நினைத்து அந்த எண்ணத்தை அவள் உதறிக் கொண்டிருந்திருக்கிறாள்.

நல்ல வேளையாக அவளுடைய சொந்தக்காரியான லட்சுமியை அவள் சந்தித்திருக்கிறாள். அவளுடைய உதவியால் அவள் ஈரோடில்

உள்ள ஒரு மில்லில் சுமங்கலித் திட்டத்தின் கீழ் வேலைக்குச் சேர்ந்திருக்கிறாள். தொடக்கத்தில் அவளுக்கு அந்த வேலை அவ்வளவு கடுமையாகத் தோன்றவில்லை. அனாதையாகிவிட்ட அவளைக் காப்பாற்ற எவரும் இல்லாததால் அவள் எதைப்பற்றியும் கவலைப்படாமல் வேலையிலேயே கவனமாக இருந்திருக்கிறாள். வாழ்க்கைச் சிரமத்தைவிட அந்த வேலை அவளுக்குக் கடுமையானதாகத் தெரியவில்லை. தம்பியை எப்படியாவது வளர்த்து ஆளாக்கிவிட வேண்டுமென்று அவள் தீர்மானமாக இருந்திருக்கிறாள்.

விடுதியில் மேற்பார்வை செய்தவள் அங்கிருந்தவர்களை யெல்லாம் திட்டிக் கொண்டே இருந்திருக்கிறாள். அதைப் பற்றி அவள் கவனம் செலுத்தவே இல்லை. மாதாமாதம் அவள் கையில் நானூற்று எண்பது ரூபாய் கிடைத்திருக்கிறது. அது உணவுச் செலவுக்குப் பிடித்தது போக மீதி. அதில் தன்னுடைய தம்பியின் செலவுக்கு இருநூறு ரூபாய் அனுப்பியிருக்கிறாள். அவள் எப்படியோ மூன்று வருடங்களை அங்கே கழித்திருக்கிறாள். அதற்குப் பிறகு அவளுடைய கையில் இருபதாயிரம் ரூபாய் கொடுத்து அவளை அனுப்பி வைத்திருக்கிறார்கள். மீதிப்பணம் பிறகு வந்து சேரும் என்று சொல்லியிருக்கிறார்கள்.

ஊருக்கு வந்த பின்னால் அவளுக்கு முதலில் நெஞ்சுவலி வந்திருக்கிறது. அமெரிக்கன் மருத்துவமனைக்குப் போயிருக்கிறாள். டாக்டர் ஸ்கேன் செய்து பார்த்துவிட்டு இருதயநோய் இருப்பதாகச் சொல்லியிருக்கிறார். அவள் தன்னிடமிருந்த பணத்தை அவளுடைய சித்தப்பாவிடம் கொடுத்து அவளுடைய தம்பிக்குக் கல்யாணம் பண்ணி வைக்கும்படி வேண்டியிருக்கிறாள். அவள் தன்னுடைய நோயை மறைத்துவிட்டாள். அவளுக்குத்தான் முதலில் கல்யாணம் செய்ய வேண்டுமென்று அவளுடைய சித்தப்பா சொல்லி அதை மறுத்திருக்கிறார். அவள் பிடிவாதம் பிடித்திருக்கிறாள். அவளுடைய சித்தப்பா அதற்கு உடன்பட்டிருக்கிறார். அவனுக்கும் பெண்பார்த்துக் கல்யாணம் செய்து வைத்துவிட்டார்கள். அவள் இப்போது தனியாக இருக்கிறாள். அவளுக்கு வேண்டியவர்கள் அவளை திரும்பவும் மில் வேலைக்குச் செல்ல வேண்டாமென்று தடுத்துவிட்டார்கள். புதியம்புத்தூர் அமெரிக்கன் மருத்துவமனையில் அவள் இப்போது எடுபிடி வேலை செய்து வருகிறாள். அவளுக்கு தினக்கூலியாக அறுபது ரூபாய் கொடுக்கிறார்கள். மில்லிலிருந்து வரவேண்டிய மீதிப் பணத்திற்காக அவள் காத்துக் கொண்டிருக்கிறாள். அதை நினைத்த காவேரிக்கு கண்களிலிருந்து நீர் பொலபொலவென்று சரிந்தது.

அவளுக்குத் தன்னை மாய்த்துக் கொள்ள வேண்டுமென்று தோன்றியது. அவ்வப்போது அந்த எண்ணம் அவளுக்குள் எழுந்து மெல்ல மெல்ல அடங்குகிறது. கால் கையெல்லாம் தாங்கிக் கொள்ள முடியாத அளவுக்கு வலிக்கிறது. சகித்துக் கொண்டே படுத்துக்கிடப்பவள் அப்படியே தூங்கிப் போய் விடுகிறாள். தலைவலி வந்தால் மாத்திரை வாங்கி விழுங்குகிறாள். வலி குறையக் குறைய அவள் தூங்கிப் போய்விடுகிறாள்.

விழித்துக் கொண்டாலும் படுக்கையிலிருந்து எழுவது அவளுக்குச் சிரமமாக இருக்கிறது. அவளைப் போலவே அறையிலிருந்த பலரும் படுக்கைகளில் புரள்வதை அவள் கவனிப்பாள். கவிதாதான் அவளைப் படுக்கையிலிருந்து எழச் செய்கிறாள். அவளும் கூட மெலிந்து தளர்ந்து போய்விட்டதாக காவேரிக்குத் தோன்றுகிறது. திரும்பி ஊருக்கே போய்விடலாமா என்று அவ்வப்போது கவிதா அவளிடம் கேட்டாள். காவேரி அவளுக்கு எதையாவது சொல்லிச் சரிக் கட்டுவாள். தனக்கும் அந்த எண்ணம் வருவதை காவேரி உணரவே செய்கிறாள். ஊருக்குப் போனாலும் பிரச்சனை ஓயப் போவதில்லையென்று அவளுக்குத் தோன்றியது. இருவரும் அங்கு வந்து சேர்ந்து ஒரு வருடம் கழியப் போவதாக அவ்வப்போது சொல்லிக் கொண்டிருக்கிறார்கள். தீபாவளியை மில்லிலேயே எல்லோரும் கொண்டாடியிருந்தார்கள். பொங்கலுக்குப் போய்வர இருவரும் திட்டமிட்டிருந்தார்கள். கண்களை மூடி அவள் கிடந்தாள்.

எட்டு

“காவேரீ! வேகமா வாடீ!”

தண்ணீர் குழாயடியில் கர்ச்சீப்பால் உதடுகளைத் துடைத்தபடியிருந்த காவேரி அந்தப் பக்கமாகத் திரும்பினாள்.

அங்கே மஞ்சுளா பளபளக்கும் உடையில் பளிச்சென்று நின்றிருந்தாள். காவேரி முந்தானையை இழுத்துச் சரிசெய்து செருகிக் கொண்டு விரைசலாக நடந்தாள். மில்லின் கதவுப் பக்கமாக அவளுடன் வேலை செய்கிறவர்கள் வேகமாகப் போய்க் கொண்டிருந்தார்கள். வண்ணச் சேலைகள் காலை வெயிலில் பளபளத்துக் கண்களைக் கூசச் செய்தன. காவேரியும் கூடத் தன்னுடைய பூப்போட்ட இளநீலச் சேலையை ஒரு முறை பார்த்துக் கொண்டாள். கசங்கிய பகுதியை உள்ளங்கையால் அழுத்தமாகத் தட்விச் சரிப்படுத்திக் கொண்டே நடந்தாள். மஞ்சுளா கூட இளஞ்சிவப்புச் சேலைகட்டிப் பளிச்சென்று நின்றிருந்தாள். அவளை நெருங்குகையில் மில்லின் ஓரக்கதவின் வழியாக ஒவ்வொருத்தியும் வெளியேறுவதை காவேரி கவனித்தாள். வலதுகையை இடுப்பில் ஊன்றியபடி வார்டன் சரசம்மாள் ஒவ்வொருத்தியையும் விறைத்துப் பார்த்தபடி நின்றிருந்தாள். அதைக் கவனித்த காவேரிக்கு மனசுக்குள் சுருக்கென்று பட்டது.

தான் மெல்லச் செல்லுவதைக் கண்டால் வார்டன் திட்டுவாள். இப்போதெல்லாம் வார்டன் வாயிலிருந்து என்ன வார்த்தை வரும் என்று எவராலும் ஊகிக்க முடியாது. வார்டன் எப்போது அடக்கமாக இருக்கிறாள் என்றும் சொல்லமுடியாது. அவள் எவரையாவது பெயர் சொல்லிக் கூப்பிட்டால் அப்போது அவள் சாந்தமாக இருக்கிறாள் என்று அர்த்தம். சனியனே, பேயே, கழுதையே, நாயே என்று சொல்லித் திட்டினால் அவள் ஏதோ ஒரு குழப்பத்தில் இருக்கிறாள் என்று தெரிந்து கொள்ளலாம். அவளுடைய பார்வை எவர் மேலாவது படிந்து மொய்த்துக் கொண்டே இருக்கும். அவளுடைய முகத்தில் எப்போதும் எள்ளும், கொள்ளும் வெடித்துக் கொண்டிருக்கும் என்று பலரும் பொதுவாகச் சொல்லி வருவதை காவேரி கேட்டுப் பழகிவிட்டாள். அவளுக்கென்று வரும்போது அவள் நடுங்காத குறையாகப் பயப்படுவாள். அப்போதும் அவள் அப்படித்தான்!

மஞ்சுளாவும், காவேரியும் சேர்ந்து வேகமாக வந்து கொண்டிருப்பதை வார்டன் விறைத்துப் பார்த்துக் கொண்டிருந்தாள். அவர்களையும் அறியாமல் உடம்பு நடுங்குவதை அவர்கள் உணர்ந்தார்கள். அவளைப் பற்றிய செய்திகள் எதுவும் எவருக்கும் தெரியாது. அவளைப் பற்றிப் பேசுவதற்கு எவரும் தயங்குவார்கள். வந்ததிலிருந்தே காவேரி அதைக் கவனித்திருக்கிறாள். அவளுடைய தொல்லை தாளாமல் நிறையப்பேர் வேலையை உதறிவிட்டுப் போய்விட்டதாக எவரோ ஒருமுறை சொன்னதை காவேரி கேட்டிருக்கிறாள்.

வார்டன் சரசம்மாளுக்குக் கல்யாணம் ஆகிவிட்டதாகச் சொல்லுவதையும் காவேரி கேள்விப்பட்டாள். கணவனுடன் வாழப் பிடிக்காமல் அங்கு வேலைக்கு வந்து சேர்ந்து விட்டதாகச் சொல்லுவார்கள். அவளைப் பிடிக்காமல் கணவன் விலகிப் போய்விட்டதாகவும் சொல்லக் கேட்டிருக்கிறாள். விதவையாகிவிட்டதாகவும் அவளைப் பற்றிச் சொல்லுவதுண்டு. அவளைப் பார்க்க வருபவர்களை எவரும் கண்டதாகச் சொல்லவில்லை. அவளைப் பற்றிப் பேசுவதும் நினைப்பதும் கூட அவளுக்குப் பயத்தைத் தரக்கூடியதாக இருந்தது. அவளுடைய உடல் சிறிது கனத்து இறுகிப் போயிருந்தது. கல்யாணமானவளுக்குரிய எந்த அடையாளத்தையும் அவள் பார்த்ததில்லை. திருநீறும் குங்குமமும் அவளுடைய நெற்றியில் பளிச்சென்று இருக்கும்.

அவளைக் கடந்து ஓரக்கதவின் வழியாக வெளியே வந்த போதும் வாட்ச்மேன் ஓரமாக நின்றிருப்பதை காவேரி கவனித்தாள். விசாலமான நெடுஞ்சாலையில் வாகனங்கள் மின்னல் வேகத்தில் பாய்ந்து போவது போலத் தோன்றியது. மில்லின் தலைவாசலுக்கு அப்பால் பஸ் நின்றிருந்தது. காபினுக்கு மேல் பகுதியில் மகேஸ்வரி என்ற பட்டம் பளிச்சென்றிருந்தது. முன்னால் சென்றவர்கள் பஸ்ஸிற்குள் இருந்தார்கள். கலகலப்பும், சளசளப்பும் காவேரியின் காதில் விழுந்தன. கண்டக்டர் ஏறும் வழிப்பக்கமாக நின்றபடி பஸ்ஸின் டயர்களைக் கவனிப்பது அவளுக்குத் தெரிந்தது. அவளுக்கு முன்னால் சென்றவர்கள் இறங்கும் வழியில் ஏறிக் கொண்டிருந்தார்கள். டிரைவர் ஹாரனை அழுத்த விகாரமான சத்தம் கேட்டது. வார்டன் சரசம்மாள் வேகமாக வந்து சேர்ந்தாள். வாட்ச்மேன் உள்ளே சென்று ஓரக் கதவை மூடுவதைப் பார்த்ததும் அவளும் பஸ்ஸில் ஏறினாள். இறங்கும் வழியில்தான்! கண்டக்டர் விசில் ஊதிக் கொண்டே ஏறும் வழியில் ஏறிக் கடைசி சீட்டில் அமர்ந்தான். பஸ்ஸில் இன்னும் இடமிருந்தது. வார்டன் பார்வையால் பஸ்ஸில் இருந்தவர்களை அளந்தபடியே வந்து கண்டக்டர் சீட்டுக்கு முன்னால் அமர்ந்தாள்.

சத்தமாக ஒருமுறை உறுமிவிட்டு பஸ் நகர்ந்து தார்ச்சாலையில் இறங்கி ஊர்ந்தது.

சிறிது தொலைவு ஓடிய பஸ் வலது பக்கமாகத் திரும்பி எதிர்த்திசையில் இடதுபக்கமாக ஓடியது. மகேஸ்வரி மில்லுக்கு எதிர்ப்புறத்தில் பஸ் வந்தபோது உள்ளேயிருந்த பெண்கள் படபடவென்று கைதட்டி ஓசை எழுப்பினார்கள். கருங்கற்களால் கட்டப்பட்டிருந்த மில்லின் சுவர்களை வெறித்துப் பார்த்தபடியே காவேரி பெருமூச்சுவிட்டாள். அவளைப் போலவே மற்றவர்களும் மனத்தெம்பு அடைவார்களென்று அவள் நினைத்தாள். இருபக்கமும் இருந்த கருங்கற்களாலான நீண்ட மதில்கள் ஒவ்வொருவரின் முகத்திலும் கருமையைப் பூசுவது போலிருந்தது. நெடுந்தொலைவு வந்த பஸ் இடதுபக்கச் சாலையில் திரும்பியது. திண்டுக்கல் பக்கமாக பஸ் செல்லுவதாகக் கணித்தாள் அவள். சிறிய பெரிய வீடுகளுக்கு நடுவிலிருந்து குறுகலான தார்ச்சாலையில் பஸ் குலுங்கிக் குலுங்கி வேகமாகவே ஓடியது.

ஓடிக்கொண்டிருந்த பஸ்ஸில் அமர்ந்திருந்த மஞ்சுளா திரும்பி கவனித்துவிட்டு மெல்லச் சொன்னாள்:

"பின்னாலெ பாருங்கடி நாடகம் நடக்குது!"

அவளுடைய குரலைக் கேட்டவர்கள் விசுக்கென்று திரும்பிப் பார்த்தார்கள். கண்டக்டரும், வார்டன் சரசம்மாளும் எதையோ சொல்லிச் சொல்லிச் சிரித்துக் கொண்டிருந்தார்கள். அவர்கள் மற்றவர்கள் கவனிப்பதைக் கண்டு கொள்ளவில்லை.

"நடக்கட்டும்! நடக்கட்டும்!" தேவகி சத்தமாகச் சொல்லிவிட்டுத் திரும்பிக் கொண்டாள்.

"காட்டுக்குள்ளெ ஒரு நாடகம் நடக்குது ஏலேலங்குயிலே!" பாடுவது ராதாதான் என்பது காவேரிக்குத் தெரிந்தது.

"அடியே, கொஞ்சம் நிறுத்தடி! சகிக்க முடியலே!" அந்தக் குரல் கவிதாவுடையதாக இருந்தது.

"எவளாவது நல்ல பாட்டா நாலுவரி பாடுங்கடி!" தேவகியின் குரல் பஸ்ஸின் சன்னலோரத்திலிருந்து வந்தது.

"ரேகா, சீரியஸா ஒரு பாட்டு சொல்லடி! மஞ்சுளா முன்னாலிருந்தபடியே திரும்பாமல் கேட்டாள்.

"மங்கையராய்ப் பிறப்பதற்கே மாதவம் செய்திடல் வேண்டுமம்மா? பாரதியார் பாட்டு எப்படி?"

"எவடி அவ? தாறுமாறாப் பாடறது!"

"நான் தாண்டி! அதுலே என்ன தப்பு கண்டே?"

தப்புதாண்டி! பாரதியார் நம்மளே நெனைச்சுப்பாடலே! பாடியிருந்தா வேறமாதிரி இருந்திருக்கும்"

"எப்படீடி இருக்கும்?"

"மாதராய்ப் பிறப்பதற்கே மாபாவம் செய்திடல் வேண்டுமம்மா!"

"எக்ஸல்லெண்ட்!"

"எவடி அவ?"

"யாரா இருந்தா, என்ன? பாட்டு நல்லா இருக்கா? இல்லையா?"

"நல்லா இல்லே!"

"பாட்டா, பாடுனதா?"

"ரண்டும்தான்!"

"பொறந்தாலும் பொம்பளையா

பொறக்கக் கூடாது ஐயா

பொறந்து விட்டா

ஆம்பளையெ நெனைக்கக் கூடாது"

"ஆரடி அவ? எவனையோ நெனைச்சிட்டு அழறவ?"

"பட்டங்கள் ஆள்வதும் சட்டங்கள் செய்வதும் பாரினில் பெண்கள் நடத்த வந்தோம்!"

"ஏண்டி நாம சட்டமா போட்டுட்டு இருக்கறோம்?"

"பட்டங்கள் ஆள்கிறோம்!"

"அப்படி என்னடி பட்டங்கள்?"

"நாயி, பன்னி, கழுதை, பேயி, பிசாசு, ஆந்தை, எருமைமாடு ஒண்ணா ரண்டாடி நமக்கு?"

"அடியே, வார்டன் அம்மா பார்க்கறாங்க!"

வார்டன் சரசம்மாள் எழுந்து நின்று பஸ்ஸை அளப்பது போலப் பார்த்தாள். பஸ்ஸுக்குள் எஞ்சினின் சத்தம் தவிர எதுவும் கேட்கவில்லை. அவள் திரும்பவும் சீட்டில் அமர்ந்து கொண்டாள்.

வளைவுகளில் திரும்பி நிதானமாகவே பஸ் ஓடிக் கொண்டிருந்தது. எதிரில் வரும் வாகனங்களையும், பஸ்ஸைக் கடந்து செல்லும் வாகனங்களையும் காவேரி கூர்மையாகக் கவனித்தாள். போக்குவரத்து அதிகம் இல்லாவிட்டாலும் நெரிசலாக இருந்தது. சில வாகனங்களைத் தவிர மற்றவை நிதானமாகவே போய் வந்தன. மோட்டார் சைக்கிள்கள், கார்கள், மொபெட்கள் அளவிற்கு பஸ்களோ, லாரிகளோ, டெம்போக்களோ இல்லை. கடைவீதியைப் பார்த்ததும் பஸ் நகரத்திற்குள் நுழைந்து விட்டதாக நினைத்தாள் காவேரி. மனித நடமாட்டம் மெல்ல மெல்லக் கூடுதலாகியது. பழைய கட்டிடங்கள் மறைந்து புதிய கட்டிடங்கள் உயரம் உயரமாகத் தெரிந்தன. ஒருவழியாக திண்டுக்கல் பஸ் நிலையத்திற்குச் சிறிது தொலைவிலேயே நின்றது. விரைசலாக உறுமி விட்டு ஓய்ந்த பஸ்ஸிலிருந்து ஒவ்வொருவராக இரண்டு வழிகளிலும் இறங்கினார்கள்.

“தூரமா ஆரும் போவக்கூடாது. அவியவியளுக்கு வேணுமிங்கறதெ வாங்கீட்டு சீக்கிரமா பஸ்ஸுக்குத் திரும்புங்க! அரை மணி நேரத்துக்குள்ளெ எல்லாம் முடிச்சரணும். சரியா வந்து சேரணும். அங்கெ இங்கெ நின்னுட்டு வேடிக்கை பார்க்கக் கூடாது. போனமா வந்தமான்னு இருக்கணும். அரை மணிக்குள்ளெ இருபத்தியேழு பேரும் வந்து சேர்ந்தரணும். நெனப்புலெ வெச்சுக்குங்க” வார்டன் சரசம்மாள் வழக்கமாகச் சொல்லுவதுதான். அதில் எண்ணிக்கை மட்டும் மாறும். அதைக் கண்டுகொள்ளாமல் பெண்கள் குட்டுக் குட்டாகப் பிரிந்து நகர்ந்தார்கள். எல்லோரும் நெரிசல் இல்லாத பகுதிகளாகப் பார்த்து நடந்தார்கள்.

காவேரியுடன் கவிதாவும், மஞ்சுளாவும், தேவகியும், மாலாவும், ரேகாவும், ராதாவும் சென்றார்கள். அவர்கள் எல்லோரும் ஆறு குழுக்களாகப் பிரிந்து கடைவீதியில் சிதறினார்கள். சோப்பு, சீப்பு, எண்ணெய், பற்பசை, பிரஷ், பாசிச்சரம், பதக்கம், ரிப்பன், வளையல், ஊசி, நூல், பொட்டு என்றெல்லாம் அவரவர்களுக்கு வேண்டியதையெல்லாம் வாங்கினார்கள். இனிப்பு கார வகைகளைத் தேர்ந்தெடுத்து எடை போட்டு பிளாஸ்டிக் பைகளில் வாங்கிக் கொண்டார்கள். சிலர் பிஸ்கட் பொட்டலங்களை வாங்கிக் கட்டாகக் கட்டிக் கொண்டார்கள். பப்ஸ் வாங்கித் தின்றார்கள். காபி, டீ குடித்தார்கள். குளிர் பானங்கள் குடித்தார்கள். பழங்கள் வாங்கினார்கள். அவரவர்கள் விரும்பியதை வாங்கிக் கொண்டு துணிக்கடைகளையும், நகைக் கடைகளையும், காலனிக் கடைகளையும் சுற்றிச் சுற்றி வந்தார்கள், வாகனங்களை வேடிக்கை பார்த்தார்கள். கடைவீதியில்

போய் வந்து கொண்டிருந்தவர்களின் உடைகளைக் கவனித்தார்கள். உடல்களைப் பற்றிச் சொல்லிச் சிரித்தார்கள். பாராட்டினார்கள். நடைகளைக் கண்டு கிண்டல் செய்தார்கள். கூச்சமோ, பயமோ, தயக்கமோ இல்லாமல் பேசினார்கள். திருவிழாக் கூட்டத்தில் சுற்றித் திரிபவர்களைப் போல அவர்கள் நடந்தார்கள்.

சலித்துப் போனவர்களைப் போல அவர்கள் திரும்பினார்கள். ஒவ்வொரு கடையையும் ஒவ்வொருவரும் ஏக்கத்தோடு பார்த்தார்கள். தெரிந்த முகங்கள் ஏதாவது கண்ணில் படுகிறதா என்று சிலர் அங்கேயும் இங்கேயுமாகப் பார்வையை விரித்துத் தேடினார்கள்.

வெயில் சூடேறிக் கொண்டிருந்தது. கண்கள் கூசத் தொடங்கின. கடைகளில் சினிமாப் பாடல்கள் அலறின. ஹாரன் சத்தங்கள் மனிதக் குரல்களுக்கு இசையாக ஒலித்தன.

காவேரியுடன் வந்தவர்கள் அப்போதுதான் வார்டன் சரசம்மாவைப் பற்றி நினைத்தார்கள். அவள் எந்தக் குழுவின் பின்னாலாவது போய்க் கொண்டிருக்கக் கூடுமென்று காவேரிக்குத் தோன்றியது. அவளைத் தேடியபடியே அவர்கள் பஸ் நின்றிருந்த இடத்தை நோக்கி நடந்தார்கள். கால்களிலும், மனங்களிலும் இலேசான அவசரம் தெரிந்தது. காவேரியின் குழு நேசனல் ஸ்டோர்ஸ் பக்கமாகச் சென்று கொண்டிருந்தது. மஞ்சள் நிற காயின் பாக்ஸின் முன்னால் காசியம்மாள் ரிசீவரைக் கையில் எடுத்துவைத்துக்கொண்டு காயினைப் போட்டபடியே பேசிக் கொண்டிருந்தாள். அந்தப் பக்கமாக வார்டன் சரசம்மாள் வேகமாக வந்து கொண்டிருப்பதை காவேரி கவனித்தாள். காவேரிக்கு மனதில் திக்கென்று அடித்தது. அவளுடன் இருந்தவர்களுக்கும் அப்படித்தான் இருந்தது. கால்களை வேகமாக எடுத்து வைத்து நடந்தாள் காவேரி! மற்றவர்களும் அவள் பின்னால் விரைந்தார்கள். வார்டன் சரசம்மாளும் கடைக்கு முன்னால் வந்து சேர்ந்து விட்டாள். அவளுடைய முகம் கோபத்தால் இறுகியிருந்தது.

“ஏண்டி, எவங்கூடப் பேசறே?” சரசம்மாவின் குரல் உச்சத்தில் கேட்டது.

“வீட்டுக்குப் பேசினேன்!”

“ஊட்டுலெ போனா வெச்சிருக்கறே பேசறதுக்கு. எல்லாந் தெரியும் எனக்கு! எவங்கூடப் பேசுனே? சொல்லு!”

“எங்க ஊட்டுக்குப் பக்கத்துல மளிகைக் கடை இருக்கு. அங்கதான் பேசுனேன். வீட்டுக்கு சொல்லி விட்டிருக்காங்க. வருவாங்க!” காசியம்மாள் சொல்லிவிட்டு ரிசீவரை காயின் பாக்சின் மேல் வைத்தாள்.

"அந்தக் கதையெல்லா இங்கெ வேண்டாம். நான் எந்நேரத்திலிருந்து உன்னெப் பார்த்துட்டு இருக்கறேன்னு தெரியுமா?"

"நான் இப்பத்தானே வந்தேன்!"

"பொய் பேசாதே! எவங்கூடப் பேசுனே!"

"கடைக்காரங்ககிட்டெதான் பேசுனேன்"

"கண்டவங்கிண்டெல்லாம் பேசுவே. எவங்கூடவாவது ஓடிப்போவே. வந்தவன் போனவனுக்கெல்லாம் நாங்க பதில் சொல்லோணும். யாருடி அவன்?

"கண்டவனுக்கெல்லாம் போன் பேச எங்கப்பா என்னெ மில்லுக்கு அனுப்பலே!"

"நான் பாட்டுக்குக் கேட்டுட்டே இருக்கறேன்! நீ என்னமோ பத்தினியாட்டாப் பேசீட்டு இருக்கறெ! என்ன என்னான்னு நெனைச்சிட்டே?" சொல்லிக் கொண்டே வார்டன் அவளுடைய கன்னத்தில் பளாரென்று அறைந்தாள்.

காதோரமாக அடி விழுந்ததால் காசியம்மாவால் வலியைத் தாங்கிக் கொள்ள முடியவில்லை. அவளுக்குள் கோபம் கொதித்து வெளிவந்தது. பதிலுக்கு காசியம்மாள் வார்டனின் கன்னத்தில் பலமாக அறைந்தாள். வார்டனுக்கு தலை சுற்றுவது போலிருந்தது. தரையில் குந்தி அப்படியே சாய்ந்தாள். சமாளித்து எழுந்த வார்டன் அவளை நோக்கி நெருங்கினாள். காசியம்மாள் இன்னொரு முறை அவளை விரைசலாக அறைந்தாள். வார்டன் கையை நீட்டி விசுக்கென்று அவளுடைய தலைமுடியை இறுகப் பற்றிக் கொண்டு வேகமாகக் குலுக்கினாள். வார்டனைக் கையால் விரைசலாகக் குத்தி அவளுடைய பிடியிலிருந்து விடுபட்டாள் காசியம்மாள். வாய்க்கு வந்தபடி திட்டிக் கொண்டே வார்டன் திரும்பவும் அவளைப் பிடிக்க நெருங்கினாள். காசியம்மாள் அங்கிருந்து வேகமாக ஓடிக் கூட்டத்தில் கலந்து மறைந்தாள். திட்டிக் கொண்டே ஓடிய வார்டன் சரசம்மாள் வெறுங்கையுடன் திரும்பி வந்தாள்.

அதிர்ச்சியுடன் அவற்றையெல்லாம் கவனித்துக் கொண்டிருந்த காவேரியின் குழு வாயடங்கி எதையும் கண்டு கொள்ளாதது போல மெல்ல நடந்தது. வார்டன் சரசம்மாள் வாய்க்கு வந்தபடி திட்டிக்கொண்டே அவள் பின்னால் வருவதைக்கவனித்தாள் காவேரி. காசியம்மாளைக் கொல்லாமல் விடப் போவதில்லை என்று வார்டன் சத்தமாகச் சபதமிட்டாள். காவேரிக்கு வயிறு கலங்குவது போலிருந்தது. அதற்குப் பின்னால் என்னவெல்லாம் நடக்கப்

போகிறதோ என்று நினைக்கையில் அவளுக்குப் பயம் கூடியது. அதைப் பற்றிப் பேசவே அவளுக்கு பயமாக இருந்தது. மற்றவர்களில் எவரும் அதைப்பற்றி வாய் திறக்கவில்லை. அதை வேடிக்கை பார்த்தவர்களும்தான்!"

காசியம்மாள் தூத்துக்குடி ஒட்டப்பிடாரத்துப் பக்கத்தைச் சேர்ந்தவள். கச்சேரி தளவாய்புரம் அவளுடைய சொந்த ஊர். ஆறாம் வகுப்பு வரை அவள் படித்திருப்பதாக எவரோ சொல்ல கேட்டிருந்தாள் காவேரி. அவளுக்குக் கட்டான உடம்பு. கணிசமான உயரம். வாட்ட சாட்டமாக இருந்தாள். மில் வேலை அவளுடைய உடம்பை ஒன்றும் செய்ய முடியவில்லை. காவேரி பார்க்க அவள் தாராளமாகவே போய் வந்தாள். கணீரென்ற குரல். அவளுடைய தலைமுடி கூட அடர்ந்து பார்க்கக் கண்களுக்குப் பிடித்த மாதிரி இருந்தது. அவள் நேராக பஸ்ஸுக்குப் போயிருப்பாளோ என்று நினைத்தாள் காவேரி.

முன்னால் செல்பவர்களை மீறி விலகியும், எதிரில் வருபவர்களோடு முட்டியும், உரசியும், ஒதுங்கியும் பரபரவென்று பஸ்ஸின் பக்கமாக காவேரியின் குழுவினர் நடந்தார்கள். தொலைவிலிருந்தே பஸ்ஸைக் கவனித்தாள் காவேரி. பஸ்ஸின் நிழலில் பெண்கள் நின்றிருந்தார்கள். கண்டக்டரும், டிரைவரும் ஓரமாக இருந்த கட்டிட நிழலில் பேசிக் கொண்டே புகைத்தார்கள். நெருங்க நெருங்க ஒவ்வொருவரின் முகமும் அடையாளம் தெரிந்தது காவேரிக்கு. அவளுடைய கண்கள் காசியம்மாளைக் கூட்டத்தில் தேடியது. அவளைக் காண முடியவில்லை. நேராக மில்லுக்குப் போய்க் கொண்டிருப்பாளோ என்று அவளுக்கு நினைக்க முடிந்தது. அன்றைக்கு மில்லில் ஏதோ கலவரம் நடக்கப் போகிறது என்று மட்டும் அவள் நினைத்தாள். வந்தது முதலாக அப்படிப்பட்ட நிகழ்ச்சிகள் அவ்வப்போது நடப்பதைப் பார்த்திருக்கிறாள் காவேரி. சிலவற்றைப் பற்றிக் கேட்டிருக்கிறாள். அப்போதெல்லாம் அவளுக்கு வயிறு கலங்கும். அவளைப் பொருத்தவரை அவள் அடக்கமாகவே இருக்கப் பார்த்துக் கொண்டாள். பஸ்ஸை அடைந்ததும் அவர்கள் திரும்பிப் பார்த்தார்கள். வார்டன் விரைசலாக வந்து சேர்ந்தாள். கண்டக்டரும், டிரைவரும் வார்டனின் பக்கமாக வந்தார்கள்.

"கிளம்புங்க போலாம்!"

"எல்லாம் வந்துட்டாங்களா?" கண்டக்டர் கேட்டார்!.

"வந்திருக்கறவங்க போதும்! எல்லா பஸ்ஸுல ஏறுங்கடி"

"கீழே நின்றிருந்தவர்கள் ஏறும் வழியிலும், இறங்கும் வழியிலும் மளமளவென்று ஏறினார்கள். வார்டன் சரசம்மாள் ஒவ்வொருவரையும் விறைத்துப் பார்த்தாள். ஒவ்வொருவரின் முகமும் பேயறைந்தது போல இருந்தது. அங்கேயும், இங்கேயும் கவனித்தபடி வார்டன் சரசம்மாள் நின்றிருந்தாள்.

"அம்மா, ஒண்ணு குறையுது!" கண்டக்டர் சொல்லிக் கொண்டே வார்டனிடம் வந்தார்.

"ஒண்ணுதான?"

"ஆமாங்க!

"அவ வரமாட்டாள்! நாம போலாம்!"

தன்னுடைய இருக்கையில் ஏறி அமர்ந்த டிரைவர் வேகமாக ஹாரனை நான்கைந்து முறை அழுத்தினான். அதன்பிறகு பஸ்ஸைக் கிளப்பினான்.

காதும் காதும் கேட்காத அளவிற்கு அடுத்தடுத்து இருந்தவர்கள் பேசிக் கொண்டிருந்தார்கள். காவேரி ஒவ்வொருவரையும் கவனித்தாள்.

வந்த வழியிலேயே பஸ் தயங்கியும், தேங்கியும் திரும்பியும் விரைந்தது. உயரமான கட்டடங்களை ஒதுக்கி விட்டு ஓடுவது போலிருந்தது. நெரிசல் குறைந்து கொண்டே வந்தது. பழைய வீடுகளையும், சந்து பொந்துத் தெருக்களையும் கடந்து பஸ் நெடுஞ்சாலைக்கு வந்து திரும்பி விரைந்தது.

இரு பக்கமும் உயரமான கல்சுவர்கள் திரை விலகுவது போல காவேரியின் பார்வைக்குத் தெரிந்தது. எதிர்ச்சாலையில் வாகனங்கள் கட்டுக்கடங்காத வேகத்தில் பாய்வது போலிருந்தது.

மகேஸ்வரி டெக்ஸ்டைஸில் முன் வாயிலில் பஸ் நின்றது. பின் பக்கத்தில் அமர்ந்திருந்த வார்டன் சரசம்மாள் முதலில் இறங்கி ஓட்டமும் நடையுமாக ஓரக் கதவை நோக்கி விரைந்தாள்.

அதைக் கவனித்தபடியே பஸ்ஸின் இரண்டு வழிகளிலும் ஒவ்வொருவரும் நிதானமாக இறங்கினார்கள்.

ஒன்பது

அன்று வெள்ளிக்கிழமை. விளக்குப் போட்டு அரைமணி நேரமாகியிருந்தது. அந்நேரம் வரை சந்தடியில்லாமலிருந்த குளத்தூரின் தெருக்களில் நடமாட்டம் கூடிக் கொண்டிருந்தது. காடு கரைகளுக்கு மேய்ச்சலுக்குப் போயிருந்த ஆடுகளும், மாடுகளும் கட்டுத் தரைகளுக்குத் திரும்பி விட்டிருந்தன. கூலி நாலிக்குப் போயிருந்தவர்கள் இருப்பிடங்களுக்குத் திரும்பி வந்து கொண்டிருந்தார்கள். தெருவோர வீடுகளிலிருந்து அங்கங்கே அடுப்புப் புகை கசிந்து இருட்டைக் கூடுதலாக்கியது. பல தரப்பினரின் குரல்களும் அங்கேயும் இங்கேயுமாகக் கேட்டன. ஊரின் ஓரமாக இருந்த தார்ச்சாலையில் வாகனங்கள் போய் வருகின்ற வாகனங்களின் இரைச்சல் சன்னமாகக் கேட்டது. ஊரோர அரச மரத்துக் கிளைகளுக்குள் பறவைகள் இன்னமும் கத்திக் கொண்டிருந்தன.

காவேரியும், பஞ்சவர்ணமும் அம்மாவிடம் சொல்லி விட்டு மாரியம்மன் கோயிலுக்குக் கிளம்பி வாசலைக் கடந்தார்கள். கட்டுத்தரையில் ஆடுகள் கனைத்தன. ஏதோ ஒரு ஆடு பலமாகத் திம்மியது. காவேரி தன்னுடைய சொந்த வீட்டிற்கே புதியவளாகி விட்டதாக நினைத்தாள். அவள் ஊரை விட்டுப் போய் ஒன்றரை வருடத்திற்கு மேலாகி விட்டதை நினைத்து வியப்படைந்தாள். வேட செந்தூரிலிருந்து திரும்பி வந்து இரண்டு நாட்களாகி விட்டன. மனதில் மகிழ்ச்சி நிறைந்து தளும்புவதாக அடிக்கடி அவள் உணர்ந்தாள். இன்னும் இரண்டு நாட்கள் கழிந்து விட்டால் அதை அனுபவிக்க முடியாது என்பதை உணர்ந்ததும் அவளின் மனம் சோர்ந்தது. மாரியம்மன் சாட்டுக்கு வந்தவள் மில்லைப் பற்றிய நினைப்பையே மறந்து போனாள்.

குளத்தூர் அதற்குள் எப்படியெல்லாம் மாறிப்போய் விட்டது என்று வியந்தாள். பழையவையெல்லாம் உருமாறி இருப்பதை அவள் கண்டாள். பழைய வீடுகள் சில மாற்றிக் கட்டப்பட்டிருந்தன. காலி இடங்களில் புதிய வீடுகள் காட்சி தந்தன. தெருக்கள் கூடச் சுத்தமாகவே இருந்தன. திண்டுக்கல்லைச் சுற்றியுள்ள காடு கரைகள் விலை போய் விட்டதாகவும், அங்கெல்லாம் பெரிய பெரிய கட்டிடங்கள் கட்டப்படுவதாகவும் அப்பா சொன்னதைக் கேட்டு

அவள் வியந்தாள். அப்பா கூட இப்போது கட்டிட வேலைக்குத்தான் போய் வருகிறார். கை நிறையக் காசு வாங்கிச் செலவு செய்கிறார். நாளொன்றுக்கு முந்நூறு ரூபாய் கிடைப்பதாக அம்மாள் சொன்னாள். பஞ்சவர்ணமும் கூட வேலைக்குப் போய் வருகிறாள். அம்மாதான் பெரும்பாலும் ஆடுகளை மேய்ச்சலுக்கு ஓட்டிப் போய் வருகிறாள். ஆடுகளை விற்றுத் தீர்த்து விட்டுக் கட்டிட வேலைக்கு அம்மாவும் போனால் நிறையக் காசு கிடைக்கும் என்று பஞ்சவர்ணம் சொல்லி வருகிறாள். அம்மாவால் தூக்கப் பிடிக்க முடியாதென்று அப்பா சொல்லி வைத்து நிறுத்தியிருக்கிறார். ஊரில் ஆடுமாடுகளை வயதானவர்கள் மட்டுமே மேய்த்துக் கொண்டிருப்பதாக அம்மா சொன்னாள். ஆடுமாடுகள் குறைந்துபோய் விட்டதாகக் குழாயடியில் சொல்லிக் கொண்டிருந்ததை அவள் கேட்டிருந்தாள். அவள் வயதுப் பெண்கள் பலருக்குக் கல்யாணமாகி விட்டதாக வள்ளியம்மாள் சொல்லி மகிழ்ந்தாள். அதையெல்லாம் கேட்கக் கேட்க அவளுக்குத் தானும் ஊருக்குத் திரும்பி விட்டாலென்ன என்று தோன்றியது. கையில் ரொக்கமாக ஐம்பதாயிரம் கிடைக்கப் போகிறது என்ற நினைப்பில் அதை மாற்றிக் கொண்டாள். அதற்காக இன்னும் ஒன்றரை வருடத்திற்குப் பக்கமாக மில் வேலைக்கு அவள் போக வேண்டியிருக்கிறது.

தார்ச்சாலையின் ஓரத்தில் அவர்கள் இருவரும் சேர்ந்தே நடந்தார்கள். பஞ்சவர்ணம் ஓயாமல் எதை எதையோ சொல்லிக் கொண்டே நடந்தாள். அவளிடம் சொல்லுவதற்கு நிறையவே செய்திகள் இருந்தன. தன்னால் அந்த அளவுக்குச் சொல்ல முடியவில்லையென்பதில் அவளுக்கு வருத்தம். ஒவ்வொன்றையும் கேட்டுக்கொண்டே காவேரி நடந்தாள். ஊரில் இறந்து போனவர்களைப் பற்றிச் சொன்னாள். குழந்தை பெற்றவர்களைப் பற்றிச் சொன்னாள். கல்யாணமானவர்கள், வளைகாப்புச் செய்து கொண்டவர்கள், வயதுக்கு வந்தவர்கள், சண்டை போட்டுக் கொண்டவர்கள், நிலம் விற்றவர்கள், ஆடு மாடு விற்றவர்கள் பற்றியெல்லாம் பஞ்சவர்ணம் நினைவிலிருந்து சொல்லிக்கொண்டே இருந்தாள். வந்ததிலிருந்து காவேரி வீட்டிலேயே படுத்துக் கிடக்கிறாள். விளக்கு வைத்த பின்னால் பஞ்சவர்ணத்துடன் மாரியம்மன் கோவிலுக்குப் போய் வருகிறாள். அங்கே பலரையும் சந்தித்துப் பேசுகிறாள். அங்கேயும், இங்கேயும் நடந்தவற்றைப் பற்றிக் கூறுவதைக் கேட்டுக் கேட்டு அவளுக்கு அலுத்து விட்டது. மில்லின் உறுமல் சத்தம் மட்டும் இல்லாமல் இருந்தது அவளுக்கு ஆறுதலாக இருந்தது.

தன்னுடைய நினைவில் தங்கியிருந்தவர்களைப் பற்றியெல்லாம் காவேரி கேட்டுத் தெரிந்து பெருமூச்சு விட்டாள். குளத்தூரை விட்டுப்

போவதற்கு முன்பு அவள் ஊரில் நடந்த நல்லது கெட்டதையெல்லாம் தெரிந்து வைத்திருந்தாள். அவ்வப்போது தண்ணீருக்குப் போகும் போது, கடைகளுக்குப் போகும் போது, ஆடு மேய்க்கப் போகும் போது, கூலி வேலைக்குப் போகும் போது தான் எத்தனையோ பேர்களைப் பார்த்துப் பேசியதை நினைத்துக் கொண்டாள். ஊரில் அவளைத் தெரியாதவர்கள் இருந்ததில்லை. அவளுக்குத் தெரியாதவர்களும் இருந்ததில்லை. இப்போது பார்க்கிறவர்களெல்லாம் புதியவர்களைப் போலத் தெரிகிறார்கள். நேரம் கழித்தே ஒருவரைத் தெரிந்து கொள்ள முடிகிறது. பெயரை மாற்றிச் சொல்லி விடுகிறாள்.

மாரியம்மன் கோவிலை நெருங்க நெருங்கச் சளசளப்பும் கூடி வருவதை காவேரி கவனித்தாள். கோயிலிலிருந்து பூசை மணிச் சத்தம் வந்து போய்க் கொண்டிருந்தது. பையன்கள் கோயில் மைதானத்தில் கூச்சல் போட்டு விளையாடினார்கள். பெரியவர்கள் அவசரம் அவசரமாகவும், நிதானமாகவும் போய் வந்து கொண்டிருந்தார்கள். பெண்கள் குழந்தைகளுடன் வருவதும் போவதுமாக இருந்தார்கள். அக்கம் பக்கத்துச் சொந்த பந்தமெல்லாம் வந்திறங்கியிருந்தன. கோவில் மைதானக் கடைகளில் பலரும் சுற்றிச்சுற்றி வந்தார்கள். இரண்டாவது நாளன்று கிடாய் வெட்டு நடக்கவிருந்தது. அது முடிந்து விட்டால் பந்தம் பிடுங்கி விடுவார்கள். வந்திருந்தவர்களெல்லாம் வந்த சுவடு தெரியாமல் மாயமாய்த் திரும்பிப் போய் விடுவார்கள். தன்னுடைய நிலைமையும் அதுதான் என்பதை உணர்ந்த காவேரிக்கு மனம் கனத்தது. திரும்பி வர எத்தனை காலம் ஆகுமோ என்று அவள் ஏங்கினாள்.

அவர்கள் கோவில் மைதானத்திற்கு வந்து சேர்ந்தார்கள். கூட்டம் அதிகமாக இருக்கவில்லை. நான்கைந்து பேர்களென வந்து போய்க்கொண்டிருந்தார்கள். வெளியில் வந்து கொண்டிருந்தவர்கள் ஒவ்வொருவரின் நெற்றியிலும் திருநீறும், குங்குமமும் பளிச்சிட்டது. அங்கங்கே மின்விளக்குகள் எரிந்து கொண்டிருந்தன. குழந்தைகள் ஒருவரை ஒருவர் துரத்திக் கொண்டும் சுத்திக் கொண்டும் குறுக்கும் நெடுக்குமாக ஓடினார்கள்.

வடக்குப் பார்த்திருந்த மாரியம்மன் கோவிலின் கிழக்கு மூலையிலிருந்த கருப்பராயன் சாமியை அக்காளும், தங்கையும் கைகூப்பிக் கும்பிட்டார்கள். முன்னால் கற்பூரம் வைத்தாள் காவேரி. அதற்கு நெருப்புப் பற்ற வைத்தாள் பஞ்சவர்ணம். திரும்பவும் கை கூப்பி கும்பிட்டு விட்டு கற்பூரச் சுடரைத் தொட்டுக் கும்பிட்டார்கள்.

பீடத்தைத் தொட்டுக் கும்பிட்டு விட்டு நிமிர்ந்தார்கள். சுடர் பளபளவென்று அசைந்து எரிந்தது.

"கருப்பராயா! எங்களைப் பெத்தவங்களெக் காப்பாத்து. நோவு நொடியில்லாமெ கஞ்சிக்குக் கொறைவில்லாமெ எங்களெப் பார்த்துக்க! கன்னிகளா நிக்கற எங்களெக் கரையேத்திக் காப்பாத்து. மில்லுல படாதபாடு பட்டு மடியறே! எனக்கு ஒரு நல்ல வழி காட்டு!" காவேரி மனதுக்குள் கருப்பராயனை வேண்டிக் கொண்டாள். ஒரு நிமிடம் கை கூப்பி அப்படியே நின்றாள். பஞ்சவர்ணமும்தான்!

இருவரும் அங்கிருந்து மெல்ல நகர்ந்தார்கள். கன்னிமார் கோயிலுக்குச் சென்றார்கள். கற்பூரம் ஏற்றி கை கூப்பி நின்று கும்பிட்டார்கள். அங்கிருந்து நகர்ந்து மைதானத்தைக் கடந்த போது மல்லிகா எதிரில் வருவதை காவேரி பார்த்தாள். அவளுக்குப் பின்னால் வேகமாக வந்த பிரேமா அவளோடு சேர்ந்து கொண்டாள்.

"அடீ, காவேரி! எப்ப வந்தே?"

"நாலஞ்சு நாளாச்சு?"

ஏன் வீட்டுப்பக்கம் வரலே? சொல்லி விட்டிருந்தா வந்து பார்த்திருப்பனே!"

"மில்லு வேலை முடிஞ்சுதா?"

"இன்னும் ஒண்ணரை வருசம் இருக்கு!"

"கை நெறையப் பணத்தோட வந்து சேரு! எப்பத் திரும்பப் போறே!"

"ரண்டு நாள் இருக்குது!"

"நாளைக்கு வீட்டுக்கு வாறியா? இல்லே நானே வரட்டுமா?

"நானே வாறேன்! உங்க ஊட்டுல உள்ளவியலெயெல்லாம் பார்க்கோணும்."

"காவேரி! உடம்பு இளைச்சுப் போச்சு! குச்சியாட்டா இருக்கறே! தளதளன்னு இருந்தவ இப்புடி அரைவாசி ஆயிட்டயே! சரியா உங்கத் திங்க குடுக்கறாங்களா?"

"அதுக்கெல்லாம் கொறைச்சல் இல்லே! வேலைதான் நெட்டை எடுத்துப் போடறாங்க! பன்னிரண்டு மணி நேரத்துக்கு மேலெ வேலை!"

"ஐயோ! கொடுமை! நாளைக்கு வீட்டுக்கு வா! பேசிக்கலாம்! அம்மா சீக்கிரமா வரச் சொன்னா! நிக்க நேரம் இல்லே! நாளைக்குக்

கண்டிப்பா வா!" மல்லிகா சொல்லிக் கொண்டே நடந்தாள். அவளுக்கு எப்போதுமே அவசரம்தான்.

"நாளைக்கு வா!" பிரேமா சொல்லிவிட்டு விரைந்தாள்.

அக்காவும், தங்கையும் கோவில் வாசல் பக்கமாக நடந்தார்கள். காவேரி மங்கிய மின்விளக்கு வெளிச்சத்தில் குனிந்து தன்னையே ஒருமுறை பார்த்துக் கொண்டாள். மல்லிகா சொன்னது போல அவள் மெலிந்து தளர்ந்து போயிருந்தாள். உடம்பு வாடி, வற்றி, வதங்கிப் போய் விட்டதாக அம்மா சொன்னது சரியென்று நினைத்தாள். காவேரி தன் நிலைக்காகத் தன்னையே நொந்து கொண்டாள். பெண்ணாகப் பிறப்பதே பாவம் என்று நினைத்துக் கொண்டாள்.

தலைவாசலின் வழியாக உள்ளே பார்த்தாள் காவேரி. மங்கிய விளக்கு வெளிச்சத்தில் மாரியம்மன் அலங்காரம் செய்யப்பட்டிருந்தாள். அரளிப்பூ மாலை, துளசி மாலை, மல்லிகைப்பூ மாலையென்றெல்லாம் சூட்டப்பட்டிருந்தன. சிவப்புப் பட்டுத் துணி அணிவிக்கப்பட்டிருந்தது. பூசாரி மணியடிப்பதும், தீபம் ஏற்றுவதும், ஆராதனை செய்வதுமாக இருந்தார். முன்னால் பெண்களும், ஆண்களும் குழந்தைகளுடன் நின்றபடி கைகூப்பிக் கும்பிட்டபடி இருந்தார்கள். இருவரும் உள்ளே செல்லவும் பூசாரி கற்பூரச் சூடத் தட்டுடன் வெளியில் வந்து ஒவ்வொருவருக்கும் திருநீறும், குங்குமமும் கொடுக்கவும் சரியாக இருந்தது. அக்காளும், தங்கையும் மாரியம்மனைப் பார்த்து மனதார வேண்டிக் கொண்டார்கள். பூசாரி தட்டை ஏந்தியபடி முன்னால் வந்து நின்ற போது கையில் வைத்திருந்த காணிக்கையை இருவரும் தட்டில் மெல்ல வைத்தார்கள். திருநீற்றையும், குங்குமத்தையும் வாங்கி நெற்றியில் இட்டுக் கொண்டு மெல்ல நகர்ந்து கோவிலுக்கு வெளியே வந்தார்கள். கோவிலை நோக்கிப் பலரும் வந்தார்கள். பளிச்சென்று அவர்கள் உடுத்தியிருந்த உடைகள் மின்விளக்கு வெளிச்சத்தில் மினுமினுப்பது போல காவேரிக்குத் தோன்றியது. அவள் பஞ்சவர்ணத்தை ஒருமுறை கூர்ந்து பார்த்தாள். அவளும் கண்ணுக்குப் பிடித்த மாதிரி இருந்தாள். தன்னுடைய கல்யாணத்திற்குப் பிறகு அவளும் தயாராகி விடுவாளென்று அவள் நினைத்துக் கொண்டாள்.

இருவரும் மெல்ல நடந்து மைதானத்தைக் கடந்து தார்ச்சாலை வரும் போது இருட்டு கூடிக் கூடி வருவதை காவேரி உணர்ந்தாள். தெரிந்த முகங்களைக் கூடக் கூர்ந்து பார்த்து அவள் அடையாளம் கண்டாள். அவர்களுடைய பெயர்களைச் சிரமப்பட்டு நினைவுக்குக் கொண்டு வந்தாள் அவள். சிலருடைய பெயரை பஞ்சவர்ணத்திடம்

கேட்டுத் தெரிந்து கொண்டு விசாரித்தாள். அவளுடைய ஊர் அப்போது அவளுக்கே புதியதாகத் தோன்றியது.

ஒரு வழியாக இருவரும் வீடு வந்து சேர்ந்தார்கள். அம்மா ஆட்டுப் பட்டியிலிருந்து வெளியில் வந்து திண்ணையில் அமர்ந்து பெருமூச்சுவிட்டாள். அப்பா இன்னமும் வந்து சேரவில்லை. சாராயக் கடைப்பக்கம் போயிருந்தால் வந்து சேர நேரமாகும். கையில் காசு புரள்வதால் நிறையவே அப்பா குடிப்பதைப் பற்றி அவளிடம் சொல்லிக் குறைப்பட்டுக் கொண்டாள் அம்மா. கல்யாணத்திற்கு இரண்டு பெண்கள் காத்துக் கொண்டிருப்பதைப் பற்றி அப்பாவுக்கு அக்கறை இல்லையென்று அவள் அங்கலாய்த்துக் கொண்டிருந்தாள். கோயிலுக்குப் போய் வந்ததைப் பற்றி அம்மாவிடம் சொல்லி முடித்தாள் காவேரி. அக்காவும், தங்கையும் அம்மாவுக்குப் பக்கத்தில் அமர்ந்தார்கள்.

“மில்லுக்கு எப்பப் போவோணும்?”

“நாளைக் கழிச்சு!”

“வந்து ஒரு வாரம் ஆச்சா?”

“ம்... ஆச்சு!”

“போயி நல்லபடியா உண்டு தின்னு தூங்கு. ஒடம்பக் காப்பாத்து. இப்பவாட்டா நோஞ்சானா வராதெ!”

“வேலையிலெ போட்டு உசுரெ வாங்கறாங்க! இன்ன நேரமுன்னு இல்லே! ராத்திரியும், பகலும் ஒண்ணாத்தான் இருக்குது. கண்ணசந்து தூங்குனாப் போதும்! வந்து எழுப்பறாங்க! எங்கெ நிம்மதியா தூங்க முடியுது!”

“அன்னிக்கு யாரோ நாடார் கடையிலெ பேசீட்டாங்க! தெக்கத்துப் பொண்ணாம்! தூத்துக்குடிக்குப் பக்கம் சித்தலைக் கோட்டையாம். அந்தோனி செல்வியோ என்னமோ. கிறிஸ்துகாரப் பொண்ணு. உன்ன மாதிரி கல்யாணத்திட்டத்துல சேர்ந்திருக்கறாள். கோயமுத்தூர் பக்கம். சாமிநாயக்கன் பாளையமுன்னாங்க. மூணு வருசம் கழிஞ்சா நாப்பதாயிரம் கையில தர்றதா எழுதிக் குடுத்திருக்கறாங்க. மில்லுல உங்கத் திங்க நல்லாவே குடுத்திருக்கறாங்க அப்பப்ப அப்பங்கூட புள்ளெ போனுல பேசுவாளாம். நல்லாத்தா இருக்கறதா அப்பச் சொல்லுவாளாம். அப்பனும் ஒரு தடவை போயிப்பார்த்துட்டு வந்திருக்கறான். மவள் நல்லாத்தா இருந்தாளாம். அப்படி இப்படி எட்டு மாசம் ஓடிப்போச்சாம் ஒரு நாளு மவள் அப்பனுக்கு போன்

செஞ்சிருக்கிறாள். பேச்சு, ஒரு மாதிரியா இருந்திருக்குது. அது ஏன்னு அப்பங் கேட்க. இப்பத்தா வேலை முடிஞ்சு வந்திருக்கறேன்! தூங்கி எழுந்திருச்சா சரியாப் போவுமின்னு மவள் சொல்லியிருக்கிறாள். அப்படி ஆச்சா? கொஞ்ச நாள் கழிச்சு மில்லுல இருந்து அவளோடு அப்பனுக்குப் போன் பண்ணியிருக்காங்க. மவளுக்கு ஒடம்பு சரியில்லே! மோசமா இருக்குது. வந்து கூட்டீட்டு போங்கன்னு வார்டன் சொல்லுச்சாம். அவளோடெ அப்பனும், அம்மாளும் அடிச்சுப் புடிச்சு கோயமுத்தூரு போயி மவளெப் பார்த்திருக்கிறாங்க! மவள் தலைவிரி கோலமாக் கெடந்திருக்கிறாள். நர்ஸ் வந்து ஊசிபோட்டு மருந்து மாத்திரெ குடுத்திருக்கறாள். காய்ச்சல் நிக்கவே இல்லே! என்ன நடந்ததுன்னு மத்தவிய கிட்டெக் கேட்டிருக்கறாங்க. யாரும் வாய் தெறக்குல. மொதலாளியெப் பார்த்தாகணுமின்னு அப்பன் சொல்ல அவரு வெளியூரு போயிருக்கறதா வார்டன் சொன்னாளாம். வேணுமின்னா மவளெக் கூட்டீட்டு போங்கன்னும் சொன்னாங்களாம். அங்கெ சண்டெக் கட்டுனா பணம் வராதுன்னு நெனைச்சு மவளெ ஊருக்குக் கொண்டு போனாங்களாம். வழியிலே மவள் ஒரு வார்த்தெ கூடப் பேசலயாம்!" அம்மா நிறுத்திவிட்டு வலது கையால் சைகை செய்து தண்ணீர் கொண்டு வரும்படி சொன்னாள்.

விசுக்கென்று எழுந்த பஞ்சவர்ணம் உள்ளே போய் தண்ணீர் கொண்டு வந்தாள். தண்ணீரைக் குடித்துவிட்டுத் தம்ளரைக் கீழே வைத்த அம்மா தொண்டையைச் சரி செய்து கொண்டாள்.

"அப்புறம்?" காவேரிதான் கேட்டாள்.

"மறுநாளு, காலையிலெ மவளே தண்ணி வார்த்துட்டு வான்னு அனுப்பி வெச்சிருக்கறாங்க. தண்ணீ ரூமுக்குள்ள போன மவள் வெளியே வரவே இல்லே! கூப்புட்டுப் பார்த்திருக்கறாங்க. பேச்சு மூச்சு இல்லே! ஒரு பாடு நேரம் ஆவிப் போச்சு! மவள் வெளியே வரலே!

அம்மா போயி கதவத் தட்டி இருக்கறாள். கதவு தெறந்திருக்குது. மவள் உள்ளெ தலைவிரி கோலமா நின்னுட்டு இருந்திருக்கிறாள். குளிக்கவே இல்லே! பேச்சும் இல்லே! கவருமெண்டு ஆஸ்பத்திரிக்குக் கொண்டு போயிருக்கறாங்க! டாக்டர் வெள்ளப்பாண்டியன் வைத்தியம் பார்த்திருக்கறாரு 'உன்னோட மவள் மில்லு வேலைக்குப் போறாளா'ன்னு அவரு கேட்க. ஆமாமுன்னு அப்பன் சொல்லியிருக்கான். டாக்டரு கன்னாபின்னான்னு திட்டுனாராமா! எல்லாம் வாயடைச்சு நின்னுருக்காங்க! 'மனசு சரியில்லே! கெட்டுப்போச்சு! மெல்லத்தான் சரியாவுமின்னு' சொல்லியிருக்காரு.

மருந்து, மாத்திரையெல்லாம் குடுத்திருக்காரு! பதனஞ்சு நாளுக்கு ஒருக்கா கூட்டீட்டு வரச் சொல்லியிருக்காரு! அவியளும் கூட்டீட்டு போயிட்டு வந்திட்டிருக்கறாங்களாம்! இன்னும் பேச்சுவந்த கதையெக் காணமாம்!"

காவேரியால் எதுவும் பேசமுடியவில்லை.

"சரியாவுமோ என்னமோ?" பஞ்சவர்ணம் அங்கலாய்த்தாள்.

"காவேரி! இனி வேலைக்குப் போனா சாக்கிரதையா இரு! ஒடம்புக்கு ஏதாவுதுன்னா போனுல பேசு! வந்து கூட்டீட்டு வந்தர்றோம்! சரியா?"

"சரி!"

"எந்திரீங்க! போயி! கை கழுவீட்டு வாங்க! சோறு ஆறுது!"

இருவரும் எழுந்து கைகழுவ தண்ணீர்ப்பட்டிப் பக்கம் போனார்கள்.

பத்து

சிம்ப்ளெக்ஸ் மெசினின் முன்னால் நின்று கொண்டிருந்த காவேரி சுழலும் கோண்களைக் கூர்மையாகக் கவனித்தாள். கார்டிங் மெசினின் முன்னால் வலமும் இடமுமாக கவிதா மெல்ல நகர்ந்து கொண்டிருந்தாள். மூன்றாவது சிப்டில் அன்றைக்கு அவர்களுக்கு வேலை. முதலாவது சிப்டு முடித்துவிட்டு மதிய உணவை உண்டபின் காவேரி தூங்கத் தொடங்கினாள். அவள் விழித்துப் பார்த்தபோது மணி ஏழாகியிருந்தது. கடைசி சிப்டுக்கு வரச் சொல்லியிருந்தான் தனபால். அவன் சூப்பர்வைசராக வந்த பின்னால் கெடுபிடி அதிகமாகி விட்டதாக அந்த விடுதியிலிருந்த பெண்கள் பலர் பேசிக் கொண்டதை காவேரி கேட்டிருந்தாள். அவனைப் பார்க்கும் போதெல்லாம் தன்னையும் அறியாமல் கலங்கிப் போவாள் காவேரி. பக்கத்தில் அவன் வந்தால் அவளுக்கு இலேசான உதறல் தோன்றிவிடும். அவன் ஏதாவது கேட்டாள் நடுங்கியபடியே அரையும் குறையுமாக அவளுடைய வாயிலிருந்து சொற்கள் வரும். அவன் விறைத்துப் பார்த்து முணுமுணுத்தபடியே அப்பால் போவான். அவன் ஒரு புலியைப் போல அந்த மில்லுக்குள் சுற்றிச் சுற்றி வருவான். தன்னைத்தான் பிடிக்க வருகிறானோ என்று ஒவ்வொருத்தியும் கலங்குவாள். நடராசனோ, கனகவேலோ வந்தால் அப்படியெல்லாம் பயப்பட வேண்டியதில்லை. கடைசி சிப்டுக்கு வருவதற்கே காவேரிக்கு பயமாக இருக்கும். தனபால் ஒவ்வொருத்தியையும் தலைமுதல் கால்வரை அளப்பவனைப் போலப் பார்த்துக் கொண்டிருப்பதை காவேரி கவனிப்பாள்.

முன்னாலிருந்த சூப்பர்வைசர்களான சுந்தரேசனும், மோகனும், கருணாகரனும் மாற்றப்பட்டு விட்டார்கள். அவர்களில் சுந்தரேசனும், கருணாகரனும் நான்காவது மில் யூனிட்டில் வேலை பார்க்கிறார்கள். மோகன் ஐந்தாவது மில் யூனிட்டில் இருக்கிறான். தொடக்கத்தில் அந்த மாற்றம் ஆறுதலாகவே இருந்தது. அவர்களுக்கு போகப்போக பயமும், கலக்கமும் படிப்படியாகக் கூடுதலாகிவிட்டது. மூன்றாவது சிப்டுக்கு வேலை செய்ய வருவதென்றால் காவேரிக்கு ஒரு சித்திரவதை போலத் தோன்றுகிறது.

மில்லுக்கு வேலைக்கு வந்து சேர்ந்து இன்னும் இருபது நாட்களில் இரண்டு வருடம் கழியப் போவதாக காவேரி கணக்குப் பார்த்து

வந்தாள். மெசின்களுக்கு நடுவில் அவள் தப்பித்தப்பிப் பிழைப்பதாக உணர்ந்தாள். ஓயாமல் ஓடிக் கொண்டிருக்கும் மெசின்களைப் போலவே ஒரு மாதிரியாக அவள் பிழைத்துக் கொண்டிருப்பதில் தன்னுடைய விதியை நினைத்து நினைத்துத் தனக்குள் புலம்பிக் கொண்டிருக்கிறாள். எப்போது ஊருக்குச் செல்லக் கூடிய நிலைமை வரக்கூடுமென்று அவள் ஏக்கத்துடன் எதையாவது எதிர்பார்க்கிறாள். தீபாவளி பார்த்து வெகுநாட்களாகிவிட்டன. அந்த வருடம் கூட அவள் தீபாவளிக்குப் போகவில்லை. போனதும் திரும்புவதற்கே நாட்களிருந்தன. கூடுதலாக நாட்கள் இருந்தால் போய்வரலாமென்று நினைத்தாள். அப்பாவும், அம்மாவும், பஞ்சவர்ணமும் மாதம் தவறாமல் மாறி மாறி வந்து போகிறார்கள் அவர்களைப் பார்க்க வேண்டுமென்ற விருப்பம் கூட அவளுக்கு வருவதில்லை. அவள் எதிலும் பிடிப்பில்லாதவளாக இருக்கிறாள். காலும், கையும் வலுவிழந்து போவதை அவள் உணர்கிறாள். உண்ணவோ, தின்னவோ அவளுக்கு விருப்பம் வருவதில்லை. குளிப்பதற்குக் கூடத் தோன்றுவதில்லை. வேலைமுடிந்தால் திரும்பி வந்து படுப்பதற்கே விருப்பமாக இருக்கிறது. விழித்த பிறகு அலுப்புடன் செய்ய வேண்டியதையெல்லாம் செய்து விட்டு வேலைக்குப் போகிறாள். அவள் மேய்த்து வளர்த்த ஆடுகள் கூட அதனதன் விருப்பத்திற்குத் தகுந்தபடி இருப்பதாக அவள் நினைத்து வருந்தினாள். உடல் கூடப் பாதியளவு குறைந்து தளர்ந்து விட்டதாக அவள் உணர்ந்தாள். தன்னுடைய உடல் மெலிந்து போனதைச் சொல்லி அம்மா கண்களை முந்தானையால் துடைத்துக் கொண்டு போனாள். நடப்பதற்கே கூட அவளுக்குச் சிரமமாக உள்ளது. கண்ணாடியில் தன்னுடைய முகத்தைப் பார்க்கக்கூட அவளுக்கு விருப்பம் வருவதில்லை. அரை குறையாகத் தலையை வாரி முடிந்து கொண்டு போய் வருகிறாள். அவளுடைய உடைகள் கூடத் தளதளவென்று இருப்பதை அவள் உணர்கிறாள்.

தன்னைப் போலவே அவதிப்பட்டுக் கொண்டிருப்பவர்களை அவள் கவனிக்கிறாள். யாரும் எதையும் பேச விரும்புவதில்லை. அதற்குப் பயமும் ஒரு காரணம் என்று அங்கிருப்பவர்களில் எவராவது எப்போதாவது சொல்லுவதை அவள் கேட்பது வழக்கம். ஒவ்வொரு சுவருக்கும் கண்ணும், காதும் இருப்பதாகச் சொல்லிக் கொள்வார்கள். மானேஜர் அறைக்கு யாரையாவது கூட்டிப் போனால் எல்லோருடைய முகத்திலும் கலவரம் வந்து விடும். அந்தப் பெண் தேம்பி அழுதபடி திரும்புவாள். அரண்டு மிரண்டு அடங்கி நடுங்கி வேலை செய்வாள். திரும்பி வராதவர்கள் வேலையை விட்டுப் போய் விடுவார்கள்.

அப்படி இல்லாவிட்டால் வேலையிலிருந்து நீக்கப்பட்டு விடுவார்கள். வேலை செய்தால் பட்டினியோடு வேலை செய்ய வேண்டும். அவர்களை விடுதியில் உண்ணவோ தின்னவோ அனுமதிக்க மாட்டார்கள். வீட்டிலிருந்து யாரையாவது வரவழைத்து அவர்களை அனுப்பி வைத்து விடுவதும் உண்டு.

வெளியேற்றப் பட்டவர்களின் அப்பாக்களோ, அம்மாக்களோ அவ்வப்போது வந்து போவார்கள். பாதியிலேயே வேலையிலிருந்து நின்று விட்டவர்கள் செய்த வேலைக்குப் பணம் கேட்டு வந்து போய்க் கொண்டிருப்பார்கள். வேலையை முடித்து விட்டுப் போகும் போதெல்லாம் அலுவலகத்தின் முன்னால் அவர்கள் காத்திருப்பதை காவேரி பார்த்து வருகிறாள். தனக்கு அப்படிப்பட்ட நிலைமை வந்து விடக்கூடாதென்று அய்யனாரையும் மாரியம்மனையும் அவ்வப் போது வேண்டிக் கொள்வாள்.

அவளுக்கு காளீஸ்வரியின் நினைவு வந்தது. திண்டுக்கல் கடைவீதியில் 'தப்பித்தேன் பிழைத்தேன்' என்று கூட்டத்திற்குள் ஓடிக் கலந்த அவளை அதற்குப்பின் அவள் பார்க்கவில்லை. அவளுடைய அப்பாவும் உறவுகளும் வந்து போனதைக் கூட அவள் கண்டதில்லை. மற்றவர்கள் சொல்லக் கேட்டு காவேரி தெரிந்து கொண்டாள். செய்த வேலைக்குப் பணம் கேட்டு அவர்கள் சொன்ன போதெல்லாம் வந்து பார்த்து விட்டுத் திரும்பிப் போயிருக்கிறார்கள். கடைசியில், அந்த முயற்சியைக் கைகழுவி விட்டு வருவதையே நிறுத்திக் கொண்டார்கள். அவளோடு அவளுடைய ஊரிலிருந்த அழகுலட்சுமிதான் காவேரியிடம் அதை சொல்லியிருந்தாள்.

காளீஸ்வரி தப்பித்து ஊர் போய்ச் சேர்ந்த கதையை காவேரி நினைக்கிறபோதெல்லாம் வியந்து போய்ப் பெருமூச்சு விடுவாள். அவர்கள் வேடிக்கை பார்த்துக் கொண்டிருக்கும் போது வார்டன் சரசம்மாவின் பிடிக்குச் சிக்காமல் ஓடிய காளீஸ்வரி ஒரு கழிப்பறைக்குள் நுழைந்து நீண்ட நேரம் வரை ஒளிந்து கொண்டிருந்திருக்கிறாள். அதற்குப் பிறகு அதற்குள்ளிருந்து வெளிவந்த அவள் மதுரைக்குப் பஸ் ஏறி இருக்கிறாள். அங்கிருந்து இன்னொரு பஸ்ஸில் திருநெல்வேலி போய்ச் சேர்ந்திருக்கிறாள். அங்கு அதிகாலை வரை விழித்தபடி காத்திருந்து தூத்துக்குடி போகிற முதலாவது பஸ்ஸில் ஏறி அங்குப் போயிருக்கிறாள். அப்புறம் ஆட்டோ பிடித்து வீட்டில் போய் இறங்கியிருக்கிறாள். அவள் தன்னந்தனியாக பயணம் செய்து ஊர் போய்ச் சேர்ந்தது அழகு லட்சுமிக்குக் கூட அதிசயமாகத்தான் தோன்றியது.

கண்கள் கூசிப் பார்வையை மங்கச் செய்வதை காவேரி உணர்ந்தாள். சிம்ப்ளெக்ஸ் மெசினில் வேலை செய்யும் பொழுது அவள் மிகவும் எச்சரிக்கையுடன் இருப்பாள். அந்த மெசினும் மற்றவை போலவே ஆபத்தானதுதான். சில மாதங்களுக்கு முன்னால் நடந்ததை நேரில் கண்டதிலிருந்து அவளுக்கு அந்த மெசினில் வேலை செய்வதென்றால் அளவு கடந்த பயம். அது இரண்டாவது சிப்டில் நடந்தது. அன்றைக்கு அந்த சிப்டிற்கு நடராசன்தான் சூப்பர்வைசர். சாந்திதான் சிம்ப்ளெக்ஸ் மெசினில் வேலை செய்து கொண்டிருந்தாள். பக்கத்திலிருந்த ஸ்பின்னிங் மெசினில் அப்போது காவேரி வேலை செய்தாள். சாந்திக்குப் பெரும்பாலும் இரண்டாவது சிப்டிலோ, மூன்றாவது சிப்டிலோதான் வேலை. அவள் தேனி மாவட்டம் பெரியகுளம் பக்கம் வட புதுப்பட்டியிலிருந்து வந்தவள். பார்க்கக் கச்சிதமாக இருப்பாள். அவள் வேலைக்கு வந்து சேர்ந்து இரண்டரை வருடத்திற்கு மேலாகியிருந்தது. ஆறேழு மாதத்தில் அவள் மில்லிலிருந்து வெளியேறி விடுவாள். அவள் தனக்கு வேலை நேரத்தை மாற்றிக் கொடுக்கும்படி கேட்டுக் கொண்டே இருந்தாள். எந்த ஒரு சூப்பர்வைசரும் அதற்குச் சம்மதிக்கவில்லை. அவளுடைய கண்கள் வறண்டு எப்போதும் தூக்கக் கலக்கத்தில் அவள் இருப்பதாகக் காட்டும். பார்வைக்கு அவள் பரிதாபத்திற்கு உரியவளைப் போல இருப்பாள். வலிந்து கேட்டால் வீட்டுக்குப் போய் விடச் சொல்லுவார்கள். அவள் சகித்துக் கொண்டே வேலை செய்து வந்தாள்.

அன்றைக்கும் அப்படித்தான் வேலை செய்து வந்தாள். முறுக்கேறிய நூல் இழை கோனில் சுற்றிக் கொண்டிருந்தது. வழக்கம் போல அசுரத்தனமாக இயந்திரங்கள் வேகமாக உறுமிக் கொண்டிருந்தன. சூப்பர்வைசர் நடராசன் ஒவ்வொரு பிரிவையும் கவனித்தபடியே மில்லுக்குள் சுற்றிச் சுற்றி வலம் வந்து கொண்டிருந்தார்.

“ஐயோ, அம்மா!” சாந்தி அலறினாள்.

காவேரி விசுக்கென்று அந்தப் பக்கமாகத் திரும்பினாள். சிம்ப்ளெக்ஸ் மெசினில் வித்தியாசமாகச் சத்தம் வந்தது. ஓடிப் போய் சுவிட்சைத் தள்ளி மெசினை நிறுத்தினாள்.

சூப்பர்வைசர் நடராசன் வேகமாக ஓடிவந்தார். காவேரி பயந்து வாயடைத்து நின்றாள். சாந்தி அலறிக் கொண்டே தனது வலது கையை மெசினிலிருந்து வெளியே இழுத்துக் கொண்டிருந்தாள். ஓடிவந்த சூப்பர்வைசர் கோன்களைப் பின்னோக்கிச் சுழற்றி சாந்தியின் கையை மெல்ல வெளிப்பக்கமாக இழுத்து விடுவித்தார். வேலை செய்த

ஒவ்வொருவரும் அங்கேயே நின்றபடி கதிகலங்கிப் போனார்கள். காவேரி நெருக்கமாகச் சென்று சாந்தியின் வலது கையைத் தாங்கிப் பிடித்தாள். மணிக்கட்டு துண்டிக்கப்பட்டுவிட்டதால் அது விறைச்சல் இழந்து தளதளவென்று தொங்கியது. வலி தாள முடியாமல் சாந்தி தரையில் படுத்துப் புலம்பிய படியே புரண்டாள். ஒவ்வொரு மெசினும் அடுத்தடுத்து நிறுத்தப்பட்டன. சாந்தியின் அலறலும், அங்கு கூடியவர்களின் சளசளப்பும் கூடின. தேவகி டம்ளரில் தண்ணீர் கொண்டுவந்து சாந்திக்குக் காட்டினாள். காவேரி பரபரப்புடன் சாந்தியைப் பிடித்துத் தூக்கி மடியில் சார்த்துப் படுக்க வைத்துக் கொண்டாள். மாலா கைக்குக் கிடைத்த துணியைத் தண்ணீரில் முக்கிக் கொண்டு வந்து கட்டினாள். சாந்தியின் குரல் முனகலாகியது. படிப்படியாக அவள் மயங்கிச் சோர்ந்து போனாள். கூடியிருந்தவர்கள் அவளைத் தூக்கிச் சென்று தயாராக இருந்த மினி டெம்போவில் படுக்க வைத்தார்கள். வார்டன் சரசம்மாளும், ரேவதியும் உடன் சென்றார்கள். சூப்பர்வைசர் நடராசன் அவளை மருத்துவமனைக்குக் கொண்டு சென்றார்.

சாந்தியின் மணிக்கட்டு துண்டிக்கப்பட்டு விட்டதாக டாக்டர் சொல்லியிருக்கிறார். அவளுடைய தொடையிலிருந்து சதையை வெட்டி எடுத்து வைத்துப் பொருத்த வேண்டும் என்று சொல்லிவிட்டார். அவளுடைய வீட்டிலிருந்து எல்லோரும் வந்து பார்த்துவிட்டுப் போனார்கள். அவளுடைய அம்மா அவளோடு தங்கியிருந்தாள். நிறையப் பணம் செலவானது. அவ்வளவையும் மில்லுக்காரரே கொடுத்தார். அப்புறம் சாந்தியை வீட்டுக்கு அனுப்பி வைத்தார்கள். மூன்று மாதம் கழித்து ஒரு இலட்சம் ரூபாயை மில்லுக்காரர்கள் சாந்தியின் வீட்டுக்கு அனுப்பியிருக்கிறார்கள். அது எல்ஐசியின் பணம். மில்லுக்காரர்கள் எதுவும் கொடுக்கவில்லை. சாந்தியின் கையில் சதை வளர்ந்து வருவதால் வலி தாளாமல் மருத்துவம் பார்த்து வருவதாக ரேகா சொல்லக் கேட்டிருந்தாள் காவேரி. அதை நினைக்கும் போதெல்லாம் காவேரியின் மனதை எதுவோ கவ்வுவது போலத் தோன்றும். கண்களில் நீர் துளிர்த்து வடியும்.

கண்கள் எரிவது போலிருந்தது காவேரிக்கு. தூக்கக் கலக்கத்தில் கொட்டாவி விட்டாள் அவள். எப்போதும் போலவே அன்றைக்கும் அவள் அளவாகத்தான் உண்டிருந்தாள். சப்பாத்தியும், புரோட்டாவும் தான். டீ குடித்திருந்தாள். அப்போது டீ குடிக்க வேண்டும் போலத் தோன்றியது அவளுக்கு. மில்லில் நினைத்த போதெல்லாம் டீ கொடுக்கமாட்டார்கள். அவள் நிதானமாக நடந்து வெளியில் வந்து பார்த்தாள். கும்மென்ற இருட்டில் மின்விளக்குகள் பரிதாபமாக

எரிவது போலிருந்தது. பக்கத்திலிருந்த தண்ணீர் பாத்திரத்திலிருந்து தம்ளரில் தண்ணீர் பிடித்துக் கண்களைக் கழுவினாள். சில்லென்று கண்கள் இதமாக இருந்தது. முகத்தையும் கழுவிக் கொண்டாள். முந்தானையால் முகத்தைத் துடைத்துக் கொண்டே வந்தவள் சிம்ப்ளெக்ஸ் மெசினைக் கூர்மையாகக் கவனித்தாள். கோன்கள் சுழன்று கொண்டிருந்தன.

"கவிதா!"

குரல் வந்த பக்கம் திரும்பினாள் காவேரி

சூப்பர்வைசர் கனகவேல் நிதானமாக கவிதாவை நெருங்கினான். அவனுக்குப் பின்னால் ராதா வந்து கொண்டிருந்தாள். அதைக் கவனிக்காதவளைப் போல நின்றிருந்தாள் காவேரி.

"கொஞ்ச நேரம் ராதா கார்டிங் பார்க்கட்டும்! உனக்கு புளோ ரூம்ல வேலை இருக்கு வா!"

ராதாவின் முகத்தைப் பார்த்தபடியே அங்கிருந்து நகர்ந்தாள் கவிதா. சூப்பர்வைசர் கனகவேல் புளோரூம் பக்கமாகப் போவதைப் பார்த்த காவேரி தனக்குள் வெறுமையுடன் சிரித்துக் கொண்டாள்.

இயந்திரங்கள் அசுரகதியில் இரைச்சலிட்டன. பனிப்படலம் போல மில்லுக்குள் காற்று அடைந்து கிடந்தது. கோன்களை அடுக்கிக் கொண்டிருந்த செல்வனும், மணியனும் எதையோ சொல்லிச் சிரிப்பது காவேரியின் காதில் விழுந்தது. சூப்பர்வைசர் இல்லாத நேரத்தில் அவர்களுக்கு தலைகால் புரியாது. ஆடாத ஆட்டமெல்லாம் ஆடுவார்கள். கோன்களை வீசிப் பிடித்து விளையாடுவார்கள். அங்கேயும் இங்கேயும் ஓடித்திரும்புவார்கள். அவர்களுக்கு அப்போதெல்லாம் ஒரே விளையாட்டு. சூப்பர்வைசரைப் பார்த்தால் பெட்டிப் பாம்பாக அடங்கிப் போவார்கள். அப்பாவிகளைப் போல ஓடி ஓடி வேலை செய்வார்கள். மில்லின் நாலாப் பக்கமும் பார்வையை விரித்தாள் காவேரி. அங்கங்கே இயந்திரங்களுக்கு முன்னால் பெண்கள் நகர்ந்து கொண்டிருந்தார்கள்.

அவர்களையெல்லாம் விழுங்கத் துடிப்பது போல இயந்திரங்கள் ஓயாமல் உறுமின.

ஒவ்வொரு விநாடியையும் இயந்திரங்கள் உறுமியபடியே விழுங்கிக் கொண்டிருந்தன. நேரம் கழிந்து கொண்டிருந்தது. ஒவ்வொரு நிமிடமும் சூப்பர்வைசர் கனகவேலுவின் வருகையை எதிர்பார்த்து எச்சரிக்கையுடன் மெசினின் முன்னால் நகர்ந்து

கொண்டிருந்தாள் காவேரி. மின்விளக்குகளின் வெப்பம் தணிந்து இலேசாகக் குளிர்வதை உணர்ந்தாள் காவேரி. விடிவதற்கான நேரம் தொடங்கிவிட்டதைக் கணித்தாள் அவள். சிப்டு முடிந்ததும் படுக்கையில் ஒரு மணி நேரமாவது படுத்துக்கிடக்க வேண்டுமென்று அவள் நினைத்தாள். அந்த அளவுக்கு அவளுக்கு உடல் வலித்தது. கால்கள் சலித்துப் போயிருந்தன.

இடது பக்கமிருந்த புளோ ரூமின் கதவு வழியாக நிதானமாக நடந்து வந்தான் சூப்பர்வைசர் கனகவேல். அவனுடைய வருகை அவள் பார்த்த சினிமாவில் குகையை விட்டு வெளிவரும் புலியை அவளுக்கு நினைவுபடுத்தியது. அவனுடைய முகம் வாடிச் சோர்ந்திருப்பதை அவன் நெருக்கமாக வந்த போது காவேரி கவனித்தாள். ஏதோ நடந்திருப்பது போல அவளுடைய மனதில் பட்டது. எவரையாவது திட்டித்தீர்த்திருப்பான் என்று அவள் கணக்குப் போட்டாள். அப்போதெல்லாம் அவனுடைய முகம் இப்படி இருப்பதை காவேரி கவனித்திருந்தாள். அவன் மில்லின் ஒவ்வொரு பிரிவையும் நிதானமாக நடந்தபடியே கவனித்துக் கொண்டிருந்தான்.

வெளியில் வெளிச்சம் கூடிவருவதைக் கவனித்த காவேரி சிப்டு முடிவதற்கான நேரம் நெருங்குவதைக் கணக்கிட்டாள். படுக்கைக்குச் செல்ல வேண்டுமென்ற துடிப்பு அவளுக்கு அதிகமாகியது. அவளோடு வேலை செய்து கொண்டிருந்தவர்களின் அசைவில் சுறுசுறுப்புக் கூடிவருவதை அவள் கவனித்தாள். கதவின் வழியாக அவள் வெளியில் பார்த்தபோது இருட்டு இன்னும் கருத்திருந்தது. மணியனும், செல்வனும் விரைசலாக நடந்து வெளியில் போவது அவளுக்குத் தெரிந்தது. கோன்களைப் பெட்டிகளில் ஒழுங்காக அவர்கள் அடுக்கி வைத்திருக்கக் கூடும். நான்கு அட்டைப் பெட்டிகள் வரிசையாக வைக்கப்பட்டிருந்தன. அவற்றை டெம்போவில் ஏற்றி அனுப்பிவைக்க அவர்கள் போகக் கூடுமென்று அவள் நினைத்தாள்.

ஒவ்வொரு கோனின் சுழற்சியையும் கவனித்துக் கொண்டே வந்த காவேரியின் பார்வையில் கவிதா பட்டாள். சோர்வுடன் அவள் புளோ ரூமிலிருந்து உள்ளே வந்தாள். அவளுடைய தலை குனிந்திருந்தது. தலைமுடி கலைந்திருந்தது. பஞ்சுத் துண்டுகள் அவளுடைய அடர்ந்த தலைமுடியின் மேல் மல்லிகைப் பூவைத் தூவியது போல அங்கங்கே படிந்திருந்தன. அவற்றை வலது கை விரல்களால் தொட்டுத் தடவி உதறிக் கொண்டே கவிதா தன்னை நெருங்கி வருவதைப் பார்த்தாள்.

வந்தவள் காவேரியின் இடது தோளைத் தொட்டுத் தலையாட்டித் தன்னுடன் வரும்படி சொல்லியபடியே நடந்தாள். காவேரி

சூப்பர்வைசரைக் கவனித்தாள். அவன் கண்ணில்படவில்லை. சிப்டு முடிகிற நேரமானதால் அவன் போயிருக்கக் கூடுமென்று அவள் நினைத்தாள்.

முன்னால் சென்ற கவிதா கதவோரம் நின்று வெளியில் பார்த்துவிட்டுப் படியிறங்கி வாசலில் நின்றாள். பின்னால் சென்ற காவேரி குழப்பத்துடன் அவளின் பின்னால் நெருங்கினாள்.

"டாய்லெட் போலாம்!"

காவேரியின் மனம் மெல்லப் படபடத்தது. இருட்டில் நடந்த கவிதாவின் பின்னால் அவள் நிதானமாகவே நடந்தாள்.

கழிப்பறைகளை நெருங்கியதும் கவிதா அப்படியே திரும்பி நின்று விம்மி விம்மி அழுதாள். காவேரி திக்கித்துப் போய் அவளை நெருங்கி அவளுடைய தோளைப் பற்றினாள். கவிதாவின் விசும்பல் சன்னமாக ஒலித்தது. கழிப்பறைகளில் விளக்கு எரிகிறதா என்று கவனித்தாள். காவேரி. ஒவ்வொன்றும் இருண்டு இருட்டில் மூழ்கிக் கிடந்தன.

"என்ன கவிதா? ஏன் அழுவறே?"

"நான், நான்" கவிதா பேசமுடியாமல் தவித்தாள்.

"சொல்லு! என்ன ஆச்சு?"

"சூப்பர்வைசர் என்னெப் பஞ்சு குடோன்ல கணக்கெடுக்கணுமின்னு கூட்டீட்டு போனான்!"

"ப்ளோ ரூமுக்குத்தான கூட்டிப்போனான்!"

"இங்கெ அப்படித்தான் சொன்னான். ஆனா, பஞ்சு குடோனுக்குத்தான் கூட்டீட்டுப் போனான்"

"அங்கெ யாரெல்லாம் இருந்தாங்க?"

"யாரும் இல்லே! என்னைத்தா மூட்டைகளே எண்ணச் சொன்னான். நான் எண்ணிக்கிட்டே போனேன். அவன் மெதுவா பின்னாலெயே வந்தான். ஒரு எடத்துல இருட்டா இருந்தது. திடீர்னு கட்டிப்புடிச்சு என்னெக் கீழே தள்ளீட்டு என்மேலே படுத்தான். நான் அவனெத் தள்ளித் தள்ளிவிட்டேன். அவன் என்னெ விடவே இல்லே! சொல்றபடி கேக்கலீன்னா வேலையிலெ இருந்து நீக்கி ஊட்டுக்கு அனுப்புவேன்னு சொன்னான். நான் அதுக்கு ஒத்துக்கலே! கட்டிப்புடிச்சு பொரண்டான். அவன் விடமாட்டான்னு தெரிஞ்சுது. என்னெ என்னென்னமோ பண்ணுனான். திடீர்னு செத்தவளாட்டாப் படுத்துட்டேன். மூச்சு

அடக்கி அசையாமெக் கெடந்தேன். அவன் பயந்து போய் அங்கிருந்து போயிட்டான். அப்புடியே கெடந்தேன்! அவனெக் காணோம்! மெல்ல எந்திருச்சு சேலையெக் கட்டீட்டு வெளியே வந்துட்டேன்! இனி, அவன் என்னெச் சும்மா விடமாட்டான். ஊட்டுக்கு போன் பண்ணி அம்மாளெ வரச்சொல்லணும்!”

“விடிஞ்சப்பறம் போன் பண்ணிக்களாம்! போயி மொகத்தெக் கழுவீட்டு வா!” காவேரி சொல்லிவிட்டு இருட்டை ஊடுருவிப் பார்த்தாள். அடிவயிறு கலங்கிவிட அவளுக்குத் தலை சுற்றுவது போலிருந்தது.

கவிதா குழாயடிக்குப் போய் முகத்தைக் கழுவிக் கொண்டு காவேரியிடம் வந்தாள். அவள் இருட்டில் நின்றிருந்தாள்.

“முகத்தெ நல்லாத் தொடைச்சுக்க! யாருகிட்டயும் இதப்பத்திச் சொல்லாதே!” காவேரி சொல்லிக் கொண்டே அவளைப் பார்த்தாள்.

கவிதா முகத்தை முந்தானையால் துடைத்தபடி முன்னால் நடக்க அவளைக் காவேரி பின் தொடர்ந்தாள்.

பதினொன்று

அன்று காவேரிக்கு இரண்டாவது சிப்டில் வேலை. ஜாயினிங் பிரிவிலிருந்த மெசினின் முன்னால் வலமும் இடமுமாக அவள் மாறி மாறி நகர்ந்தபடியே இருந்தாள். கால்கள் இலேசாக வலிப்பதை அவள் உணர்ந்தாள். வரும்போது கணுக்கால்களுக்குத் தேங்காய் எண்ணெய் தடவி நன்றாகத் தேய்த்துச் சூடேற்றி வந்திருந்தாள். அப்போது கால்வலி தேவலாம் போல அவளுக்குத் தோன்றியது. இப்போது மெல்ல மெல்ல வலிக்கத் தொடங்கியது. அவளைப் பொருத்தவரை பொதுவாகவே இப்படித்தான். வலி அவ்வப்போது வந்து போகும். அன்றைக்கு சிப்டு முடிந்து விடுதிக்குப் போனதும் கால்களுக்கு எண்ணெய் தடவி தேய்க்க வேண்டுமென்று நினைத்தாள்.

காலையில் கவிதா அவளுடைய அம்மா கனகம்மாளோடு வந்து போயிருந்தாள். பார்க்க உடல் தேறி விட்டவளைப் போல கவிதா இருந்தாள். காவேரிக்கு வியப்பாகவும் ஏக்கமாகவும் இருந்தது. தான் மட்டும் தேய்ந்து போய் விட்டதாக நினைத்து அவள் கலங்கினாள். முழுவதுமாகத் தேய்ந்து விடுவதற்குமுன் மூன்றாவது வருடத்தைக் கழித்துவிட்டு அங்கிருந்து போய் விட வேண்டுமென்று அவள் நினைத்தாள். அவள் நினைப்பதெல்லாம் தவறாமல் நடக்குமா என்று அடிக்கடி சந்தேகம் வரும். வந்தாலும் தன்னைக் கடவுள் காப்பாற்றுவார் என்று அவள் நம்பினாள். அந்த நம்பிக்கையில்தான் அவள் இதுவரை காலம் தள்ளி வருகிறாள். இனியும் அவள் அப்படித்தான் இருக்கப் போவதாக மனதை வலுப்படுத்திக் கொண்டாள்.

இழை துண்டிக்கப்பட்டதும் மெதுவாகச் சுழன்ற கோன் ஓயும்வரை அதையே பார்த்துக் கொண்டிருந்த அவள் நாட்டரை எடுத்து அறுந்து போன அதன் நுனிகளை ஒன்று சேர்த்து அழுத்தியதும் திரும்பவும் கோன் சுழலத் தொடங்கியது. அடுத்தடுத்து இருந்த ஒவ்வொரு கோனையும் கவனித்தபடியே அவள் நகர்ந்தாள். மெசின்களின் முன்னால் நின்றவர்கள் வலமும் இடமுமாக நகர்ந்து கொண்டிருந்தார்கள். சூப்பர்வைசர் தனபால் மில்லுக்குள் சுற்றிச் சுற்றி வந்து கொண்டிருந்தான். இயந்திரங்களின் உறுமல் சத்தம் இடைவிடாமல் ஒலித்துக் கொண்டிருந்தது. இடையிடையே தும்மல் சத்தம் பலமாகக் கேட்டது. யாரோ ஒருவர் பலமாக ஒருமுறை இருமிவிட்டு ஓய்வதை அவள் கவனித்தாள். அக்கம் பக்கம் திரும்பக்

கூடாது. அடுத்திருப்பவரிடம் பேசக் கூடாது. கண்டால் சூப்பர்வைசர் சத்தம் போடுவான். பக்கத்தில் வந்து நின்றுகொண்டு வாய் ஓயும் வரை முணுமுணுப்பான். இல்லாவிட்டால் கட்டுப்பாடில்லாமல் திட்டித் தீர்ப்பான்.

கடைசியிலிருந்த வைண்டிங் பிரிவில் வேலை செய்தவர்கள் அடிக்கடி வெளியில் போய் வந்து கொண்டிருந்தார்கள். சூப்பர்வைசர் அங்கு இல்லாவிட்டால் மணியனும், பாலனும் பாடிக் கொண்டே மில்லுக்குள் சுற்றி வருவார்கள். ஒருவனைப் பார்த்து இன்னொருவன் கெட்ட வார்த்தைகளைச் சொல்லி செல்லம் காட்டுவான். கொஞ்சுவதும் உண்டு. அப்போதெல்லாம் வேலை செய்யும் பெண்கள் தலை குனிந்து சத்தம் வராமல் சிரிப்பார்கள். வேறு சிப்டில் வருகின்ற முத்துவும் முருகனும் கண்ட கண்ட பாட்டுக்களைப் பாடிக்கொண்டே புளோரூமுக்குப் போய் திரும்புவார்கள். அந்தப் பாட்டுக்களைக் கேட்கும் போதெல்லாம் அருவருப்புத் தோன்றும். கேட்பவர்களில் சிலர் சிரிப்பை அடக்கிக்கொண்டு அடுத்திருப்பவர்களிடம் மெல்லக் கிசுகிசுப்பார்கள். சந்திரனும், ரஜனியும் கூட அவர்களுக்குக் குறைந்தவர்கள் இல்லை. வாய்ப்புக் கிடைத்தால் கண்டபடி பாடித் தீர்ப்பார்கள். சினிமாப் படங்களில் வரும் நகைச்சுவைக் காட்சிகளின் வசன நடையில் பேசிக் கொண்டு திரிவார்கள். வடிவேலு மாதிரியும், கவுண்டமணி மாதிரியும், செந்தில் மாதிரியும், விவேக் மாதிரியும் பேசிக் கொள்வார்கள். போட்டி போட்டுக் கொண்டு அவர்கள் பேசாமல் இருப்பார்கள். சிரிக்கவே தெரியாதவர்களைப் போல நடந்து கொள்வார்கள். அதுவெல்லாம் பலருக்கு வேலைகளின் அலுப்பைக் குறைப்பதாகத் தோன்றும் அவளுக்கு.

கவிதா அவளுடைய அம்மாவுடன் வெளியில் போவதைப் பார்க்கப் பரிதாபமாக இருந்தது காவேரிக்கு. போவதற்கு முன்பு அவளோடு பேசிவிட்டுத் தான் அவர்கள் போனார்கள். கணகளில் நீர் அரும்ப காவேரி வெகுநேரம் வரை அங்கேயே நின்றிருந்தாள். கவிதா அவளோடு வந்தவள். அதே ஊரைச் சேர்ந்தவள். அப்பாவை இழந்த நிலைமையில் அரையும் குறையுமாக உண்டு வளர்ந்திருந்தாள். அவளின் உடல் தளராமலே இருந்தது. மில் வேலை கடுமையாக இருந்தாலும் அவளுக்கு அது ஒத்துக்கொண்டதாகவே காவேரி நினைத்தாள். தனக்குத்தான் முடியவில்லை என்ற வருத்தம் அவளுக்கு. காலும், கையும் சூம்பிக்கொண்டு வருவதாக அவள் நினைத்து பயந்தாள். கவிதாவின் உடலே அவளுக்குப் பகையாக இருப்பதாக அவள் நினைத்தாள்.

இனிமேல் கவிதாவுக்கு எந்த விதக் கவலையும் இல்லையென்று காவேரி நினைத்தாள். தனக்குக் கல்யாணம் நடக்கவிருப்பதாக கவிதா சொன்னது அதிசயம் போலத் தோன்றியது அவளுக்கு. கல்யாணக் களையோடுதான் கவிதா அங்கு வந்திருந்தாள். பார்க்கப் பார்க்க அவளை இன்னொருமுறை பார்க்க வேண்டும் போலிருந்தது காவேரிக்கு.

கனகம்மா கையிலிருந்த பைக்குள்ளிருந்து கல்யாணப் பத்திரிகையைக் கொண்டு வந்திருந்தாள். மாப்பிள்ளையின் பெயர் மனோகரன். பெயரைப் பார்க்கவும், கேட்கவும் காவேரிக்கு விருப்பமாக இருந்தது. மதுரைக்கும் பக்கம் வாடிப்பட்டி. கடை நடத்தி வருவதாகச் சொன்னாள் கனகம்மாள். நெல்வயல் கூட இருப்பதாகச் சொன்னபோது காவேரி தனக்குள் ஏங்கினாள்.

கல்யாணப் பத்திரிகையைக் கொடுத்து மகளுக்குக் கல்யாணம் நிச்சயமாகியிருப்பதை கனகம்மா மானேஜரிடம் சொன்னதாகச் சொன்னாள். கல்யாணச் செலவுக்குப் பணம் உடனடியாகத் தேவைப்படுவதாகச் சொல்லியிருக்கிறாள். மில்லில் வேலை செய்ததற்கான பணத்தைத் தரும்படி கனகம்மாள் கேட்டிருக்கிறாள். மூன்று வருடம் முழுவதுமாக வேலை செய்யாதவளுக்குப் பேசியபடி பணம் தர முடியாது என்று மானேஜர் சொல்லியிருக்கிறார். பாடுபட்டது வீணாகிப் போச்சே என்று தலையில் அடித்துக் கொண்டு புலம்பியிருக்கிறாள் கனகம்மாள். வருகிறவர்களுக்கெல்லாம் வாரிக் கொடுத்து விட்டு மில்லை மூடிவிட யாரும் தயாராக இல்லை என்று சொன்னாராம் மானேஜர். மில் முதலாளியைக் கலந்து பேசிவிட்டு தகவல் கொடுப்பதாக மானேஜர் சொல்லி அவர்களை அனுப்பியிருக்கிறார். இதையெல்லாம் தொடர்ச்சியாக காவேரியிடம் சொல்லியிருந்தாள் கனகம்மாள். எப்படியும் பணம் கொடுப்பார்கள் என்ற காவேரியும் சொல்லி வைத்தாள். மாரியம்மனை நினைத்துக் கும்பிட்ட படியே கவிதாவைக் கூட்டிக் கொண்டு போனாள் கனகம்மாள்.

கவிதாவுக்கு வயிற்றுவலி என்று சொல்லித்தான் அவளை முதலில் கூட்டிக் கொண்டு போனாள் கனகம்மாள். அன்றைக்கு விடிகிற நேரத்தில் கழிப்பறைக்குப் பக்கத்தில் கவிதா சொல்லிப் புலம்பியது அப்போதும் காவேரிக்கு நினைவு வந்தது. விடிந்தும் விடியாததுமாக கவிதா தன்னுடைய அம்மாளுக்கு போன் செய்த போது காவேரியும் பக்கத்தில் இருந்தாள். தனக்கு வயிற்றுவலி தாள முடியவில்லையென்று சொல்லி போனிலேயே அவள் புலம்பினாள். கவிதா போனில் பேசியபோது அதை வார்டன் சரசம்மாள் கூடப்

பக்கத்திலேயே இருந்து கவனித்தாள். அவள் பேசி முடித்ததும் வார்டன் சரசம்மாள் அவளைத் தன்னுடன் அழைத்துப் போய் மாத்திரைகளைக் கொடுத்திருக்கிறாள். அத்தனை மாத்திரைகளையும் ஒரே சமயத்தில் விழுங்கித் தண்ணீர் குடித்துத் தன்னை மாய்த்துக் கொள்ளப் போவதாக கவிதா சொன்ன போது காவேரி விசும்பி விசும்பி அழத் தொடங்கி விட்டாள். கவிதாவும் தேம்பித் தேம்பி அழுதாள். மஞ்சுளாவும், தேவகியும் கவிதாவை விசாரித்த போது அவளுக்கு வயிற்றுவலி என்றுதான் காவேரி சொல்லி அவர்களைச் சமாளித்தாள். அவர்களுடைய முகங்களும் சோர்ந்து போய் விட்டதை காவேரி கவனித்தாள். அந்தப் பொய் கவிதாவுக்கு நல்லதைச் செய்து விட்டதாக சொல்லித் தன்னைத் தேற்றிக் கொண்டாள் காவேரி.

அன்றைக்கு மதியம் காவேரிக்கு உணவு கொடுக்க வேண்டாமென்று விடுதியில் சொல்லி வைத்து விட்டாள் வார்டன் சரசம்மாள். கவிதாவுடனும், கனகம்மாளுடனும் காவேரி பேசிக் கொண்டிருந்ததை வார்டன் சரசம்மாள் பார்த்துக் கொண்டிருந்தாள். வெளியிலிருந்து வருகிறவர்களிடம் சம்பந்தமில்லாதவர் பேசிக் கொண்டிருப்பதைக் கண்டால் அவர்களுக்கு நாள் முழுக்க உணவு கொடுக்க மாட்டார்கள். பசியோடு இருந்து தண்ணீர் குடித்து வயிற்றைக் குளிர வைத்து அன்றைக்கு வேலை செய்ய வேண்டும். அங்கே வழக்கமாக இப்படி இருந்து வருவதை எல்லோரும் தெரிந்திருந்தார்கள். காவேரிக்கும் இது தெரியும். தன்னுடன் ஒன்றாக வந்தவள் கவிதா. தன்னுடைய ஊரைச் சேர்ந்தவளும் கூட. அவ்வப்போது யாரையாவது பிடித்துக் கொடுத்துத் தனக்கு நல்ல பெயரைச் சம்பாதித்துக் கொள்ளுவது வார்டன் சரசம்மாளுக்கு விருப்பமானது. அன்றைக்கு காவேரி அகப்பட்டுக் கொண்டது அவளுக்கே அவமானமாக இருந்தது. தலை சுற்றுகிற மாதிரி தோன்றிய போதெல்லாம் காவேரி நிறையத் தண்ணீர் குடித்தாள்.

சூப்பர்வைசர் நடராசனும் கூட ஒரு மாதிரியானவன் என்பதை காவேரி தெரிந்து வைத்திருந்தாள். தன்னிடமெல்லாம் அவன் அப்படி நடந்து கொண்டதில்லை. ஜீவா கூட அவ்வப்போது அவனைப் பற்றித் தன்னிடம் சொல்லிக் கொண்டிருந்தது காவேரிக்கு நினைவு வந்தது. அவள் தேனிக்காரி. தப்புக்குண்டு ஊரைச் சேர்ந்தவள். அவளுக்கு அதிக அளவுக்கு வேலை கொடுத்து வேலை வாங்குவான் அவன். என்னதான் வேலை செய்தாலும் குற்றம் குறை சொல்லிச் சத்தமாகத் திட்டுவான். வேஸ்ட் நிறைய வருவதாக மேலிடத்தில் புகார் சொல்லுவான். கூடுதலாக கொடுக்கும் வேலையைச் செய்ய மறுத்தால்

மற்றவர்களின் வேஸ்டையும் அவளுடைய கணக்கில் எழுதி வைப்பான். ஜீவாவின் தோழி பாண்டியம்மாளின் மீது அவனுக்கு நீண்ட காலமாகவே ஒரு நோட்டம். போகும் போதும் வரும் போதும் பாண்டியம்மாளின் கையைப் பற்றி இழுப்பான். இடுப்புப் பகுதியில் கிள்ளுவான். பின்பகுதியைச் செல்லமாகத் தட்டுவான். ஸ்பின்னிங் பிரேமுக்குள் வேலை செய்யும் பொழுது அவளை அங்கேயும், இங்கேயும் தொட்டுக் குறும்பு செய்வான். அதையெல்லாம் ஜீவா கவனித்துக் கொண்டுதான் இருந்தாள். அவள் அதையெல்லாம் வெளியில் சொல்லி விடுவாளோ என்ற பயத்தில் அவன் அவ்வப்போது அவளுக்குத் தொல்லை கொடுத்து மிரட்டி வந்திருக்கிறான்.

அதற்கு மேலும் சகிக்க முடியாத நிலைமையில் ஜீவா தன்னுடைய வீட்டிற்குக் கூட்டிச் செல்லும்படி போனில் அவளுடைய அம்மாவிடம் கெஞ்சியிருக்கிறாள். அவளுடைய அம்மா வந்து தன்னுடைய மகளைக் கூட்டிச் செல்ல அனுமதி கேட்டிருக்கிறாள். ஜீவாவை அனுப்பி வைக்க அங்கே எல்லோருமே எதிர்ப்புத் தெரிவித்தார்கள். அழுது புலம்பியபடியே திரும்பிப் போன அவளுடைய அம்மாள் சடங்கு நிகழ்ச்சி அழைப்பிதழோடு திரும்பவும் வந்தாள். அதைக் காட்டித் தன்னுடைய மகளுக்கு சடங்கு செய்யப் போவதாகச் சொல்லி ஜீவாவைக் கூட்டிப் போனாள். சடங்கு முடிந்ததும் அவளைத் திரும்பவும் வேலைக்கு அனுப்பி வைத்தால்தான் பணம் கிடைக்கும் என்று அவர்களிடம் சொல்லி அனுப்பியிருக்கிறார்கள். போனவள் போனவள்தான். அந்தப் பக்கம் அவள் திரும்பவும் வரவில்லை. அவளை இப்போது எல்லோரும் மறந்து போயிருக்கக் கூடுமென்று காவேரிக்குத் தோன்றியது.

காவேரிக்குத் திடீரென்று அழகுராணியின் நினைவு வந்தது. அவளும் ஜீவாவைப் போலவே தொடர்ந்து தொல்லைகளை அனுபவித்து வந்தவள். தேனிக்காரி. பெரிய குளம் கைலாசப்பட்டியிலிருந்து வந்தவள். அப்பாவை இழந்து அம்மாவால் வளர்க்கப்பட்டவள். அவளுக்குத் தன் தம்பியை நன்றாகப் படிக்க வைக்க வேண்டுமென்ற விருப்பம். அவளுக்கு அக்காள் ஒருத்தியும் இருந்தாள். அவள் ஏதேதோ வேலைக்குப் போய் வருகிறாள். அவளுடைய அம்மாவும் அப்படித்தான். அக்காவை அவள் செல்வி என்று அடிக்கடி சொல்லிப் பேசுவதை காவேரி கவனித்திருக்கிறாள்.

அழகுராணி தொடர்ந்து இரண்டு சிப்டுகள் வேலை செய்வாள். பெரும்பாலும் அவளுக்கு இரவு நேர வேலைகளைத்தான் கொடுப்பார்கள். பார்ப்பதற்கு எடுப்பாக இருப்பாள். அதனாலேயே அவளுக்கு அப்படி ஒரு பெயர் வைத்திருக்கக் கூடுமென்று காவேரி

நினைத்தாள். கடுமையான வேலையால் அவ்வப்போது அவள் சோர்வாக இருப்பாள். சூப்பர்வைசர் செல்வகுமார் அவளை வாட்டி வதைத்துக் கொண்டிருந்ததைப் பலரும் பார்த்துப் பயந்தார்கள். அவளுக்குப் பக்கமாகச் சென்று உரசுவான். இரட்டை அர்த்தமுள்ள வார்த்தைகளில் பேசுவான். வேண்டுமென்றே இடித்துக் கொண்டு நடப்பான். அதையெல்லாம் அவள் சகித்துக் கொண்டு அமைதியாக இருப்பாள். அவளும் எப்படியோ ஒன்றரை வருடத்தைக் கழித்தாள்.

அவளுக்குத் திடீரென்று ரத்த வாந்தி வந்து அவள் துடிதுடித்ததைப் பார்த்ததிலிருந்து காவேரிக்கு பயம் கூடியது. அவளை ஆஸ்பத்திரியில் வைத்து வைத்தியம் பார்த்தார்கள். ஒரு வாரம் கழித்து அவள் திரும்பவும் வேலைக்கு வந்து சேர்ந்தாள். ஒரு மாதம் கழிந்த பிறகு அதே மாதிரி திரும்பவும் அவளுக்கு ரத்த வாந்தி வந்தது. ஊருக்குச் சென்று வைத்தியம் பார்த்துச் சரியான பிறகு வேலைக்கு வரும்படி அவளிடம் சொல்லிப் பணத்தைக் கொடுத்தார் மானேஜர். அவள் தொடர்ந்து வேலை செய்ய விரும்புவதாகக் கெஞ்சின போதும் கூட அவளை அதற்கு அனுமதிக்கவில்லை. அவளை விரட்டாத குறையாக மில்லை விட்டு அனுப்பி வைத்தார்கள். ஊருக்குப் போனவள் பெரியகுளம் அரசாங்க ஆஸ்பத்திரியில் வைத்தியம் பார்த்திருக்கிறாள். நோயிலிருந்து அவள் குணமடைந்த பின்பு அவளை வேலைக்குச் செல்லலாம் என்று டாக்டர் சொல்லியிருக்கிறார். அழகுராணி ஊரிலிருந்தபடியே மானேஜருக்குப் போன் செய்து வேலைக்கு வருவதாகச் சொல்லியிருக்கிறாள். சொல்லும் போது வந்தால் போதும் என்று மானேஜர் சொல்லியிருக்கிறார். அதுவரை அவள் வேலைக்கு வந்து சேர்ந்ததாக காவேரிக்குத் தெரியவில்லை. எவரும் அதைப் பற்றி பேசுவதை அவள் கேட்கவும் இல்லை.

காவேரிக்கு நிற்பது சிரமமாக இருந்தது. தலை சுற்றுவது போலத் தோன்றியதில் அவள் நிதானமாகவே வேலை செய்து கொண்டிருந்தாள். கையில் 'நாட்டர்' இருந்தது அவளுக்குக் கொஞ்சம் வசதியாக இருந்தது. இழை அறுந்து துண்டிப்பது கூட அவ்வளவு அதிகமாக இல்லை. உறுமல் சத்தம் அவளுக்கு எரிச்சலைத் தந்து கொண்டிருந்தது. மெல்ல நடந்து சென்று தண்ணீர் குடித்த போது வயிறு சில்லிட்டு உடல் சிலிர்த்தது. அவளுக்குத் தெம்பு தருவதாக இருந்தது.

சங்கொலி இயந்திரங்களின் உறுமலை அடக்குவது போல உச்ச தொனியில் ஒலித்து மெல்ல அடங்கியது. மில்லுக்குள் சளசளப்புக் கூடியது. அடுத்த சிப்டுக்கு வர வேண்டியவர்கள் விரைசலாக நடந்து வருவதை அவள் கவனித்தாள். அந்த சிப்டு முடித்தவர்கள் அலுப்புடன் மில்லிலிருந்து வெளியேறினார்கள். காவேரியும் கூடத்தான்.

அடுத்த வேலையும் பட்டினி என்ற நினைப்பில் அவள் விடுதியில் கண்களை மூடிப் படுத்துக் கிடந்தாள். நேரம் கழியக் கழிய அவள் அயர்ந்து தூங்கினாள். கூடுதல் வேலைக்கு அவளை அழைக்கவில்லை.

அவள் தன்னை எழுப்புவது கண்டு பயத்துடன் விழித்தாள். மஞ்சுளாவும், ரேகாவும், மாலாவும், ராதாவும் அவளைச் சுற்றி அமர்ந்திருப்பதைப் பார்த்து அவள் அதிர்ச்சியடைந்தாள்.

'தண்ணி கொண்டு வாங்கடி' மஞ்சுளா சொல்லிக் கொண்டே காகிதப் பொட்டலத்தை காவேரியிடம் கொடுத்தாள்.

விரித்துப்பார்த்த காவேரிக்கு கண்கள் கலங்கின. சப்பாத்தியும், பூரியும், மசாலுமிருந்தன.

"ஏதுடி?" காவேரி கேட்டாள்.

"எங்களுக்குப் போட்டதுலெ மிச்சம் பிடிச்சோம்!" காவேரி தின்னத் தொடங்கினாள்.

பனிரண்டு

காவல் தெய்வம் அய்யனாருக்குக் குளத்தூரில் சாட்டு நடந்ததால் ஊர் திரும்பியிருந்தாள் காவேரி. வந்து ஒருவாரம் கழித்து விட்டதை அப்போதுதான் அவள் உணரத் தொடங்கினாள். அவளுக்கு ஒவ்வொன்றுமே புதியதாகத் தோன்றுவதாக இருந்தது. அவளுக்குப் பழக்கப்பட்ட வீடுகளுக்கெல்லாம் போய் வந்தாள். அநேகமாக அந்த ஊரின் சந்து பொந்துகளிலெல்லாம் நுழைந்து சொந்த பந்தங்களையெல்லாம் பார்த்து வந்தாள். அவள் பிறந்து வளர்ந்த ஊரின் அடையாளம் வேகமாக மாறி வருவதை அவள் கண்டாள். பலரும் பல வேலைகளுக்கும் தூரம் தொலைவு போய் வருகிறார்கள். அவள் தேடிப் போனவர்களில் சிலர் கட்டிட வேலைகளுக்குப் போய் அங்கேயே தங்கியிருப்பதாகவும் அவள் கேள்விப்பட்டாள். அப்போதெல்லாம் அவள் மனம் தளர்ந்து பெருமூச்சு விட்டாள். அவளைத் தேடி வந்து பார்த்துப் போனவர்களும் நிறையவே இருந்தார்கள். அவளுக்குத் தெரிந்திருந்த சிலரெல்லாம் செத்துப் போனதைச் சொல்லக் கேட்டு அவள் கண்ணீர் வடித்தாள். அவர்களையெல்லாம் நினைவுக்குக் கொண்டு வந்து சிறிது நேரம் வரை மனதில் அவள் அசை போட்டாள். கல்யாணமாகிப் போய் விட்ட சிலரையும் விசாரித்துத் தெரிந்து கொண்டாள். கல்யாணமாகி ஊருக்குப் புதிதாக வந்திருப்பவர்களைப் பற்றியும் சொல்லக் கேட்டாள்.

நான்கு மாதங்களுக்கு முன்பே தன்னைப் பார்க்க வந்த அம்மா பார்வதியிடம் கவிதாவின் கல்யாணத்தைப் பற்றிக் கேள்விப்பட்டு அதிர்ந்து போனாள் காவேரி. அவளுக்குக் கல்யாணமென்று சொன்னதெல்லாம் பொய்யென்று தெரிந்ததும் காவேரி மிகவும் வருந்தினாள். கவிதாவுக்கு மில்லில் வேலை செய்ய முடியவில்லை யென்பதால் அங்கிருந்து தப்பித்து வெளிவருவதற்கு அப்படித் செய்த தந்திரம்தான் அதுவென்று அவளுக்கு அம்மா சொன்னாள். தனக்கு இன்னும் மூன்று மாதங்களே இருப்பதைப் பற்றி நினைத்து அவள் தெம்படைந்தாள். கவிதாவும் அவளுடைய அம்மாவும் தொலைவில் எங்கோ கட்டிட வேலை செய்து கொண்டிருப்பதாக அம்மா அவளிடம் சொன்னாள்.

அய்யனார் சாமி சாட்டுக்கு ஊர் திரும்பியிருந்த பலரையும் அவள் அவர்களுக்கெல்லாம் நிறையவே கூலி பார்த்துப் பேசினாள். கிடைப்பதாகச் சொல்லக் கேட்டு அவள் தனக்குள் ஏங்கியபடி வருந்தினாள். இரண்டு மூன்று மாதங்களில் அவளும் திரும்பி வந்து விட முடியும் என்று நினைத்துப் பார்த்துச் சமாதானம் அடைந்தாள். அதற்குப் பிறகு தானும் கட்டிட வேலைக்குச் சென்று நன்றாகச் சம்பாதிக்க முடியும் என்று நினைத்தாள். தங்கை பஞ்சவர்ணம் கூட இப்போதெல்லாம் கலகலப்பாக இருப்பதை அவள் கவனிக்கிறாள்.

கட்டிட வேலைகளுக்கு ஆள் பிடித்துப் போக நிறையவே மேஸ்திரிகள் ஊருக்குள் அலைந்து கொண்டிருப்பதை அவளிடம் அம்மா சொல்லியதைக் கேட்டு, ஏஜண்டுகளைப் பற்றியும் அவள் விசாரித்தாள். அவர்களும் கூட கையில் காகிதங்களை வைத்துக் கொண்டு வெள்ளையும் சொள்ளையுமாக அடிக்கடி ஊருக்குள் திரிந்து கொண்டிருப்பதாக அவளிடம் சொன்னாள் அம்மா. ஆடு, மாடு, எருமைகளெல்லாம் கூட அந்தப் பக்கத்தில் வெகுவாகக் குறைந்து விட்டதாக அவள் சொல்லக் கேட்டாள். தன்னைப் போல தூக்கப் பிடிக்க முடியாதவர்கள்தான் இன்னமும் அவற்றையெல்லாம் மேய்த்துத் திரிவதாக அம்மா சொன்னாள். காடு கரைகளில் வேலை செய்ய ஆளில்லாமல் காடு காணி பார்ப்பவர்கள் அக்கம் பக்க ஊர்களிலெல்லாம் ஆள் பிடிக்க அலைவதாகவும் சொன்னாள் அவள். விலைவாசிகளைப் போலவே கூலி நாலியெல்லாம் கூடி விட்டதாகச் சொல்லி அம்மா அங்கலாய்த்தாள். அதையெல்லாம் சொல்லக் கேட்ட அவளுக்கு இலேசாகத் தலைசுற்றுவது போலிருந்தது.

ஊருக்குள் பலரும் விதவிதமாக உடுத்திக் கொண்டு போய் வருவதை காவேரி கவனித்தாள். அக்கம் பக்கத்து ஊர்களிலெல்லாம் கல்யாணங்கள் அடிக்கடி நடப்பதாகவும் சொல்லக் கேட்டாள் அவள். அக்கம் பக்கமெல்லாம் சாமிச் சாட்டு அவ்வப்போது நடப்பதைப் பற்றியும் சொல்லிப் பெருமைப்பட்டாள் அம்மா. அப்பாவுக்கும், பஞ்சவர்ணத்திற்கும் தொடர்ச்சியாக வேலை கிடைத்து வருவதாகவும் அவளுக்குத் தெரிய வந்தது. தன்னுடைய வேலைக் காலமும் முடிந்து கை நிறையப் பணம் வாங்கி விட்டால் எதற்கும் கவலைப்பட வேண்டியதில்லை என்று அவள் நினைத்தாள். பஞ்சவர்ணத்தின் கல்யாணத்தைக் கூட முடித்து விடலாம். அப்பாவுக்கும் அம்மாவுக்கும் சுமை குறைந்து நிம்மதியாக இருப்பார்கள் என்று அவளுக்குத் தோன்றியது.

அன்றைக்குக் கிடாய் வெட்டு என்பது அவளுக்கு அப்போதுதான் நினைவு வந்தது. ஊரே அதைப் பற்றிப் பேசிக் கொண்டிருந்தது. விடிந்ததிலிருந்து அவ்வப்போது வெட்டிய கிடாய்களை மூங்கில் கழிகளில் தலைகீழாகக் கட்டித் தொங்கவிட்டு தோள்களில் சுமந்தபடி சிலர் போய்க் கொண்டிருப்பதை காவேரி கவனித்தாள். குழாயடியில் தண்ணீர் பிடித்துக் கொண்டிருக்கும் போது அவர்கள் வீட்டில் கிடாய் வெட்டிப் பொங்கல் வைப்பதைப் பற்றி தனலட்சுமி சொல்லிக் கொண்டிருந்தாள். அவளுடைய அம்மா இரண்டு நாட்களுக்கு முன்பே தன்னுடைய வீட்டிற்கு வந்து சொல்லி விட்டுப் போனதை காவேரி நினைத்துக் கொண்டாள். நினைத்த காரியம் நடந்து முடிந்தால் அடுத்து வரவிருக்கும் அய்யனார் சாட்டுக்கோ, மாரியம்மன் சாட்டுக்கோ கிடாய் வெட்டப் போவதாக அம்மா பார்வதி அப்போது சொன்னாள்.

தன்னுடைய பட்டியிலிருந்து மூன்று கிடாய்களை ஒரு வாரத்திற்கு முன்பே விலைபேசிப் பக்கத்து ஊர்க்காரர்கள் வாங்கிப் போனதாக பஞ்சவர்ணம் அவளிடம் சொன்னாள். காசு, பணம் வீட்டில் திகைந்து வருவதில் காவேரிக்கு உள்ளூர ஒரு பூரிப்பு இருந்தது. சுமங்கலித் திட்டம் முடிந்து பணம் கிடைத்ததும் திண்டுக்கல் போய் தங்க நகை வாங்க வேண்டுமென்று அவள் விரும்பினாள். பட்டுச்சேலை வாங்கி உடுத்தி நடக்கும் போது அவள் எப்படித் தோற்றமளிப்பாள் என்பதைக் கற்பனையில் கண்டாள். பஞ்சவர்ணமும் பட்டுடுத்தித் தெருவில் நடக்க வேண்டும் என்ற ஆசையும் அவளுக்கு வந்தது. அவர்கள் போவதையும், வருவதையும் பார்த்து அக்கம் பக்கத்துக்காரர்கள் எப்படியெல்லாம் பேசக்கூடும் என்பதையும் அவள் நினைத்தாள்.

காவேரிக்கு விவரம் தெரிந்த நாளிலிருந்து கிடாய் வெட்டுப் பார்த்து வந்திருக்கிறாள். சிறியவளாக இருந்த போது வெட்டப்பட்ட கிடாய்கள் பலிபீடத்தின் முன்னால் கால்களை உதறி உடலசைப்பதைப் பார்த்து அழுதிருக்கிறாள் காவேரி. விவரம் தெரியத் தெரிய அதைப் பார்க்கிற போது அவளுக்கு அப்படியெல்லாம் தோன்றுவதில்லை. பலிபீடத்தின் முன்னால் பரிதாபமாக பலி கிடாய்கள் துளுக்குக் கொடுக்கத் தயங்கி நிற்கும். தலையிலும் உடம்பிலும் மக்கள் தண்ணீர் தெளித்துப் பூவைத் தூவியபடி பூசாரி நிற்பார். கிடாய் வெட்டுபவர் கை கால்கள் விறைக்க வீச்சரிவாளைப் பிடித்து நெஞ்சு நிமிர நிற்பார். கிடாய் மூன்றாவது தடவை துளுக்கியதும் பார்த்திருப்பவர்கள் அதை வெட்டச் சொல்லிக் கூச்சல் போடுவார்கள். கண்மூடிக் கண் திறப்பதற்குள் கிடாயின் கழுத்தில் சொத்சொத்தென்று வீச்சரிவாள் பட்டுத் தலையைச் சிதறி விழச் செய்யும். கிடாய் துளுக்குக் கொடுக்கத் தயங்கினால் சாமி குத்தம் ஏதாவது இருக்குமென்று சொல்வார்கள்.

கற்பூரம் பற்ற வைத்துப் பூசை செய்து மஞ்சள் நீர் தெளிப்பார்கள். குலவையிடுவார்கள். பலி பீடத்துக்குப் பக்கத்தில் கிடாய்களின் ரத்தம் சேறாகக் கிடக்கும். பூசாரியின் கை, கால்களிலெல்லாம் ரத்தம் சொட்டுச் சொட்டாகவும், திட்டுத் திட்டாகவும் ஒட்டிக் கிடக்கும். வெட்டுபவரின் நிலையும் அப்படித்தான்! வீச்சரிவாள் பச்சை ரத்தம் குடித்துப் பசியாறாமல் தவிப்பது போல பளபளப்பாகத் தோன்றும். தரையில் துண்டிக்கப்பட்டுக் கிடக்கும் கிடாய்களைப் பார்த்துப் பையன்கள் சிரிப்பதை காவேரி வேடிக்கையாகப் பார்ப்பாள்.

கிடாய் வெட்டுக் கொடுத்தவர் அதன் பின்னங்கால்களைப் பற்றித் தரதரவென்று இழுத்துக் கொண்டு அப்பால் போவார். கிடாயின் தலையை அதன் காதுகளைப் பற்றித் தூக்கிக் கொண்டு அவர் போவதை காவேரி பரிதாபத்துடன் பார்ப்பாள். அதையெல்லாம் சாமிக்காகச் செய்கிற காரியம் என்று அவளுக்குத் தெரிய வந்த பின்னால் அதைப் பெரிதாக அவள் எடுத்துக் கொள்வதில்லை. அதற்குள் அவள் அதற்கெல்லாம் பழக்கப்பட்டுப் போய் விட்டாள். தான் வளர்த்த கிடாயை எவராவது விலைக்கு வாங்கி வெட்டினால் கூட அவள் அதை வேடிக்கையாகவே பார்க்கிறார்கள். தாமாகவே வளர்த்த கிடாய்களை வேண்டுதலுக்காக வெட்டுபவர்களே அதிகமாக இருப்பதை அவள் கவனித்து வந்தாள். வரவிருக்கும் சாட்டின் போது தன்னுடைய பட்டியில் உள்ள எந்தக் கிடாய் தேறும் என்று நினைத்துப் பார்த்த காவேரி கொஞ்சம் வருந்தினாள். அவளுக்கு இலேசாக மனம் கனப்பது போலிருந்தது. அதுவரை அவள் எத்தனையோ கிடாய்கள் வெட்டப்பட்டதை அவள் பார்த்திருந்தாள். சாமிக்கு வேண்டி விடப்பட்ட கிடாய்கள் எல்லாமே கொழுத்து மிடுக்காக இருப்பதை அவள் கண்டு வியப்பாள். அதுவெல்லாம் கடவுளுக்கு விருப்பமானவை என்று அப்பாவும், அம்மாவும் சொல்லக் கேட்டிருந்தாள் அவள். செம்மிக்கிடாய், கருப்புக் கிடாய், வெள்ளைக் கிடாய் என்றெல்லாம் அடுத்தடுத்து பலிபீடத்தின் முன்னால் நிறுத்தப் பட்டிருப்பதை அவள் வேடிக்கையாகப் பார்ப்பாள். ஒன்றுக்குப் பிறகு அடுத்தது எதுவாக இருக்கும் என்று மனதுக்குள் கணக்குப் போட்டுச் சரியா, தவறா கண்டுபிடிப்பாள்.

சாட்டுக்கு வந்திருக்கும் சொந்த பந்தமெல்லாம் பழைய கதை புதிய கதை சொல்லி நேரம் கழிக்கும். வீட்டுக்கு வீடு கறிக் குழம்பு வாசம் வீசும். கிடாய் வெட்டாதவர்கள் கறிக் கடைக்குப் போய் வாங்கி வந்து குழம்பு வைப்பார்கள். கிடாய் வெட்டிப் பொங்கல் வைக்காதவர்கள் அக்கம்பக்க வீடுகளுக்கு கறி கொடுப்பார்கள்.

பொங்கல் வைப்பவர்கள் கோவில் மைதானத்தில் பந்தி வழங்குவார்கள். இருப்பவர்கள், இல்லாதவர்களெல்லாம் கூடிக் கறிக்குழம்பு மணக்க மணக்கச் சோறு தின்பார்கள். அதையெல்லாம் பார்க்கப் பார்க்க காவேரிக்குப் பூரிப்பு வரும். அவளும் கூடியிருந்து மற்றவர்களோடு கறிச்சோறு தின்பாள்.

நேரம் கூடக்கூட காவேரிக்கு அப்பாவின் மீது ஆத்திரம் ஆத்திரமாக வந்தது. கடைக்குப் போன பஞ்சவர்ணமும் திரும்பி வரக் காணோம். அம்மா பார்வதி வீட்டுக்குள் எதையோ உருட்டிக் கொண்டிருந்தாள். தெருக்கோடி தாயம்மாள் நேரத்திலேயே கறிக்கூறு கொண்டு வந்து கொடுத்து விட்டுப் போயிருந்தாள். இரவுச் சோற்றுக்குக் குழம்பு வைக்க அம்மா அதைப் பாதுகாப்பாக வைத்திருந்தாள். அன்றைக்கு இரவிலும் கறிச்சோறு தின்னவிருப்பதை நினைத்து அவளுக்குத் தலைகால் புரியாதது போலிருந்தது. வெயிலின் சூடு கூடிக் கொண்டிருந்தது. சொல்லி வைத்தது போல தெற்குப் பக்கமிருந்து அப்பாவும், வடக்குப் பக்கமிருந்து பஞ்சவர்ணமும் வந்து கொண்டிருந்தார்கள். பார்வைக்கு பஞ்சவர்ணம் தளதளவென்றிருந்தாள். உடம்பு கூடக் கச்சிதமாக வளர்ந்திருப்பதைக் கண்டு காவேரி தனக்குள் குமைந்து கொண்டாள். தன்னுடைய உடம்பு மட்டும் நீண்டகாலம் நோயில் விழுந்து கிடந்தவளுடையதைப் போலிருந்தது. பெண் பார்க்க எவரேனும் வந்தால் அவளைத்தான் விரும்புவார்கள் என்று அவளுக்கு நன்றாகவே தெரிந்தது. அவள் தன்னுடைய விதியை நினைத்துச் சலித்துக் கண் கலங்கினாள்.

அப்பா வீராச்சாமி தளர்ந்த நடை போட்டு வருவதைப் பார்த்த காவேரிக்கு எரிச்சல் வந்தது. அந்நேரத்திற்குள் எத்தனை தரம் சாராயக் கடைக்குப் போயிருப்பாரோ என்று நினைத்துத் தனக்குள் புலம்பினாள். பஞ்சவர்ணம் வந்ததும் வராததுமாகத் தண்ணீர்ப் பட்டிக்குப் போய் பானைத் தண்ணீரில் கை கால் முகமெல்லாம் கழுவி வந்தாள். திண்ணையில் ஏறிய அப்பா இரவாரத்திலிருந்த பாயை இழுத்து விரித்துப் பரப்பி அதில் உடலைக் கிடத்தினார். அதைக் கண்ட அம்மா உள்ளேயிருந்து தலையணையை எடுத்து வந்து அவருக்குப் பக்கத்தில் போட்டாள். அதை எடுத்துத் தலைக்கு வைத்துக் கண்களை மூடினார் அவர். அவருடைய பாதங்களில் தெருப்புழுதி திட்டாகப் படிந்திருப்பதைக் கவனித்த காவேரி அவர் வெகுதூரம் வரை போய்த் திரும்பியிருப்பதாகக் கணக்குப் போட்டாள்.

கதவைச் சாத்திக் கொக்கி போட்டுப் பூட்டை மாட்டிய அம்மா மெல்லத் திண்ணையை விட்டு இறங்கி வாசலில் நின்றபடி வடக்குப்

பக்கமாகப் பார்த்து நடக்கத் தொடங்கினாள். அம்மாவுக்குப் பின்னால் காவேரியும், பஞ்சவர்ணமும் விரைசலாக நடந்தார்கள். தார்ச்சாலையில் ஒலியெழுப்பிக் கொண்டு போகிற பஸ்ஸின் இரைச்சல் காவேரியின் காதில் விழுந்தது.

ஒருவார காலமாக அவள் மில்லின் இரைச்சலிலிருந்து தப்பியிருந்தது அவளுக்கு மனதைத் தேற்றியது. மறுநாளிலிருந்து அவள் இரைச்சலுடன் இருக்கப் பழகிக் கொள்ள வேண்டியிருப்பதை நினைத்துச் சலித்துக் கொண்டாள். இன்னும் இரண்டு மூன்று மாதங்கள் மட்டுமே இருப்பதை நினைக்கையில் அவளுக்குத் தெம்பு வந்தது. அவர்கள் தார்ச்சாலைக்கு வந்தபோது பாதங்களில் வெயிலின் இளஞ்சூடு படர்வதை அவள் உணர்ந்தாள். வழக்கத்திற்கு மாறாக அந்தச் சாலையில் நடமாட்டம் கூடுதலாக இருப்பதை அவள் கண்டாள். வெட்டப்பட்ட வெள்ளைக் கிடாயை சன்னமான மூங்கில் கழியில் தலைகீழாகக் கட்டித் தூக்கிக் கொண்டு இரண்டு பேர் வடக்குப் பக்கமாகப் போவது தெரிந்தது. அவர்களுக்குப் பின்னால் ஒருவர் தூக்குப் பெட்டியைப் பிடித்துக் கொண்டு போவதைப் போல கிடாயின் தலையைத் தூக்கிக் கொண்டு நடந்தார். மூன்று பையன்கள் அவர்களைத் தொடர்ந்து குதித்தபடி போய்க் கொண்டிருந்தார்கள். அதைப் பார்க்க வேடிக்கையாக இருந்தது காவேரிக்கு.

எதிர்ப்பக்கமிருந்து அங்கங்கே ஆண்களும், பெண்களும், குழந்தைகளும் வந்து கொண்டிருந்தார்கள். அவர்கள் அய்யனார் கோவிலிலிருந்து திரும்பிக் கொண்டிருப்பதை அவர்களுடைய நெற்றித் திருநீறும், குங்குமமும் அவளுக்கு அடையாளப்படுத்தின. அவர்களுடைய குரல்கள் ஓரம்பாரத்திலிருந்த நாய்களையெல்லாம் விறைத்துப் பார்க்கச் செய்வதை அவள் கவனித்தாள். தலைக்கு மேலாக கறித்துண்டுகளையும், எலும்புத் துண்டுகளையும் அலகால் கவ்விச் சிறகடித்துப் போன காக்கைகளை அவள் கூர்ந்து கவனித்தாள்.

புளிய மர நிழலுக்கு வந்தபோது காக்கையொன்று கால்களுக்குக் கீழே கறித்துண்டை அழுத்தி வைத்து அலகால் கொத்தித் தின்றபடியே கரைந்தது அவளுக்கு வேடிக்கையாகத் தோன்றியது. அங்குமிங்குமாக அலைந்து பறந்த காக்கைகள் அதற்குப் பக்கத்திலிருந்த மரச்சிமிர்களில் வந்து அமர்ந்தன.

அய்யனார் கோயிலை நெருங்க நெருங்க சளசளப்புக் கூடி வருவதை அவள் கேட்டாள். வேகவேகமாகப் போய் வருபவர்களும் அவளுடைய கண்களில் பட்டார்கள். தன்னைப் போலவே அம்மாவும்,

பஞ்சவர்ணமும் எதையும் பேசாமல் வேடிக்கை பார்த்தபடியே நடந்தார்கள். அங்கங்கே எதிரில் வந்த சொந்த பந்தங்கள் விசாரித்தபடியே விரைந்தன.

அய்யனார் கைகளால் தாங்கி நின்ற குதிரையின் தலை ஆகாயத்தைத் தொடுவதைப் போல நிமிர்ந்திருப்பது அவளுடைய பார்வையை ஈர்த்தது. முன்னால் அளவாக ஒரு கீற்றுப் பந்தல் போடப்பட்டுப் பக்கவாட்டில் பச்சைத் தென்னங்கீற்றுக்களும், குலை தள்ளிய வாழை மரங்களும் கட்டப்பட்டிருந்தன. அங்கேயும் இங்கேயுமாக ஆடுகளைக் கட்டி வைத்திருந்தார்கள். மர நிழல்களில் புகை திட்டுத் திட்டாகக் கிளம்பி உயர்ந்து காற்றில் கரைந்தபடி இருந்தன. மணிச் சத்தம் விட்டு விட்டுக் கணீர்கணீரென்று ஒலிப்பதை காவேரி கவனித்தாள். அம்மா கால்களை எட்டி வைத்து நடக்கையில் அவளுக்குத் தகுந்த மாதிரி காவேரியும், பஞ்சவர்ணமும் நடைபோட்டார்கள்.

வனாந்திரத்தில் வெயிலைத் தாங்கி நின்ற அய்யனார் சிலை வண்ணங்களால் பளபளத்தது. அய்யனாரின் காலடியில் இருந்த பீடத்தில் மாலைகள் குவியலாகக் கிடந்து அழகு காட்டுவதை அவள் வேடிக்கையாகப் பார்த்தாள். குழந்தைகள் அங்கங்கே ஓடிப் பிடித்துச் சிரித்துக் கூவி விளையாடினார்கள். கிடாய் வெட்டும் பலிபீடத்தைச் சுற்றி நின்றிருந்தவர்கள் தாழ்த்தியும் உயர்த்தியும் குரலெழுப்பினார்கள். வெட்டப்பட்ட கிடாய்கள் தரையில் துடிதுடித்துப் புரண்டு அடங்கின. தெறித்து விழுந்த கிடாய்களின் தலையிலிருந்து பொல பொலவென இரத்தம் கசிந்து மண்ணைச் சிவப்பாக்கியது. கறிக்குழம்பின் மணம் மர நிழல்களில் போடப்பட்டிருந்த கல் அடுப்புக்களிலிருந்து வீரியமாகக் கிளம்பிப் பறந்து வருவதை அவள் நுகர்ந்து பார்க்கையில் நாவில் எச்சில் சுரந்தது. கல் அடுப்புக்களின் முன்னால் நின்றிருந்த பெண்கள் அகப்பைகளால் ஈயப் பாத்திரங்களுக்குள் கொதித்துக் கொண்டிருந்த கறிக் குழம்பைக் கிளறி விட்டுக் கொண்டிருந்தார்கள். கல் அடுப்புக்களில் நெருப்பு பளபளப்புடன் நெளிந்து சுழன்றன. பலரும் போய் வருவதை வேடிக்கை பார்த்தபடியே மர நிழல்களில் வாழை இலைகளைத் துண்டு போட்டுக் கொண்டிருந்தவர்கள் பீடி புகைந்து ஊதுவதைப் பார்த்த அவளுக்கு அருவருப்புத் தோன்றியது. தன்னைக் கட்டிக் கொள்ளப் போகிறவன் குடித்துத் தொலைத்தாலும் புகைக்காதவனாக இருக்க வேண்டுமென்று அய்யனாரை அவள் வேண்டிக் கொண்டாள்.

அம்மா பார்வதி அய்யனாருக்கு முன்னாலிருந்த பீடத்தில் கற்பூரம் வைத்து நெருப்பு ஏற்றி எரியும் சுடரைப் பார்த்துக் கைகூப்பிக் கும்பிட்டாள். காவேரியும், பஞ்சவர்ணமும் கைகூப்பி நெஞ்சில்

வைத்துக் கும்பிட்டபடியே அய்யனாரின் கால்களையும் கைகளையும் பார்த்தார்கள். ஓரமாக வைக்கப்பட்டிருந்த திருநீறையும், குங்குமத்தையும் தொட்டு நெற்றியில் இட்டுக் கொண்டு அவர்கள் விலகினார்கள். அவர்களின் கண்களில் அவர்களையும் அறியாமல் கண்ணீர் துளிர்த்தது.

மைதானத்தில் நின்றபடியே அம்மா ஒவ்வொரு பக்கப் பந்தியையும் கவனித்தாள். உண்பவர்கள் வரிசை வரிசையாகத் தரையில் அமர்ந்திருந்தார்கள். உண்டவர்கள் எச்சில் இலையை எடுத்துக் கொண்டு மேற்குப் பக்கமாகப் போனார்கள். குவியலாகக் கிடந்த எச்சில் இலைகளை நாய்கள் புரட்டிக் கொண்டிருந்தன. காக்கைகள் நாய்களோடு கூட்டுச் சேர்ந்து இலைகளை அலகுகளால் கிளறின.

தனலட்சுமி வடகிழக்கு மூலையிலிருந்த புளிய மரத்தடியில் வரிசையாக அமர்ந்திருந்தவர்களின் முன்னால் இலைகளைப் பரப்பிக் கொண்டிருந்தாள். அவளுடைய தம்பி தங்கப்பன் ஒவ்வொரு இலை மேலும் சொம்புத் தண்ணீரைத் தெளித்துக் கொண்டு அவளைத் தொடர்ந்தான். அவளுடைய அப்பா பொங்கல் சோறு விளம்பியபடியே நகர்ந்தார். அவளுக்குப் பின்னால் அம்மா கறிக்குழம்பு ஊற்றிக் கொண்டே போனாள். பந்தி சிறிய பந்திதான். பத்துப்பேர்களுக்கு மேல் இருக்க மாட்டார்கள். அம்மா பார்வதி முன்னால் செல்ல அக்காவும் தங்கையும் பின்தொடர்ந்தார்கள்.

அவர்கள் பந்தியில் அமர்ந்து உண்டு முடித்து இலைகளைக் குப்பைக் குவியலில் போட்டு விட்டுக் கை கழுவினார்கள். வெயில் கண்களைக் கூசச் செய்வதைக் காவேரி உணர்ந்தாள். ஆட்டுக் குட்டியை மார்போடு சேர்த்துத் தாவிப் பிடிப்பதைப் போல சேவலைத் தூக்கிக் கொண்டு மைதானத்தில் நின்றிருந்த மாரியப்பனைப் பலரும் கவனித்துக் கொண்டிருந்தார்கள். அவனோடு யாரோ கலகலப்பாகப் பேசிச் சிரிப்பதை காவேரியும் பார்த்தாள். சேவலை வளர்த்துச் சாட்டின் போது பலி கொடுப்பவர்களையும் பார்த்திருந்தாள் காவேரி. அப்படித்தான் மாரியப்பன் அன்றைக்குச் சேவலைக் கொண்டு வந்திருக்கிறான் என்று காவேரி ஊகித்தாள். அவன் சேவலைப் பலி பீடத்திற்குக் கொண்டு சென்று கிடத்திய போது அது சரிதானென்று அவளுக்குத் தெரிய வந்தது. மஞ்சள் தண்ணீரைச் சேவலின் மீது பூசாரி தூவிய போது உயிர் போகிற மாதிரி கூவிய அது பிடியிலிருந்து விசுக்கென்று விடுபட்டு அப்பால் பாய்ந்து ஓடியது. அங்கிருந்தவர்கள் அதைப் பிடிக்க ஓடினார்கள். அங்கங்கே நின்றவர்கள் அதைப் பிடிக்கச் சுற்றிச் சுற்றிப் பாய்ந்தார்கள். ஓரமாக நின்றிருந்த வெள்ளை நாய் அதைத் துரத்திக் கொண்டு ஓடியது. கோவில் மைதானத்தில்

இருந்தவர்களுக்கெல்லாம் அது ஒரு வேடிக்கையாக இருந்தது. சிரித்துச் சிரித்து அவர்கள் வேடிக்கை பார்த்தவர்களோடு சேர்ந்து அவளும் சிரித்தாள். கறிச்சோறு செறித்துப் போனதாக நினைத்தாள் அவள்.

எவர் பிடியிலும் சிக்காமல் தப்பிய சேவல் மைதானத்தைக் கடந்து தார்ச்சாலையின் ஓரமாக ஓடியது. வெள்ளை நாய் துரத்தத் துரத்த சேவல் பாய்ந்தும், பறந்தும் தாவித் தாவி விரைந்தது. மாரியப்பன் நாயோடு சேர்ந்து ஓடிக் கொண்டிருந்தான். அங்கிருந்தவர்களின் சிரிப்பும், சளசளப்பும் அடங்க நேரம் பிடித்தது.

அம்மாவோடு அக்காளும், தங்கையும் சேர்ந்து சிரித்தபடியே தார்ச்சாலை ஓரமாக நடந்தார்கள். நடக்கும் போது நான்கைந்து முறை காவேரி திரும்பி நின்று அய்யனார் கோவில் பக்கம் பார்த்தாள். கூரையில்லாத கோயிலில் அய்யனாரின் குதிரை தலை உயர்த்தி அவளைப் பார்ப்பது போலிருந்தது.

அவர்கள் ஊரை நெருங்குகையில் மாரியம்மன் கோவிலுக்குப் பக்கத்தில் மாரியப்பன் பழையபடியே சேவலைத் தாவிக் கொண்டு வருவதைக் காவேரியும் கவனித்தாள். அம்மா எதையோ சொல்லிச் சிரித்தபடியே நடந்தாள்.

அருகில் அவன் வரும்போது பொத்துக் கொண்டு வந்த சிரிப்பை காவேரி அடக்கிக் கொண்டாள். எவரிடமும் எதையும் பேச விரும்பாதவனாக அவன் விரைசலாகக் கடந்தான்.

பதிமூன்று

அடுத்த சிப்டுக்குச் செல்ல வேண்டிய நிலைமையில் சங்கொலிக்காகக் காத்திருந்தாள் காவேரி. அன்றைக்கு அவளுக்கு மூன்றாவது சிப்டில் வேலை. எந்த மெசினில் வேலை இருக்கக் கூடுமென்று கணக்குப் போட்டபடி அவள் படுத்துக் கிடந்தாள். அவளோடு வேலைக்கு வர இருப்பவர்களெல்லாம் அவளைப் போலவே படுத்துக் கிடக்கக் கூடுமென்று அவள் நினைத்தாள். அன்றைக்கு வேலைக்குப் போகலாமா வேண்டாமா என்ற தவிப்பு அவளுக்கு இருந்தது. கை கால்களெல்லாம் குடைந்தன. மனதில் சலிப்புக் கூடியிருந்தது. அதையெல்லாம் சகித்துச் சகித்துப் பழகிப் போயிருந்தாள் அவள். வேலைக்கான சிப்டு மாறி மாறி வரும்போது அவளுடைய தூக்கமும் தாறுமாறாக இருக்கும். அலுப்புடன் எழுந்து உயிர் போகிற வலியுடன் அவள் வேலைக்குப் போய் வருவாள். உண்ணும் நேரத்தில் கூட அவளுக்குக் களைப்புத் தோன்றும். பல சமயங்களில் அரையும் குறையுமாக உண்டு தண்ணீர் குடித்துப் படுக்கையில் சாய்ந்து விடுவாள். அவளுக்கு இரவும் பகலும் ஒன்றாகி விட்டன. ஊருக்குப் போன போது மற்றவர்கள் விழித்திருந்த போது அவள் தூங்கினாள். அதைப் போலவே மற்றவர்கள் தூங்கிய போது அவள் விழித்துக் கிடந்தாள்.

மில்லிலிருந்து காவேரி வெளியேறுவதற்கு இன்னும் ஒன்றரை மாதங்களே மீதமிருந்தது. ஒவ்வொரு நாளும் கழிவது அவளுடைய மனதிற்குத் தெம்பு தருவதாக இருந்தது. அதுவரை அவள் எல்லாவற்றையும் சகித்துக் கொண்டு வேலையில் குறியாக இருந்தாள். அவள் வேலை செய்த காலத்தில் அவ்வப்போது வேலையிலிருந்து விலகிப் போனவர்களையெல்லாம் நினைத்துக் கொண்டாள். தன்னுடன் வந்த கவிதா கூட வேறு எங்கோ இருக்கிறாள். அவளால் அந்த வேலையில் தாக்குப் பிடித்துக் கொள்ள முடிந்தது அவளுக்கே வியப்பாக இருந்தது.

இன்னும் இரண்டு மாதங்கள் வரைதான் அவள் அங்கே இருக்கப் போகிறாள் என்பதை நினைக்கையில் அவளுக்குத் தெம்பு கூடி வருவதை அவள் உணருகிறாள். ஆனாலும் அவள் சலித்துப் போய் விடுகிறாள். உடலில் வலி கூடி வருவதை அவள் சிரமத்துடன் சகித்துக் கொள்கிறாள். உடம்புக்கு எதுவும் வராமல் இருந்து விட்டால் இரண்டு

மாதங்களில் வீடு திரும்பி விடலாமென்று தோன்றியது அவளுக்கு. அய்யனாரை நினைத்து அப்படி எதுவும் வந்துவிடக் கூடாது என்று அவள் வேண்டிக் கொண்டாள்.

ஊருக்குத் திரும்பிப் போய் என்ன செய்வது என்ற கேள்வியும் அவளுக்குள் எழுந்தது. கல்யாணம் நடக்கும் வரை வேறு வேலைக்குச் செல்ல வேண்டியிருக்கும் என்று தோன்றியது. பஞ்சவர்ணத்தோடு கட்டிட வேலைகளுக்குச் செல்ல வேண்டியிருக்கும். அப்படிப் போனால் வெயிலில் காய்ந்து மாய்ந்து போக வேண்டும். கல்லையும், மண்ணையும் சுமக்க வேண்டியிருக்கும். காடு, கரைகளிலெல்லாம் ஆடுகளை மேய்த்துத் திரிய வேண்டி வரும். கூலி நாலியென்று கிடைத்தால் போய் வர வேண்டும். காட்டு வேலைகளுக்குப் போனால் அவ்வளவாகக் கூலி கிடைக்காது என்று அம்மா சொல்லிக் கொண்டிருந்தாள். திரும்பவும் ஏதாவது மில் வேலைக்குப் போக வேண்டியிருக்குமோ என்று அவள் நினைத்துப் பார்த்தாள். அப்படிப் போவதானால் வீட்டிலிருந்துதான் போய் வர வேண்டும். அவளுக்கு எல்லாமே அலுத்துப் போய் விட்டதாகத் தோன்றியது. எதுவும் அவளுக்குப் பிடித்தமில்லை.

அய்யனார் சாட்டுக்குச் சென்றிருந்த போது அவள் ராசம்மாவைச் சந்தித்திருந்தாள். அவளுடைய பக்கத்து வீட்டிலிருக்கும் மீனாட்சிக்குச் சொந்தம். வடமதுரைக்குப் பக்கத்திலுள்ள சித்துவார்ப்பட்டிக்காரி. அவளைப் பார்த்துப் பரிதாபப் படாதவர்கள் எவரும் இல்லை. விந்தி விந்தி நடந்து கொண்டிருந்தாள். அவளுடைய இடதுகால் அநேகமாக முடமடைந்து விட்டிருந்தது என்று சொல்லலாம். சிறு வயதுக்காரி. மில் வேலைக்குப் போய் வந்திருக்கிறாள். இப்போதெல்லாம் அவளால் நீண்ட நேரம் வரை நிற்கவோ நடக்கவோ முடிவதில்லை. காலப் போக்கில் அது சரியாகி விடலாம் என்பது எல்லோருடைய எதிர்பார்ப்பு. நாகம்பட்டியில் இருக்கும் ஒரு மில்லுக்கு வேலைக்குப் போய் வந்திருக்கிறாள். மில்லின் பெயரை காவேரி மறந்து போயிருந்தாள். ராசம்மா மூன்று சிப்டு வேலைக்குப் போய் வந்திருக்கிறாள். வீட்டிலிருந்துதான். டிராவல்ஸ் வேனில் ஊருக்கே வந்து கூட்டிப் போவார்கள். வேலை முடிந்ததும் திரும்பவும் கூட்டி வந்து ஊரில் விட்டுப் போவார்கள்.

அவர்களுடைய டிராவல்ஸ் வேனை ஓட்டுகிற டிரைவர் வெள்ளைச்சாமி. நன்றாகவே வேலை செய்பவன். அவனோடு இன்னொருவனும் இடையில் வந்து சேர்ந்திருக்கிறான். அவன் டிரைவிங் பழக அவனோடு வந்து போய்க் கொண்டிருந்தான்.

ஜெயராம் என்கின்ற அவனும் அவ்வப்போது வேனை ஓட்டுவான். ஒரு சமயம் வெள்ளைச்சாமி உடல் நிலை சரியில்லாததால் வேலைக்கு வரவில்லை. அதனால் ஜெயராம்தான் வேனை ஓட்டிப் போய் வந்திருக்கிறான்.

ஒருநாள் அவன் வேனை ஓட்டி வந்தபோது பாலக்குறிச்சிக்குப் பக்கத்தில் இருந்த பள்ளத்துக்குள் வேனை இறக்கி விட்டான். வேன் விபத்துக்கு உள்ளாகியிருக்கிறது. அதில் பயணம் செய்த பலருக்கும் அடி பட்டிருக்கிறது. மில்லில் நிறையப் பணம் செலவு செய்து அவர்களுக்குச் சிகிச்சை அளித்திருக்கிறார்கள். ராசம்மாளும் அந்த விபத்தில் அகப்பட்டு நல்லபடியாகத் தப்பியிருக்கிறாள். ஆனாலும் கால் முடமாகி விட்டது. அவளால் தொடர்ந்து வேலைக்குப் போக முடியவில்லை. வேறு வேலைக்கும் அவளால் போக முடியவில்லை. ஒப்பந்தப்படி வேலை செய்ததற்குரிய பணத்தைத் தரும்படி மில்லில் கேட்டிருக்கிறார்கள். மருத்துவச் செலவிற்கே எல்லாம் செலவாகி விட்டது என்று அவர்கள் கைவிரித்து விட்டார்கள். அவளுடைய கனவு அவளுக்கு வெற்றுக் கனவாகிப் போய் விட்டதாக காவேரி உணர்ந்து வருந்தினாள்.

விசுக்கென்று சங்கொலி நள்ளிரவைக் கலக்குவது போலிருந்தது.

அந்த விடுதியில் சளசளப்புக் கூடியது. அவசரம் அவசரமாக விடுதியிலிருந்தவர்கள் எழுந்து கிளம்பினார்கள். காவேரியும் வேகமாக எழுந்தாள். கை கால்கள் வலியாக வலித்தது.

விடுதியை விட்டு வெளியில் வந்த போது பெண்கள் அங்கங்கே வேகமாகப் போய் வந்து கொண்டிருந்தார்கள். இருட்டில் அவர்கள் நிழல்களைப் போலத் தெரிவதை காவேரி கவனித்தாள். அவளும் மில்லை நோக்கி விரைந்தாள்.

முந்தைய சிப்டில் வேலை செய்தவர்கள் தளர்ச்சியுடன் எதிரில் நடந்து வந்தார்கள். தூக்கக் கலக்கம் காரணமாக இருக்குமென்று அவள் நினைத்தாள். அவளும் அதை அனுபவித்து வருபவள்தான். படுக்கையில் சாய்ந்தால் விடியும் போதுதான் விழிப்பு வரும். கை கால்களெல்லாம் வலியால் அசைக்க முடியாமல் இருக்கும். அப்படியே படுத்துக் கிடப்பது சுகமாகத் தோன்றும். கழிப்பறை நினைவு வந்தால் அவசரமாக எழ வேண்டியிருக்கும். இருட்டில் அங்கு போய்க் காத்திருக்க வேண்டும். காத்திருக்கும்போது உயிர் போகிற வலியிருக்கும். மனமும் ஏங்கி ஏங்கிச் சலித்துப் போய் விடும். அதை அனுபவிக்கிற போது ஊரிலுள்ள மந்தை வெளியின் அருமை அவளுக்குப் புரியும்.

அவளுக்கு அன்றைக்கு கார்டிங் பிரிவில் வேலை போட்டிருந்தார்கள். அவள் நுழைகையில் சூப்பர்வைசர் தனபால் புளோயிங் ரூம் பக்கமாகப் போய்க் கொண்டிருந்தான். கார்டிங் பிரிவில் விஜயா தனக்காகக் காத்திருப்பவள் போல இருப்பதை அவள் பார்த்தாள். அவள் பக்கத்தில் சென்ற போது விஜயா மெல்லச் சிரித்தபடி அங்கிருந்து நகர்ந்தாள். காவேரி கார்டிங் மெசினைக் கூர்மையாகக் கவனித்தாள். நசுக்கப்பட்ட மெழுகுவர்த்தியைப் போல பஞ்சு துண்டு துண்டாக தொடர்ந்து நகர்ந்து கொண்டிருந்தது. அவள் மிகுந்த கவனத்துடன் ஒவ்வொன்றையும் பார்த்தபடியே வலமும் இடமுமாக நகர்ந்தாள்.

தலை வலிப்பது போலத் தோன்றியது அவளுக்கு. தலைவலி வந்தாலே இப்போதெல்லாம் உயிரைப் பற்றிய பயம் வருவதை அவள் உணர்கிறாள். அதற்குக் காரணமும் இருந்தது. அதை மாலாதான் அன்றைக்கு அவளிடம் சொல்லியிருந்தாள். அவள் ஊருக்குப் போயிருந்த போது அவளுடைய சிநேகிதி மல்லிகா சொன்னதாகச் சொன்னாள். அவள் சுமங்கலித் திட்டத்தில் சேர்ந்து வேலைக் காலத்தை அரை குறையாக முடித்துப் பணத்தைக் கூடக் குறைய வாங்கிக் கல்யாணமுமாகியிருந்தாள். வேலையிலிருக்கும் போதே மல்லிகாவுக்கு கல்யாணம் நிச்சயமாகியிருக்கிறது. அவளுடன் முத்துலட்சுமி என்பவள் வேலை செய்து வந்திருக்கிறாள். எல்லோருமே மூன்று சிப்டில் வேலை செய்திருக்கிறார்கள். ஒருநாள் தலைவலியென்று சொல்லி மில்லிலிருந்த அறை ஒன்றில் படுத்து ஓய்வெடுத்திருக்கிறாள் முத்துலட்சுமி. அதற்கு அடுத்த நாளன்று அவள் இறந்து போய் விட்டாள். அதைப் பார்த்த மல்லிகா வேலைக்குப் போவதை நிறுத்திக் கொண்டு விட்டாள். அவளைப் போலவே அவளுடன் வேலை செய்து வந்த பிரியா, சுசி, சங்காய் என்று அவளுடைய ஊரைச் சேர்ந்தவர்களும் வேலையிலிருந்து நின்று விட்டார்கள். அவர்கள் செய்த வேலைக்குரிய பணம் கிடைக்காமல் இன்னும் அலைந்து கொண்டிருப்பதாக அவளிடம் மல்லிகா சொல்லியிருக்கிறாள்.

காவேரிக்கு அதை நினைக்கும் போதெல்லாம் பயம் வந்து வயிறு கலங்குகிறது. விஜயா அதைப் பற்றித் தன்னிடம் சொல்லாமலிருந்திருந்தால் தேவலாமென்றிருந்தது. அவள் ரத்த வாந்தி எடுத்து அதற்குப் பிறகு வேலை செய்யக் கூடாது என்று மில்லிலிருந்து விலகிப் போனவர்களைப் பற்றிக் கேள்விப்பட்டிருக்கிறாள். இருமல் நோய் வந்து மில்லிலிருந்து வெளியேறியவர்களைப் பற்றி அவள் தெரிந்து வைத்திருந்தாள். கால்கள் வீங்கி வேலை செய்ய முடியாமல் மில்லிலிருந்து விலகிப் போனவர்களைப் பற்றிக் கதைகளாகக் கேட்டிருக்கிறாள். வேலை செய்கிற போது தொல்லைப்படுத்தியவர்களின் செயல்களைக்

கண்டு விலகிப் போயிருப்பதும் அவளுக்குத் தெரியும். சூப்பர்வைசர் புளோயிங் ரூமிலிருந்து பஞ்சு குடோனுக்கு வேலைக்குக் கூப்பிடும் போதெல்லாம் கதி கலங்கிப் போகும் பெண்களைப் பற்றியும் தெரியும் அவளுக்கு. அவர்களைப் போலெல்லாம் தான் அவ்வளவு கவர்ச்சியாக இல்லை என்பதில் அவளுக்கு மன நிம்மதி. கண்ணுக்குப் பிடித்த மாதிரி தளதளப்புடன் எவளாவது இருந்தால் அவளால் தப்பிக்க முடியாது. வேலை செய்யும் மைனர்களோ, சூப்பர்வைசர்களோ எப்படியாவது மடக்கி வசப்படுத்தி விடுவார்கள். எவளும் வெளியில் பேச முன்வந்ததில்லை. வெளியில் தெரிந்தால் வேலை போய்விடும் என்று அவர்களுக்குத் தெரியும். அவளவள் பட்டதை அவளவளாகச் சகித்துக் கொண்டு இருந்துவிட்டுப் போவாள். இடையில் நின்றால் பணத்தை வாங்குவது அவ்வளவு சுலபமில்லை என்பது எல்லோருக்கும் தெரியும். பேசியபடி இல்லாவிட்டாலும் வேலை செய்த அளவுக்குப் பணம் வாங்குவது பெரும்பாலும் சாத்தியம் இல்லை. பணத்திற்காக நடந்து நடந்து சலித்து ஓய்ந்து போனவர்கள் நிறையப் பேர் உண்டு. கடைசியில் அழுதபடி நெஞ்செரியச் சாபமிட்டுப் போனவர்களையும் அவள் அவ்வப்போது பார்த்திருக்கிறாள். தனக்குத் தலைவலி வரும் போதெல்லாம் ஏதாவது நடந்து விடுமோ என்று காவேரி கலங்குகிறாள். அவளுடைய தலைக்குப் பொருத்தமான உடம்பாக இல்லை என்பதை அவள் தெரிந்திருந்தாள். தண்ணீர்த் தொட்டியின் முன்னால் நின்று அதில் மிதக்கும் தன்னுடைய பிம்பத்தைப் பார்த்து வருந்தியிருக்கிறாள். கண்ணாடியில் தன்னுடைய முகத்தைப் பார்க்கவே அவளுக்குக் கூச்சமாக இருக்கிறது. சதைப்பிடிப்பு இல்லாத முகம் வற்றிப் போனது போலத் தோன்றும் உடம்பு. வேகமாகக் காற்றடித்தால் விழுந்து விடுவோமோ என்கின்ற பயம். தனக்கு எப்போது எது நடக்குமோ என்கின்ற கவலை. தூங்கச் செல்லும் போது விழித்தெழுவோமா என்கின்ற கலக்கம். உடலெல்லாம் இரத்தம் சுண்டி வெளிறிப் போயிருப்பதை அவள் உணர்ந்திருக்கிறாள். தலைவலி வரும் போதெல்லாம் அவள் பயந்து கொண்டே மாத்திரைகளை வாங்கி விழுங்குகிறாள். மாத்திரைகளைத் தின்று தின்று வயிறெல்லாம் புண்ணாகிப் போயிருப்பதாக அவள் உணருகிறாள். சரியாகச் சாப்பிடுவதில் கூட அவளுக்குச் சிரமம். மல்லிகாவைப் பற்றி விஜயா சொன்னது அடிக்கடி அவளுக்கு நினைவு வருகிறது.

நான்கு நாட்களுக்கு முன்னால் முகம் பார்க்க முடியாத இருட்டில் நின்றபடி சுற்று முற்றும் கவனித்துக் கொண்டே அவளிடம் ரேகா சொன்னதைக் கேட்டு அவள் அதிர்ந்து போனாள். அவர்களுடைய மில்லில் நான்காவது யூனிட்டில் அது நடந்ததாக அவளுக்கு அங்கு வேலை செய்பவர்களில் ஒருத்தி சொல்லக் கேட்டிருக்கிறாள்.

பாரதி பார்க்கக் கண்ணுக்குப் பிடித்தமானவளாக இருந்திருக்கிறாள். பெரிய குளத்துக்குப் பக்கத்திலுள்ள மேலமங்கலத்தைச் சேர்ந்தவள். பிளஸ் டூ வரை படித்திருக்கிறாள். சுமங்கலித் திட்டத்தின் அடிப்படையில் மில்லுக்கு வேலை செய்ய வந்திருந்தாள். அவளுடைய அப்பா ராஜேந்திரன் கூலி நாலிக்குப் போய் வருகிறவர். அவளுடைய அம்மாள் காமாட்சி காடு கரைக்கு வேலைக்குப் போகிறவள். படித்து விட்டு வீட்டிலிருந்தவளை மில்லுக்கு அனுப்பி வைத்திருக்கிறார்கள். இரண்டு வருடம் வரை வேலை பார்த்து வந்திருக்கிறாள். அவளுக்கு மாதவிடாய் ஐந்து மாதங்கள் வரை தவறியிருக்கிறது. அடி வயிறு இலேசாகப் பெருத்து வந்திருக்கிறது. அடிக்கடி வாந்தியெடுத்து வந்திருக்கிறாள். அவ்வப்போது தலைவலியென்று வார்டன் சரசம்மாளிடம் சொல்லி மாத்திரை வாங்கித் தின்றிருக்கிறாள்.

தனக்கு உடல்நிலை சரியில்லையென்று பாரதி வீட்டுக்குத் தெரிவித்திருக்கிறாள். அப்பாவும் அம்மாவும் அடுத்த நாளே மில்லுக்கு வந்து பார்த்திருக்கிறார்கள். பாரதி ஓவென்று அழுதிருக்கிறாள். எதைக் கேட்டாலும் அவளுடைய பதில் ஓவென்று அழுவதாக இருந்தது. அதனால் அதற்கு மேல் அவளிடம் யாரும் எதுவும் கேட்கவில்லை. மனநிலை பாதிக்கப் பட்டிருக்கக் கூடுமென்று சொல்லி மானேஜர் அவளுடைய பெற்றோர்களுடன் அனுப்பி வைத்திருக்கிறார். நோய் சரியான பிறகு வேலைக்குத் திரும்பும் படியும் சொல்லியிருக்கிறார்.

ஊருக்குக் கூட்டிப் போன அவர்களுடைய பெற்றோர்கள் தேனியிலிருக்கும் மருத்துவமனை ஒன்றுக்குக் கூட்டிப் போயிருக்கிறார்கள். பாரதியைச் சோதனை செய்து பார்த்த பெண் டாக்டர் அவள் கருவுற்றிருப்பதாகச் சொன்னார். அவளுக்குக் கல்யாணமாக வில்லையென்றும், மில் வேலைக்குப் போகிறவள் என்றும் அவளுடைய அம்மா காமாட்சி சொல்லிப் புலம்பியிருக்கிறாள். கருவைக் கலைத்து விடும்படி அவளுடைய பெற்றோர்கள் டாக்டர்களிடம் கெஞ்சியிருக்கிறாள். அதைப் பற்றி பாரதியிடம் டாக்டர் கேட்ட போதும் அவள் ஓவென்று அழுதிருக்கிறாள்.

அதற்கு மேலும் கேட்க விரும்பாத டாக்டர் அவளுக்குக் கருக்கலைப்பைச் செய்திருக்கிறார். அவளுடைய வயிற்றிலிருந்து பிஞ்சுப் பிண்டத்தை வெளியில் எடுத்து வயிற்றைச் சுத்தம் செய்திருக்கிறார். வலியால் துடிதுடித்த பாரதி மறுபிறவி எடுத்தவள் போலப் படுக்கையில் படுத்துக் கிடந்தாள். நேரம் கழியக் கழிய அவளுடைய உடல் தளர்ந்தது. டாக்டர் வந்து பக்கத்திலேயே இருந்து சிகிச்சை செய்த போதும் அவளைக் காப்பாற்ற அவரால்

முடியவில்லை. அவளுடைய பெற்றோர்கள் ஒருபாடு நேரம் வரை அழுது புலம்பி ஓய்ந்து போய் விட்டார்கள். அவர்கள் எதையும் வெளிக்காட்டவில்லை.

அதைப் பற்றிக் கேள்விப்பட்டதிலிருந்து காவேரியும் மனமுடைந்து போயிருந்தாள். பாரதி எப்படியாவது பிழைத்திருக்கக் கூடாதா என்று அவள் ஏங்கித் தவித்தாள். அவளைப் போல எத்தனை பேர் அகப்பட்டுத் தவித்திருப்பார்களோ என்று அவள் நினைக்கையில் அவளுடைய அடிவயிறு கலங்கியது. தனக்கு அப்படி எதுவும் நடக்காமல் தன்னை அய்யனார் காப்பாற்றி வருவதாக அவள் நினைத்தாள். பாரதியின் பெற்றோர்களும் மில்லுக்கு வந்து போயிருக்கிறார்கள். மில்லுக்காரர்கள் அவர்களுக்குப் பணத்தைக் கொடுத்து அவர்களை வாயடக்கியிருக்கிறார்கள்.

அதிலிருந்து வேலைக்கார மைனர்களின் முகங்களிலும் சூப்பர்வைசர்களின் முகங்களிலும் விழிக்கவே காவேரி தயங்கினாள். அவர்களைப் பார்க்கிற போதெல்லாம் அவளுக்குக் கொலை வெறி வந்து போகிறது. மில்வேலை செய்கிற பெண்களைப் பார்க்கிற போதெல்லாம் அவளுக்கு நெஞ்சு கலங்குகிறது. சரியாக எவரிடமும் மனம் விட்டுப் பேச விருப்பமிருப்பதில்லை. அந்த நரகத்திலிருந்து அப்போதே தப்பி ஓடிவிட வேண்டுமென்கின்ற வேகம் வருகிறது. சகித்துச் சகித்து அடக்கிக் கொள்கிறாள் அவள். இன்னும் இரண்டு மாதங்களில் அவள் அந்த மில்லை விட்டு வெளியேறவிருப்பதை நினைத்து அமைதியடைகிறாள். அதற்குள் எதுவும் நடந்து விடக் கூடாதென்று அய்யனாரை வேண்டி மனதுக்குள் கும்பிடுகிறாள். ஒவ்வொரு பகலையும், ஒவ்வொரு இரவையும் அவள் எதிர்பார்த்தபடி இருக்கிறாள்.

புளோயிங் அறைப் பக்கமிருந்து சூப்பர்வைசர் தனபால் நிதானமாக நடந்து வந்து அவளைக் கடந்து போனான். பக்கத்தில் வரும் போது அவன் மீது பாய்ந்து அவனுடைய கழுத்தை நெறித்துக் கடித்துக் குதற வேண்டும் போலிருந்தது அவளுக்கு. கார்டிங் மெசினில் பஞ்சுத் திரிகள் இறங்கிக் கொண்டிருந்தன.

பதினான்கு

சேவல்கள் மாறி மாறிக் கூவிக் கொண்டிருந்தது காவேரிக்கு சன்னமாகக் கேட்டது. விடிய இன்னும் நேரமிருப்பதாக அவள் நினைத்தாள். அம்மாவும், அப்பாவும், தங்கையும் இன்னமும் தூங்கிக் கொண்டிருப்பதை அவர்களுடைய சன்னமான மூச்சுக்கள் அவளுக்கு உணர்த்தின. வழக்கமாக மற்றவர்களுக்குப் பின்னால் விழித்து எழுபவள் அன்றைக்கு மற்றவர்களுக்கு முன்னால் விழித்து எழுந்திருந்தாள். அவள் அன்றைக்கு அதிர்ச்சியுடன்தான் விழித்தாள். அயர்ந்து தூங்கிய அவள் அப்படி விழித்தது அவளுக்கே வியப்பாக இருந்தது. அவள் சகிக்க முடியாத கனவிலிருந்து விடுபட்டு விழித்திருந்தாள். கனவுக்கும் நனவுக்கும் இடையில் காவேரி தன்னை அடையாளம் காண முடியாமல் தவித்தாள். அந்தக் கனவை அவள் மெல்ல அசை போட்டு நினைவுக்குக் கொண்டு வந்தாள்.

அவள் வேலை செய்து கொண்டிருந்த போது திடீரென்று பலரும் அலறிக் கொண்டு மில்லுக்குள்ளிருந்து வெளியே பாய்ந்து தப்பி ஓடினார்கள். ஓடும் பொழுது அவர்களுடைய உடைகளில் தீப்பற்றிக் கொண்டு மளமளவென்று எரிந்தது. முதலில் வந்தவர்கள் பஞ்சு குடோனிலிருந்து ஓடி வந்தார்கள். அவர்களுடைய உடம்பில் உடைகள் எதுவும் இல்லையென்பதை அவள் பார்த்தாள். பார்க்கச் சகிக்காத அலங்கோலத்தில் அவர்கள் உயிரைப் பிடித்துக் கொண்டு தாவித் தாவி ஓடினார்கள். அவர்களை முந்திக் கொண்டு செல்பவர்களைப் போல புளோயிங் அறையிலிருந்து பாய்ந்து வந்தார்கள். இயந்திரங்கள் பயங்கரமாக அலறுவது போலிருந்தது. மின் விளக்குகள் வெடித்துச் சிதறின. கார்டிங் பிரிவிலிருந்து கோன் வைண்டிங் பிரிவு வரை பஞ்சும், நூலும் தகதகவென்று தீப்பற்றி எரிந்தன. காவேரியின் உடைகளில் தீப்பற்றி விட அவற்றை அவள் அவிழ்த்து அப்பால் வீசி விட்டு ஓடத் தொடங்கினாள். எவருடைய முகத்தையும் எவரும் பார்க்க முடியவில்லை. எவருடைய குரலையும் எவரும் அடையாளங் காண முடியவில்லை. 'அய்யோ அப்பா' 'அய்யோ அம்மா' என்ற குரல்களைத் தவிர அவளால் எதையும் கேட்க முடியவில்லை. குரல்களில் ஆணுக்கும் பெண்ணுக்கும் வித்தியாசம் காண முடியவில்லை. அந்த மில்லுக்குள் எல்லாப் பகுதிகளையும் நெருப்பு தழுவிக் கொண்டே வேகமாக வந்து கொண்டிருந்தது. நெருப்பின்

வெளிச்சத்தில் எவருமே உடை அணிந்திருப்பதாக அவளுக்குத் தெரியவில்லை. அவளும் தன்னுடைய உடைகளை உருவி அந்த நெருப்பு வரும் பாதையில் உதறி விட்டிருந்தாள். நெருப்பு வெடித்துச் சிதறிப் பக்கத்திலிருந்த மில் யூனிட்டுக்களில் பரவிப் படிந்து கண்கள் கூசும்படி எரிந்து கொண்டிருந்தது. சகிக்க முடியாத அளவிற்கு அங்கிருந்தவர்களின் கோரமான அலறல்கள் பரவலாகக் கேட்டன. அங்கேயும், இங்கேயுமாக அவர்கள் ஒவ்வொருவரும் ஓடினார்கள். அந்த மில்லின் வாயிற்கதவைத் தகர்த்து அப்பால் வீசினார்கள். கதவு விழுந்த சத்தம் அவளுக்கு இடிபோலக் கேட்டது. வாயிலைக் கடந்து அவர்கள் எல்லோரும் ஓடி நெடுஞ்சாலையை அடைந்தார்கள். அவர்களை நோக்கி நெருப்பு காட்டாற்று வெள்ளம் போல விரைசலாக வந்து கொண்டிருப்பதை அவர்கள் கண்டார்கள். அவர்கள் எல்லோருமே விசாலமான அந்த நெடுஞ்சாலையில் தலைதெறிக்க ஓடினார்கள். நெருப்பு நெருங்கிக் கொண்டே வந்தது. அலறல்கள் கூடிக் கொண்டே இருந்தன. அவளும் அலறியபடியே ஓடிக் கொண்டிருந்தாள். அவள் எங்கே ஓடுகிறாள் என்பதும் அவளுக்குத் தெரியவில்லை. ஓடியபோது கனமான கல் ஒன்று அவளுடைய காலில் பட அவள் கீழே விழுவதாக இருந்தாள். சமாளித்துக் கொண்டே அவள் ஓடினாள். அவளைச் சுற்றியும் அலறல் கேட்டுக் கொண்டே இருந்தது. காணுமிடமெல்லாம் இருட்டுக் கவிழ்ந்திருந்தது.

அந்த நிலையில்தான் காவேரி விசுக்கென்று விழித்துப் பார்த்திருக்கிறாள். அதுவரை அவள் கண்டதெல்லாம் வெறும் கனவு என்பதை அவள் உணர்ந்து கொண்டாள். அதற்கு அவளுக்கு நீண்ட நேரம் தேவையாக இருந்தது.

திட்டப்படி வேலையை முடித்துப் பணத்தை வாங்கிக் கொண்டு அவள் வீடு வந்து சேர்ந்து ஒரு மாதத்திற்கு மேலாகி விட்டது. அவளிடம் நிறையப் பணம் இருப்பதை அவள் நினைக்கும் போதெல்லாம் அவளுக்குப் பெருமையாக இருக்கிறது. அவளுக்கு இப்போதெல்லாம் முன்னைப் போல அதிகமான வேலைகள் இல்லை. விரும்பிய போதெல்லாம் தூங்கத் தொடங்கி விடுகிறாள். முடியும் போதெல்லாம் அவள் உண்டு களிக்கிறாள். அவளுடைய பணமெல்லாம் அவளுடைய பெயரிலேயே வங்கியில் அப்படியே இருக்கிறது. வட்டியும் கூடுமென்று சொல்லுகிறார்கள். அம்மாவும், அப்பாவும், தங்கையும் கட்டிட வேலைகளுக்குப் போய் வருகிறார்கள். அவர்களுக்காக அவள் சமைத்து வைக்கிறாள். ஆடுகளை மேய்ச்சலுக்கு ஓட்டிப் போய் வருகிறாள். பட்டியில் இப்போது ஆறு ஆடுகள் மட்டுமே இருக்கின்றன. கிடாய்கள் இரண்டு. பெட்டை ஒன்று. மூன்று

குட்டிகள். அதில் கிடாய் ஒன்று. பெட்டை இரண்டு. எல்லாவற்றையும் விற்று விடலாமென்று அடிக்கடி அப்பா சொல்லிக் கொண்டிருக்கிறார். எதற்கும் இருக்கட்டுமென்று அம்மா தடுத்து வைத்திருக்கிறாள்.

அவள் பெரும்பாலும் தனியாகவே இருந்து வருகிறாள். மில்லின் உறுமல் சத்தம் கேட்டுப் பல நாட்களாகி விட்டன. அவளோடு வேலை செய்தவர்களின் முகங்களெல்லாம் அவளுடைய நினைவுகளிலிருந்து மங்கி மெல்ல மறைந்து கொண்டிருப்பது போல அவளுக்குத் தோன்றியது. மஞ்சுளாவும், ரேணுகாவும், ரேவதியும், மாலாவும் இன்றும் அங்கேயே வேலை செய்து கொண்டிருக்கக் கூடுமென்று அவள் நினைத்தாள். அவள் பார்க்க மில்லுக்கு வேலை செய்ய வந்து போனவர்கள் நிறையவே இருந்தார்கள். தன்னைப் போல மூன்று வருடங்களைச் சமாளித்து விட்டு வீடு திரும்பியவர்களையும் அவள் நினைத்துப் பார்த்தாள். அவர்களில் பலருக்குக் கல்யாணம் நடந்திருக்கக் கூடுமென்று அவளுக்கு நினைப்பு. தன்னைப் போலவே அதற்காகக் காத்துக் கொண்டிருப்பவர்களும் இருப்பார்கள். அவர்களெல்லாம் தன்னை நினைவில் வைத்திருப்பார்களோ என்னவோ என்று அவள் நினைத்துப் பார்த்தாள். தனியாகத் தன்னை எல்லோருமே ஒதுக்கி வைத்து விட்டது போல அவள் உணருகிறாள். அப்போதெல்லாம் அவளுக்கு அழுகை வருவது போல இருக்கிறது. பிடிப்பில்லாத நிலைமையில் அவளுக்கு பயம் தோன்றுகிறது. அவள் கண்ட கனவைப் போலவே அவள் வேலை செய்த அந்த மில்லை நெருப்பு எரித்து அழித்திருக்குமோ என்று அவள் நினைத்தாள். அப்படிப்பட்ட செய்தியை பேப்பர்களிலோ டி.வி.யிலோ தெரிவித்திருப்பார்களோ என்று கூட அவளுக்குத் தோன்றியது. அப்படி அது எரிந்து சாம்பலாகிப் போயிருந்தால் எத்தனை பேர் பிழைத்திருப்பார்களென்று நினைக்க அவளுக்கு ஆறுதலாக இருந்தது. அவளுடைய கால், கைகளெல்லாம் வலுவிழந்து போய் விட்டதாக அவள் அவ்வப்போது உணர்ந்து வருந்துகிறாள். அந்த நரகத்தில் அவள் அதற்கு மேலும் இருந்திருந்தால் அவள் செத்துப் போயிருக்கக் கூடுமென்று தோன்றியது. அதிலிருந்து அவள் அவ்வளவு சீக்கிரத்தில் தப்பி வந்ததற்காக அவள் அய்யனாரை சிரத்தையோடு நினைத்துக் கண்ணீர் விட்டாள்.

பார்ப்பவர்களெல்லாம் அவளைப் பற்றிப் பரிதாபமாகப் பேசுகிறார்கள். அவள் வயதானவளைப் போல அவளுக்கே தோன்றுகிறது. முகச் சதை வற்றி எலும்பு துருத்திக் கொண்டிருப்பதைக் கண்ணாடியில் பார்க்கும் போதெல்லாம் அவள் வருந்துகிறாள். கால்களும், கைகளும் வற்றிச் சூம்பிப் போய் விட்டது போலத் தோன்றுகிறது. உடம்பு வெளிறித் தோன்றுகிறது. வயதானவளைப்

போல அவள் தோன்றுகிறாள். எப்படி இருந்தவள் எப்படி ஆகிப் போய் விட்டாளென்று அக்கம் பக்கத்திலிருப்பவர்கள் அங்கலாய்க்கிறார்கள். தன்னைப் பெண் பார்க்க வருபவர்களுக்கு தன்னைப் பார்க்கப் பிடிக்குமோ இல்லையோவென்று அவள் நினைத்து ஏங்குகிறாள்.

காடு கரைப்பக்கம் மேய்ச்சலுக்கு ஆடுகளை ஓட்டிப் போனால் அவள் நிழல் பார்த்து ஒதுங்கி அமர்ந்து விடுகிறாள். கால் கைகள் வலுவிழந்து போனதால் நடக்கக் கூடச் சிரமமாக இருப்பது போலிருக்கிறது. அம்மாவால் இப்போது வேலைக்குப் போய் வர முடிகிறது. காசு பணம் சேர்ந்து விட்ட தெம்பில் அவள் கலகலப்பாகவே இருக்கிறாள். பழைய வீட்டைப் பழுது பார்த்துச் சீமை ஓடுகளைக் கூரையில் கவிழ்த்து வேய்ந்திருக்கிறார்கள். இருளண்டிக் கிடக்கும் வீடு பளிச்சென்றிருக்கிறது. சுவர்களெல்லாம் சுண்ணாம்புப் பூச்சில் பளபளக்கின்றன. வீட்டுக்குக் கரண்ட் வந்து விட்டது. சிம்னி விளக்குகளை அவளால் பார்க்க முடியவில்லை. இலவசமாகக் கிடைத்த டி.வியில் பஞ்சவர்ணத்தோடு சேர்ந்து அம்மாவும் பலதையும் பார்த்து நேரம் போக்குகிறாள். அவளுக்கும் கூட இப்போது அது ஆறுதலைத் தருவதாக இருக்கிறது. கூடுதலாக உண்ணவும் உடுக்கவும் அவர்களால் முடிகிறது. அப்பாவும் கூடுதலாகக் குடித்து விட்டுச் சுகமாகத் தூக்கம் போடுகிறார். அவர்களுடைய ஊர்க்காரர்கள் எல்லோருமே மாறிப் போய் விட்டதாக அவளுக்குத் தோன்றியது. அவளும் அந்த ஊருக்கு எப்படிப் போகப் போகிறாள் என்பதைப் பற்றி எதுவும் புலப்படாமல் குழம்பி வருகிறாள். மாரியம்மன் கோவில் வாசலில் அவளுக்காகக் காத்துக் கொண்டிருந்த சக்தி வேலைப் பற்றிய நினைவு அவளுக்கு வந்தது. அவனுக்குக் கல்யாணமாகி அவளுடைய பெண் சாதியின் ஊருக்குப் போய் விட்டதாக பஞ்சவர்ணம் பேச்சு வாக்கில் சொன்னதைக் கேட்டு அவள் மனம் தளர்ந்து போனாள். இப்போதெல்லாம் தன்னைப் பார்க்கிறவர்கள் முகம் சுளித்துப் பார்வையைத் திருப்பிக் கொள்வது போலிருக்கிறது அவளுக்கு. அவள் முகமறியாத ஒருவனுக்காகக் காத்துக் கொண்டிருக்கிறாள்.

தெருவில் நடமாட்டம் தொடங்கி விட்டதாக அவளுக்குத் தோன்றியது. காக்கைகள் வெளியில் கரைந்து கொண்டிருப்பது அவளுடைய காதுகளில் அழுத்தமாக விழுந்தது. பட்டியில் ஆடுகள் கத்துவது சன்னமாகக் கேட்டது. அம்மா முதலில் எழுந்து கொட்டாவிட்டபடியே கதவைத் திறந்து வெளியில் இறங்கினாள். தங்கை அயர்ந்து தூங்கினாள். முறுவிக் கொண்டே எழுந்த அப்பா இடுப்பு வேட்டியைச் சரி செய்தபடி வழக்கம் போலக் கிளம்பினார். அவருக்கு டீக்கடைக்குப் போயாக வேண்டும்.

அம்மா இரண்டு கைகளிலும் இரண்டு காபித் தம்ளர்களைக் கொண்டு வந்து எழுப்பினாள். அவளும், தங்கையும் எழுந்து அமர்ந்தபடியே காபித் தம்ளர்களை வாங்கிக் கொண்டார்கள். அம்மா அப்பால் நடந்து போனாள். காபியைக் குடித்து முடித்த அவள் காலித் தம்ளருடன் தண்ணீர்ப் பட்டிப் பக்கம் போனாள்.

போய் வந்தவள் காபித் தம்ளரை அடுக்களைப் பக்கம் வைத்து விட்டு ஆட்டுப்பட்டிக்குப் போனாள். சீமாரால் பட்டியைக் கூட்டிச் சுத்தம் செய்தாள். குப்பையைக் கொட்ட வெளியில் வந்த போது தங்கை பிளாஸ்டிக் குடங்களோடு குழாயடிக்குப் போவது தெரிந்தது. நின்று கிடந்த இயந்திரம் இயங்கத் தொடங்குவது போல அன்றைய நாள் இயங்கியது.

அவள் மந்தை வெளிக்குப் போய் வந்து கை கால் முகம் கழுவி காலை உணவை உண்டு வெளிவந்த போது தெற்குப் பகுதியிலிருக்கும் காளியம்மாள் மாடுகளை ஓட்டி வருவதைக் கவனித்தாள். அம்மாவும், அப்பாவும், தங்கையும் அப்போது பஸ்ஸில் வேலைக்குப் போய்க் கொண்டிருப்பார்களென்று அவள் கணித்தபடியே வீட்டைப் பூட்டி சாவியை மறைவான இடத்தில் வைத்து விட்டு வாசலில் இறங்கினாள். வெயிலின் வெக்கை கூடி வருவதை உணர்ந்தவளாக அவள் ஆட்டுப்பட்டிக்குப் போய் ஆடுகளைக் கட்டுத்தரையிலிருந்து அவிழ்த்து விட்டாள். கூரையிலிருந்த கருவேலங்கம்பை உருவி எடுத்து வந்தவள் திண்ணையிலிருந்த உணவுப் பெட்டியை எடுத்துக் கொண்டு நடந்தாள். அன்றைக்கு மதியத்தில் உண்ண அம்மா தயிர்ச்சோறு கிளறி வைத்திருந்தது அவளுக்குப் பிடித்தமாக இருந்தது.

ஆடுகள் வழக்கம் போலவே தெருவில் அதனதன் போக்கில் தாராளமாகச் சேர்ந்து போவதைப் பார்த்த அவள் கால்களை எட்டி வைத்தாள்.

குளத்தூரிலிருந்து திண்டுக்கல் செல்கிற தார்ச்சாலையில் எதிரும் புதிருமாக வாகனங்கள் வேகமாக போய் வருவதைப் பார்த்தவளுக்கு எல்லாமே மாறிப் போயிருப்பது போலத் தோன்றியது. காலி இடங்களில் அங்கங்கே புதிதாகக் கடைகள் வந்திருந்தன. புதிய வீடுகள் பல முளைத்திருந்தன. பழைய வீடுகள் மாறிப் போயிருந்தன. புதிய முகங்கள் நிறையவே தெரிந்தன. பழக்கப்பட்டிருந்த பழைய முகங்களை அடையாளம் கண்டு கொள்ள நேரம் பிடித்தது. அங்கேயும் இங்கேயும் குப்பைகள் குவியல் குவியல்களாகத் தெரிந்தன. சாக்கடைகளை விட்டு விலகிச் செல்லுவதில் சிரமமிருந்தது அவளுக்கு.

தார்ச்சாலையின் நடுவில் தாராளமாகப் போய் வரும் ஆடு, மாடு, எருமைகளையெல்லாம் ஓரம் பார்த்து ஓட்டிப் போகிறவர்களை அவள் கவனித்தாள். அவையெல்லாம் முன்னைப் போல அவ்வளவாக இல்லை.

வெயில் ஏறி வருவதற்குள் காடு கரைப் பக்கம் போய்ச் சேர்ந்து விட வேண்டுமென்று அவள் கால்களை எட்டி வைத்து நடந்தாள். அவள் தளர்ந்து போயிருந்ததால் கை கால்களை அவ்வளவு விரைசலாக வீசி நடக்க முடியவில்லை. கையிலிருந்த கருவேலங் கம்பை அவள் இறுகப் பற்றிக் கொண்டே கவனமாக நடந்தாள்.

மாரியம்மன் கோவில் மைதானத்திலிருந்த அரச மரத்தில் மைனாக்கள் மட்டும் கத்துவதை அவள் கேட்டாள். குழாயடியில் காலையிலும், மாலையிலும் அவள் நின்றிருக்கும் போது கண்ட கண்ட பறவைகளெல்லாம் ஏராளமாகக் கூடி ஊரைக் கலக்குவது போலக் குத்துவதைக் கேட்டு அவள் வியந்திருக்கிறாள். அவையெல்லாம் தாமாக விரும்பிய பக்கமெல்லாம் பறந்து போய் வயிறு நிறையத் தின்று திரும்பி மரக்கிளைகளில் கூத்தடிப்பதைப் பார்த்து அவள் ஏக்கமடைகிறாள். அவற்றோடு தன்னை நினைத்துப் பார்க்கையில் அவளுக்குத் தானே ஒரு பரிதாபமாகத் தோன்றுகிறாள். பறவைகளை இழந்த அரச மரம் போல அவள் தனியாக இருப்பதாக நினைத்தாள். கோவில் மைதானத்தில் முன்னைப் போல எவரும் இருப்பதில்லை. கட்டிட வேலைகளுக்காகத் தூரம் தொலைவு போய் விடுகிறார்கள். வயதானவர்களைக் கூடப் பார்க்க முடியவில்லை. பாடுபட முடியாத அவர்கள் போய்ச் சேர்ந்திருக்கக் கூடுமென்று அவளுக்குத் தோன்றியது. காக்கைகளை மட்டும் அவள் போகிற இடங்களிலெல்லாம் பார்க்கிறாள். காடு கரைகளில் அவள் தனியாக இருக்கும் போது அவளுக்குக் காக்கைகள் துணையாக இருப்பது ஆறுதலாகத் தெரியும். மணிப்புறாக்கள் வேலி நிழல்களில் இளைப்பாறிப் போகும். குறுக்கும் நெடுக்குமாக கரிக்குருவிகள் பறந்து திரிந்து மரக்கிளைகளில் நிழலுக்குப் பதுங்கும். மைனாக்கள் வரப்புக்களில் புழுக்களைக் கொத்திக் கூவிக் கூவிப் பறக்கும்.

அந்த வருடப் பருவ மழைக்கு உழுது விதைத்த காடு கரைகளில் பச்சைப் பட்டு விரித்ததைப் போல பயிர்கள் தளிர்த்து பசுமை காட்டுவதைப் பார்க்க அவளின் கண்கள் குளிர்ந்தது. அந்தப் பக்கத்தில் இப்போதெல்லாம் டிராக்டர் பிடித்து வந்து உழவு செய்கிறார்கள். அதற்கு வழியில்லாமல் இருப்பவர்கள் காடுகளைக் காய்ந்து கிடக்கச் செய்திருந்தார்கள். புல் பூண்டுகள் முளைத்த காடுகள் மேய்ச்சலுக்குத்

தோதுப்படுகிறது. ஆடு மாடுகளெல்லாம் வயிறார மேய்ந்து திரும்புகின்றன. பக்கத்துக் காட்டுப் பயிர்களுக்குள் ஆடு மாடுகள் தாவி விடாமல் கண்ணும் கருத்துமாகப் பார்த்திருக்க வேண்டும். மரங்களில் இலைகள் தளிர்த்து அடர்ந்து மினுமினுப்பதால் நிழலுக்குப் பஞ்சமில்லை. மழை பெய்து ஓய்ந்து நாளாகி விட்டதில் மண்ணும் குளிர்ந்து பளபளப்பதைப் பார்க்க மனம் நிறைந்தது. வேலிச் செடி கொடி மரங்களெல்லாம் தளிர்த்து விறைத்து நின்றிருந்தன. அவற்றையெல்லாம் அவள் இப்போதுதான் பார்ப்பது போலப் பார்த்தாள். பஞ்சுமில்லுக்குள் முடங்கிக் கிடந்ததால் அவளுக்கு எல்லாமே மறந்து போயிருந்தன. காற்று வெக்கையைத் தணிப்பது போல சிலுசிலுப்புடன் வீசுவது உடலுக்கு இதமாக இருப்பதை அவள் உணருகிறாள். அங்கங்கே ஆடுமாடுகள் தாராளமாகத் திரிந்து மேய்ந்தன. அங்கொருவரும் இங்கொருவருமாக ஆண்களும், பெண்களும் நகர்ந்து கொண்டிருப்பதைக் கண்ணுக்கெட்டிய தூரம் வரை அவள் கண்டாள். அடிவானம் வரை பசுமை படிந்திருப்பதைப் பார்க்கப் பார்க்க அவளுக்கு மனதில் தெம்பு கூடியது.

அய்யனார் சிலைக்குப் பக்கமாக அவள் வந்த போது அங்கிருந்த மைதானம் ஆளரவம் இல்லாமல் தனித்துக் கிடப்பதைக் கண்டாள். பசுமை படர்ந்த தரையின் மேல் வண்ண வண்ணப் பிளாஸ்டிக் காகிதங்கள் புரள்வதைப் பார்த்துக் கொண்டே இருக்க வேண்டும் போலிருந்தது. அய்யனார் கோவிலைச் சுற்றிலும் அங்கொன்றும் இங்கொன்றுமாக இருந்த மரங்கள் ஓங்கி வளர்ந்திருப்பதாக அவளுக்குத் தோன்றியது. மரங்களுக்கிடையில் ஏதேதோ பறவைகள் தாவிக் கொண்டிருந்தன. அய்யனார் கோவில் முன்னாலிருந்த பந்தல் எப்போதோ பிரிக்கப்பட்டு அடையாளமில்லாமலிருந்தது.

பின்பக்கமாக நிற்கும் வெள்ளைக் குதிரையின் முன்னங்கால்களைத் தாங்கிப் பிடித்தபடி நிற்கும் அய்யனாரைப் பார்க்கப் பார்க்க அவளுடைய உடம்பு விறைத்தது. அய்யனாரின் கண்களும் மீசையும் அவளுடைய மனதிற்குள் இனம் புரியாத உணர்வுகளை எழுப்பின. போகும் போதும் வரும் போதும் அவள் அய்யனாரைக் கும்பிட்டு விட்டுத்தான் அங்கிருந்து நகர்கிறாள். அய்யனாருக்கு முன்னாலிருக்கும் பலிபீடத்தைச் சுற்றிலும் இரத்தக் கறை அழியாமல் படிந்து கிடந்தது. அய்யனார் அதுவரை எத்தனை ஆடுகளைப் பலி கண்டாரோ என்று நினைக்க அவளுக்குப் பெருமை பிடிபடவில்லை. அவர்களுக்காக அய்யனார் எப்போதும் விழித்தபடி நின்றிருப்பதாக அவள் அடிக்கடி நினைத்துக் கொள்கிறாள்.

அவள் தார்ச்சாலைக்கு வந்து பார்க்கையில் ஆடுகள் கண்ணுக்கெட்டிய தூரத்தில் வேலியோரமாக நகர்வது தெரிந்தது. அவள் கால்களை விரைசலாக வீசி நடந்தாள். ஆடுகளின் பக்கமாகச் சென்றவள் கடவுகளின் வழியாக உழவு போடாத காட்டுக்குள் அவற்றை விரட்டினாள். கடவு வழியாகக் காட்டுக்குள் சென்றவள் புளிய மர நிழலில் அமர நினைத்தாள். ஆடுகள் சிதறி அங்கங்கே தளை தாம்புகளைக் கடித்து விழுங்கி மெல்ல நகர்ந்தன. கருப்புக் கிடாய் தளிர்த்துக் கிளைத்திருந்த எருக்கஞ்செடியை நோக்கி ஓடுவதை அவள் வேடிக்கையாகப் பார்த்தாள்.

புளிய மர நிழல் அடர்த்தியாக இருந்தது. காய்ந்தும் காயாமலுமிருந்த புல்லின் மேல் சோற்றுப் பெட்டியையும் கருவேலங் கம்பையும் வைத்து விட்டு அவள் அமர்ந்த போது வெடுக்கென்றிருந்தது. கால் கைகளை அவள் அழுத்தமாகத் தொட்டு நீவிக் கொண்டாள். அடிக்கடி அவள் ஆடுகளைக் கவனித்தாள். வழக்கம் போல அவை மேய்ச்சலில் இறங்கியிருந்தன.

பஞ்சு மில்லில் அவள் அடைக்கப்பட்டிருந்த நாட்களை நினைத்துப் பார்க்கையில் அவள் எவ்வளவு கொடுமையைச் சகித்தபடி இருந்திருக்கிறாள் என்பதை அவளாலேயே நம்ப முடியாமலிருந்தது.

அக்கம் பக்கம் திரும்பிப் பார்க்கக் கூட அவள் பயந்து நடுங்கியிருக்கிறாள். அய்யனார்தான் அவளை அதுவரை காப்பாற்றி வந்திருக்கிறார் என்பதே அவளுடைய அசைக்க முடியாத நம்பிக்கை. அவளால் எப்படி எந்தவிதமான எதிர்ப்பும் காட்டாமல் அங்கே அடங்கியிருந்திருக்கிறாள் என்பது அவளுக்குப் புரியாமலே இருக்கிறது. அதற்கான ஊக்கத்தை அய்யனார்தான் அவளுக்குக் கொடுத்து வந்திருக்கிறார் என்று அவள் நினைத்தாள்.

விசுக்கென்று அவளுக்கு வெள்ளைச்சாமியின் நினைவு வந்தது. அவருடைய கச்சிதமான மீசையை அவளால் இப்போதும் மறக்க முடியவில்லை. வெள்ளைச்சட்டையும் வெள்ளை வேட்டியும் இல்லாமல் அவரை அவள் பார்த்ததில்லை. கருத்த அவருடைய உடலுக்கு அவை எடுப்பாகவே இருந்தன. கணீரென்ற குரலில்தான் பேசுவார். தமிழ்ப்பாடம் நடத்த வந்து போவார். தமிழச்சி ஒருத்தி புலியை முறத்தால் அடித்துத் துரத்தியதைப் பற்றி அவர் அடிக்கடி சொல்லிச் சிலாகித்து விளக்குவார். அப்போதெல்லாம் அவளுக்கு உடல் சிலிர்த்துப் போகும். அதைச் சோர்வு வரும் போது அவள் நினைத்துக் கொள்கிறாள்.

அவள் அதுவரை தன்னந்தனியாகத் தான் மேய்ச்சலுக்கு வந்து போகிறாள். அவளைப் போன்ற வயதுக்காரிகளும் கூட அப்படித்தான். வனாந்திரத்தில் சுற்றித் திரியும் அவர்களுக்கு எந்த இடைஞ்சலும் வந்ததில்லை. அதைப் பற்றி அவள் எவரும் சொல்லக் கேட்டதில்லை. அம்மா ஒன்றை மட்டும் அவ்வப்போது எவரிடமாவது சொல்லுவதை அவள் கேட்டிருக்கிறாள்.

“கன்னியானாலும், கட்டுக்கழுத்தியானாலும், தாலியறுத்தவளானாலும் சம்மதமில்லாமெ ஒரு ஆம்பளெ ஒருத்தி பக்கத்துல வருவானா? வந்தான்னா தொட்ட கையெ வெட்டிப் போட்டுருவாங்க. பொண்டு புள்ளைக ஒண்டி சண்டியாப் போனா எவனும் ஒதுங்கிப் போவானுக. ஏடகாடமா எவனாவுது நடந்தா அய்யனாரும் சும்மா உடுவாரா? ரத்தங் கக்க வெச்சுக் கொன்னு போடுவாரு! என்னன்னு நெனைச்சே!”

அம்மா சொல்லும் போது ஒவ்வொரு வார்த்தையிலும் துடிதுடிப்பு இருக்கும். அதைக் கேட்பவர்களுக்கும் உடல் சிலிர்த்து விடும். இப்போது பஞ்சு மில்லில் அவதிப்படும் அவளைப் போன்றவர்களை அய்யனார் காப்பாற்ற மாட்டாரா என்று அவள் ஏங்குவாள். கவிதா கூட இப்போது நல்லபடியாக இருப்பதாக அவளிடம் சொன்னாள். கட்டிட வேலைக்குப் போய் காசு பணம் சம்பாதித்து வைத்திருக்கிறாள் அவள். கல்யாணப் பேச்சு அடிபட்டுக் கொண்டிருப்பதாகச் சொல்லி வெட்கத்துடன் பெருமைப்பட்டுக் கொண்டாள்.

கண்களில் எரிச்சல் படர்வதை உணர்ந்த காவேரி கால்களை மடக்கி கைகளால் கோர்த்து அவற்றின் மேல் முகம் பதித்த போது நெஞ்சு விம்முவது போலிருந்தது.

பதினைந்து

அமுதம் நகை மாளிகைக்குப் பக்கத்திலிருந்த டீக்கடையின் முன்னால் நின்றிருந்த காவேரிக்கு அளவில்லாத மகிழ்ச்சி. அன்றைக்குத்தான் அவள் தனக்கான தங்கச் செயினைச் சொந்தமாக வாங்கிக் கழுத்தில் அணிந்திருந்தாள். சிறிய சருகுக் கொடியைப் போலிருந்த அந்தச் செயின் இரண்டு பவுனால் செய்யப்பட்டது. கம்பரிசியைக் கோர்த்து மாலையாக்கியது போலிருந்தது அந்தச் செயின். அப்படி ஒன்றை அவளுடைய அம்மா கூட அவளுக்குத் தெரிய அணிந்து பார்த்ததில்லை அவள். அம்மாவின் கழுத்தில் தாலிச் சரடைத் தவிர அவள் இன்னொன்றைப் பார்த்ததில்லை. வீட்டுக்குப் போனதும் அம்மாவின் கழுத்தில் அணியச் செய்து பார்க்க வேண்டும் என்று நினைத்துக் கொண்டாள். பஞ்சவர்ணமும், அவளும் கவரிங் செயின்களை வாங்கி அணிந்து பழகிப் போயிருந்தார்கள். வளையல்கள் கூட அப்படித்தான். தங்கையின் கழுத்திலும் அந்தச் செயினைப் போட்டு அழகு பார்க்க வேண்டுமென்று அவள் நினைத்துக் கொண்டாள். தங்கைக்கும் கூடப் பணம் தேறிக் கொண்டிருக்கிறது. அவளுக்கும் தங்கச் செயின் வாங்க வேண்டுமென்று அப்பாவும், அம்மாவும் பேசிக் கொண்டிருந்ததை அவள் கேட்டிருந்தாள். தங்கைக்குக் கல்யாணம் முடித்தாக வேண்டுமென்று அம்மா அவ்வப்போது அப்பாவுக்கு நினைவுபடுத்தி வருகிறாள். காசு பணம் சேரச் சேர அப்பா அதிகமாகக் குடித்துக் கொண்டு வருகிறார்.

தங்கையையும் சுமங்கலித் திட்டத்தில் சேர்க்க கருப்பண்ணன் பலமுறை வந்து போனதாக அம்மா அவளிடம் சொன்னாள். அதற்கு அப்பா முடியாதென்று சொல்லிக் கொண்டிருக்கிறார். அப்பாவின் மனம் மாறி விடக் கூடாதென்று அய்யனாரை அவள் அடிக்கடி வேண்டிக் கொண்டிருக்கிறாள். அச்சடித்த காகிதத்தைக் கைப்பையில் வைத்துக் கொண்டு கருப்பண்ணன் அக்கம் பக்க ஊர்களிலெல்லாம் அலைந்து கொண்டிருப்பதைப் பற்றி அம்மாவிடம் அப்பா சொல்லியது அவளுடைய காதிலும் விழுந்தது. அதைக் கேட்கவே அவளுக்கு அருவருப்பாக இருக்கிறது. கடைவீதியில் கருப்பண்ணன் கழுகு போலச் சுற்றிக் கொண்டிருக்கக் கூடுமென்று அவள் நினைத்தாள். அவர் இன்னும் யாரையெல்லாம் பலியிடப் போகிறாரோ என்று அவள் பயந்து கலங்கினாள்.

திண்டுக்கல் கடைவீதியில் அவசரமாகவும், சாவகாசமாகவும் போய் வருபவர்களை அவள் வேடிக்கையாகப் பார்த்தாள். அவர்களெல்லாம் எங்கிருந்து அங்கே வந்திருக்கிறார்களோ என்று அவள் தனக்குள் வியந்தாள். நாலாப் பக்கமும் வந்து போய்க் கொண்டிருந்த வாகனங்களையெல்லாம் அவள் கவனித்தாள். பக்கத்திலிருந்த பஸ் நிலையத்தில் பஸ்கள் உறுமியபடி மெல்ல நுழைவதும் வெளிவருவதுமாக இருப்பதைக் கவனித்த அவளுக்கு பஞ்சுமில்லின் உறுமல் சத்தம் நினைவில் வந்து போனது.

விநாயகா ஓட்டலின் முன்னால் அம்மாவுடன் வள்ளியம்மாளும் வேலம்மாளும் நின்று பேசிக் கொண்டிருந்தார்கள். அவர்களோடு சேர்ந்துதான் நகைக்கடைக்கு வந்திருந்தார்கள். நல்லது கெட்டது என்றால் அவர்கள் சேர்ந்துதான் போய் வருவார்கள். அதுவெல்லாம் அவள் பார்க்க வெகுநாட்களாக நடந்து வருவதுதான். அன்றைக்கு பஞ்சவர்ணம்தான் ஆடுகளை மேய்ச்சலுக்குக் கொண்டு போயிருந்தாள். அப்பா வழக்கம் போலக் கட்டிட வேலைக்குப் போய் விட்டார். நான்கு நாட்களுக்கு முன்னால்தான் அப்பாவும் அவளும் வங்கிக்கு வந்து பணம் எடுத்துக் கொண்டு போனார்கள். நகை எடுப்பதைப் பற்றி அம்மா ஓயாமல் சொல்லிக் கொண்டிருந்தாள். அப்பாவுக்கு அன்றைக்குத்தான் நேரம் கிடைத்தது. அம்மாவுக்கு அன்றைக்கு முடியவில்லை. அப்பாவுடன் அவள் வந்து பணம் எடுத்துப் போனாள். நேரம் கிடைக்கும் போது போகலாமென்று அம்மா சொன்னாள். வீட்டில் அவ்வளவு பணம் வைத்திருப்பது நல்லதல்ல என்று நினைத்த அப்பா கடைவீதிக்கு அம்மாவை அனுப்பி வைத்தார். அதனால்தான் அன்றைக்கு நான்கு பேரும் நகை எடுக்கக் கடைவீதிக்கு வந்திருந்தார்கள். நகையின் விலை முப்பதாயிரத்திற்குப் பக்கமிருந்தது. மீதமிருக்கும் பணம் கல்யாணச் செலவுக்குப் போதுமானதாக இருக்குமென்று அவளுக்குத் தோன்றியது.

வள்ளியம்மாளும், வேலம்மாளும், அம்மா பார்வதியும் அவளிருக்கும் இடத்திற்கு வருவதைப் பார்த்தாள் அவள். வரும்போது அம்மா மட்டும் நெல்லை லாலா ஸ்வீட்ஸ் கடைப் பக்கமாகப் போனாள். தங்கைக்கு எதையாவது வாங்கி வருவாள் என்று அவள் கணக்குப் போட்டாள்.

பஞ்சுமில்லில் வேலை செய்த போது அவள் மாதத்திற்கு ஒருமுறை திண்டுக்கல்லுக்கு வந்து போனதெல்லாம் அவளுக்கு நினைவு வந்தது. வருகிற போதெல்லாம் திருவிழாப் பார்க்க வருவதைப் போலிருக்கும் அவளுக்கு. வார்டன் சரசம்மா உடன்

வந்ததால் நெஞ்சில் பயமிருந்தது. கடை வீதிக்குள் தாராளமாகப் போய் வருவதில் சிரமமிருந்தது. அதுவெல்லாம் அவளுக்கு இப்போது இல்லையென்று நினைக்கையில் மனதுக்குத் தெம்பாக இருந்தது. கடைவீதியில் காளீஸ்வரி போன் செய்த காட்சி அவளிடமிருந்து அன்றுவரை மறையாமலிருந்தது. வார்டன் சரசம்மாவும், காளீஸ்வரியும் மல்லுக்கட்டியதும், காளீஸ்வரி தப்பி ஓடியதும், அவளுக்கு இப்போதும் வேடிக்கையாகவே இருக்கிறது. காளீஸ்வரி இப்போது எங்கே எப்படி இருக்கிறாளோ என்று அவள் நினைத்துக் கொண்டாள். கல்யாணம் செய்து கொண்டிருப்பாளோ என்று கூடத் தெரியவில்லை. அவள் மில்லில் வேலை செய்தவரை அதைப் பற்றி எவரும் பேச அவள் கேட்டதில்லை. காளீஸ்வரியைப் போல பஞ்சு மில்லிலிருந்து எத்தனை பேர் தப்பித்துப் போயிருப்பார்களோ என்று அவள் தன்னிடமே கேட்டுக் கொண்டாள்.

கடைவீதியில் தன்னைப் போல வண்ணச் சேலைகளை உடுத்திக் கொண்டு போய் வந்த தன் வயதுக்காரிகளை அவள் கூர்ந்து கவனித்தாள். சதைப்பிடிப்புள்ள அளவான உடலோடு அவர்கள் அலங்கரிக்கப்பட்ட பொம்மைகளைப் போல நடப்பது அவளுக்கு ஏக்கத்தைத் தருவதாக இருந்தது. பல வயதுக்காரிகளும் விதவிதமாக உடுத்திக் கொண்டு கடைவீதியில் அலைந்தார்கள். கனத்த உடம்புகளுடன் மூச்சு முட்ட நடந்து போவதையும் அவள் பார்த்தாள். வயது மீறிய பெண்களும் கூட அவள் வயதுக்காரிகளுடன் உடுத்திக் கொண்டு போவதைப் பார்க்க டி.வியில் பார்த்த உடைகள் அவளுக்கு நினைவு வந்தது. கடைவீதியில் பட்டாம் பூச்சிகள் பறந்து திரிவதைப் போல அவளுக்கு அப்போது தோன்றியது. பார்க்கப் பார்க்க பார்த்துக் கொண்டே இருக்கச் செய்வதைப் போல கட்டிடங்கள் காட்சி தந்தன. கடைகளின் உள்ளிலும், வெளியிலும் வெளிச்சம் பளிச்சென்று படிந்து கிடந்தது. வண்ணங்கள் மின்னி மின்னிப் போகிறவர்களையும், வருகிறவர்களையும் கடைகளுக்குள் அழைப்பது போலிருந்தது. அவளுக்கும் கூடச் சேலைகளை எடுக்க வேண்டுமென்றிருந்தது. அவள் தனக்குப் பிடித்தமானவற்றைத் தேர்ந்தெடுத்து மனதிற்குள் வைத்துக் கொண்டாள்.

பஞ்சு மில்லில் வேலை செய்கிற போது கடைவீதிக்கு வந்து போகிற நாள் அவளுக்குத் திருவிழா நாளைப் போலிருக்கும். தனக்குப் பிடித்தமான உடைகளை உடுத்திக் கொண்டு மற்றவர்கள் அதைப் பற்றி என்ன சொல்லுகிறார்களென்று எதிர்பார்ப்பாள். எவரும் எதுவும் சொல்லாவிட்டால் பார்க்கிறவர்களிடமெல்லாம் தன்னுடைய உடை நன்றாக இருக்கிறதா என்று கேட்பாள். பஞ்சு மில்லுக்குள் அழுக்குப்

படிந்த ஒரே மாதிரியான சேலையையும், ஜாக்கெட்டையும், ஏப்ரான் தொப்பியையும் அணிந்து கொண்டு அடையாளமில்லாமல் போய் வந்ததை நினைக்க அவளுக்கு அருவருப்பாக இருந்தது. இப்போதெல்லாம் வெளியில் கிளம்பும் போது விரும்பியபடியெல்லாம் உடுத்துப் பார்க்கிறாள். காடுகரைகளுக்கு மேய்ச்சலுக்குப் போகும் போது கூட அவள் விரும்பியதை உடுத்துக் கொண்டு போகிறாள். தலைமுடியைச் சீராக வாரி பின்னலிட்டுப் பூ வைத்துக் கொள்கிறாள். மேய்ச்சலுக்கு ஆடுகளை ஓட்டிப் போகும் போது அப்படியெல்லாம் போகக் கூடாது என்கிறாள் அம்மா. வனாந்திரத்தில் காற்றுக் கருப்பு அலைந்து கொண்டிருக்கும் என்று அவள் பயப்படுத்துகிறாள். அப்போதெல்லாம் அய்யனார் பெயரைச் சொல்லி அவள் அம்மாவை வாயடைக்கிறாள். கடைவீதியில் தலைமுடி கனக்கப் பின்னலிட்டுப் பூ வைத்து விதவிதமாக உடுத்திப் போகிறவர்களோடு தன்னையும் வைத்துப் பார்க்கிறாள். தலை பெருத்து உடல் வற்றிப் போன தன்னைப் பார்க்க அவளுக்கு வருத்தமாக இருக்கிறது. அம்மாவைப் போல சாயம் தோய்த்த முரட்டுச் சேலைகளைக் கட்டிக் கொண்டு வசதிக்குத் தகுந்தபடி தலைமுடியைக் கொண்டையிட்டு நடந்து போகிறவர்களையும் அவள் பார்க்கிறாள். தனக்குத் தலைமுடி குறைந்து போயிருப்பதை அவள் வருத்தத்துடன் நினைக்கிறாள். தங்கைக்கு உடலும் தலைமுடியும் கச்சிதமாக இருப்பதைக் கவனிக்கையில் அவள் ஏங்கித் தவிக்கிறாள். தனக்கான உடைகளைத் தங்கை அணிந்து கொண்டு தன்னுடன் வரும்போது அவளை மட்டுமே முதலில் பார்த்துப் பேசுகிறார்கள். அப்போதெல்லாம் அவள் மனதிற்குள் பொக்கென்று போய் விடுகிறாள். தன்னைப் பெண் பார்க்க வருபவர்களெல்லாம் அவளைத்தான் நோட்டம் விடுகிறார்கள். வீட்டுக்குப் பெண் பார்க்கப் பலரும் வந்து போவதை அவள் தெரிந்து வைத்திருந்தார்கள். அதுவரை வராத சொந்த பந்தமெல்லாம் வீட்டுக்கு வந்து போவதைப் பார்க்க அம்மாவுக்குப் பெருமையாக இருக்கிறது.

வந்து போகிற சொந்த பந்தங்களுக்கெல்லாம் காவேரிதான் பந்தி போடுகிறாள். அப்போதெல்லாம் தங்கை ஆட்டுப்பட்டியில் முடங்கிப் போய் விடுகிறாள். அக்கம் பக்க வீடுகளுக்குப் போய் விடுகிறாள். அதை நினைக்க நினைக்க அவளுக்கு வருத்தமாக இருந்தது. தங்கைக்கு முதலில் கல்யாணம் செய்து வைத்து விட்டுப் பின்னால் தனக்குத் திருமணம் செய்யச் சொல்லி அம்மாவிடம் சொல்ல வேண்டுமென்று அவளுக்குத் தோன்றும். அதைச் சொன்னால் அம்மா என்ன நினைப்பாளோவென்று அவள் அடங்கி விடுவாள்.

அன்றைக்கு மாரியம்மாள் அப்படிச் சொன்ன போது அம்மா அவளிடம் எரிந்து விழுந்தாள். அதற்குப் பிறகு மாரியம்மாள் அந்தப் பக்கம் தலை காட்டுவதையே விட்டு விட்டாள். மூத்தவளை வைத்துக் கொண்டு இளையவளுக்கு கல்யாணம் செய்ய யார் வருவார்களென்று அம்மா கேட்டாள். வந்து போகிறவர்களெல்லாம் தங்கையைக் குறி வைத்துத்தான் வருகிறார்கள் என்று அன்றைக்கு மாரியம்மாள் வெளிப்படையாகச் சொன்ன போதுதான் அம்மாவுக்கு ஆத்திரம் பொத்துக் கொண்டு போனது. அன்றையிலிருந்து வீட்டுக்கு எவராவது வந்தால் கண்ணில் படக்கூடாது என்று தங்கையை எச்சரிக்கிறாள் அம்மா. அவ்வப்போது அம்மா கூடத் தன்னை எரிச்சலோடு பார்ப்பதாக அவள் உணருகிறாள். எதையாவது சொன்னால் எரிந்து விடுவது போலப் பேசுகிறாள். பேச்சில் எள்ளும் கொள்ளும் வெடிப்பது போல அவளுக்குத் தோன்றுகிறது. அம்மா எப்போதாவது மனம் விட்டுப் பேசுவதைக் கேட்க அவளுக்கு மனது இதமாகிறது. அம்மா படுகிற பாடு அவளுக்குத்தான் தெரியுமென்று காவேரி நினைத்துப் பார்க்கிறாள்.

சொல்லியும், சொல்லாமலும் அக்கம்பக்கத்து ஊர்களிலிருந்து அவளுடைய வீட்டுக்குச் சாதி சனம் வந்து போய்க் கொண்டிருக்கிறது. வந்து போகும் போதெல்லாம் அவள் எதை எதையோ நினைத்துப் பார்க்கிறாள். இருதலைப்பட்டி, வத்தலக்குண்டு, பெரிய குளம், ராமபுரம், அய்யலூர், சின்னான்பட்டி, பாலக்குறிச்சி, நல்லமனார் கோட்டை, வேல்வார் கோட்டை, சித்துவார்ப்பட்டி, குளத்துப்பட்டி, தொட்டணம்பட்டி என்று பல ஊர்க்காரர்களும் வந்து போய் விட்டார்கள். அம்மாவுக்கும் பந்தி வைத்துச் சலித்து விட்டது. சொல்லி விடுவதாகச் சொல்லிப் போனவர்கள் சொல்லி விட்ட பாடும் இல்லை. வந்து சொன்ன பாடும் இல்லை. அம்மாவும், அப்பாவும் மனம் கசந்து போயிருந்தார்கள். தனக்கு வயதாகி விட்ட தோற்றம் அதற்கெல்லாம் காரணமாக இருக்கக் கூடுமென்று அவள் நினைத்தாள். அவளை இரண்டாம் தாரமாகக் கட்டிக் கொண்டு போக நினைத்து வந்து போனவர்கள் கூட அந்தப் பக்கம் வருவதில்லை. அவள் தனக்குக் கல்யாணமே வேண்டாமெனச் சொல்லி விடலாமென்று அடிக்கடி நினைப்பதுண்டு. அப்படிச் சொன்னால் அம்மா என்ன சொல்லுவாளோ என்று அவள் பயந்து வாயடங்கி விடுவாள்.

அம்மாவும், வள்ளியம்மாளும், வேலம்மாளும் தானிருக்கும் இடத்திற்கு வருவதை அவள் கவனித்தாள். அவளுடைய பார்வைக்கு எட்டிய வரை கூட்டம் வருவதும் கரைவதுமாக இருந்தது. சளசளப்புக் கிடையில் கூக்குரல்கள் எழுவதும் அடங்குவதுமாக இருந்தன.

இரைச்சல் கூடுவதும் குறைவதுமாக இருந்தது. வாகனங்கள் போட்டி போட்டுக் கொண்டு தலை தெறிக்க எதிரும் புதிருமாக ஓடிக் கொண்டிருந்தன. மற்றவர்களோடு அம்மா அங்கு வந்து சேர்ந்தாள். கையிலிருந்த பை பெருத்துக் கனப்பது போலத் தெரிந்தது அவளுக்கு. அம்மா நிறையச் செலவு செய்திருக்கிறாளென்று அவளுக்குத் தோன்றியது.

"இந்தா நீயும் ஒண்ணெ வாயில போடு! வெத்தலெ குடுன்னு கேட்டெ. இல்லைன்னு சொல்லீட்டு இதெக் குடுத்தா. பீடாவோ கீடாவோன்னு சொன்னான்." அம்மா ஒவ்வொருவரிடமும் பீடாவைக் கொடுத்துக் கொண்டே சொன்னாள்.

வாங்கி வாயிலிட்ட பீடா இலேசாக இனிப்பது அவளுக்கு பிடித்தமாக இருந்தது. அந்த மாதிரியெல்லாம் அவள் பீடாவை வாயிலிட்டு மென்று துப்பியது எப்போதாவதுதான். கல்யாண வீடுகளுக்குப் போகும் போதெல்லாம் அவள் தவறாமல் வெற்றிலை பாக்குப் போட்டு மென்றிருக்கிறாள். இனிக்கும் பீடாவை வாயிலிட்டு மென்று சப்பியபடியே அவள் நடந்தாள். அவளுக்குப் பின்னால் மற்றவர்கள் வந்தார்கள்.

பஸ் நிலையத்திற்குப் பக்கத்தில் வந்த போது சளசளப்புக் கூடுவதை அவள் கவனித்தாள். விரைசலாக நடந்தவர்கள் தேங்கி ஓரம் பார்த்து நின்றார்கள். வெயிலுக்கு ஒதுங்கியவர்களும் அங்கு இருந்தார்கள். ஒவ்வொரு கடையின் முன்னாலும் கூட்டம் தேங்கியது. ஒலிபெருக்கியின் சத்தம் கூடிக் கொண்டே வந்தது. காவேரியும் மற்றவர்களும் கட்டிட நிழலில் ஒதுங்கி நின்றார்கள். திறந்த டெம்போ வேன்களில் ஆண்களும், பெண்களும் உரத்த குரல்களில் சொல்லிக் கொண்டே வருவது அவளுடைய காதில் விழுந்தது. ஒவ்வொன்றும் ஊர்ந்து வந்தன.

"அனுப்பாதே! அனுப்பாதே!
இளம் பெண்களை அனுப்பாதே!"

"ஒழியட்டும்! ஒழியட்டும்!
சுமங்கலித் திட்டம் ஒழியட்டும்!"

"வதைக்காதே! வதைக்காதே!
வயசுப் பெண்களை வதைக்காதே!"

"ஏமாற்றாதே! ஏமாற்றாதே!
ஏழைப் பெண்களை ஏமாற்றாதே!"

"சுரண்டாதே! சுரண்டாதே!
சுமங்கலிப் பெண்களைச் சுரண்டாதே!"

"சுமங்கலித் திட்டம் அடிமைத் திட்டம்!
சுத்த மோசம்! இந்தத் திட்டம்!"

"கல்யாணத் திட்டமா?
கருமாதித் திட்டமா?
எந்தத் திட்டம்?
சுமங்கலித் திட்டம்?"

விதவிதமான சத்தங்களும் அடங்கிய நிலைமையில் அந்தக் கூட்டுக் குரல்கள் மட்டும் வீரியமாக ஒலிப்பதைக் கேட்ட அவளுக்கு உடம்பெல்லாம் சிலிர்ப்பதை அவள் கண்டாள். அவளுக்குள் அடங்கி ஒடுங்கிக் கிடந்த உணர்ச்சிகளின் வெளிப்பாடாகவே அந்தக் கூட்டுக் குரல்கள் ஒலித்துக் கொண்டிருந்தன.

முதலில் வந்த டெம்போ வேனின் கேபினிக்கு மேலே 'திருப்பூர் மக்கள் அமைப்பு' என்று பெரிய எழுத்துக்களைத் தாங்கிய பேனர் காற்றை எதிர்த்து விறைத்துப் பளபளத்தது. பின்னால் வந்த ஒவ்வொரு டெம்போ வேனிலும் சேவ், கேர்-டி, சோக்கா, ஹோப், கனவு, டான்பாஸ்கோ, 'எஸ் எஸ் எஸ் எஸ் எஸ்' என்றெல்லாம் பேனர்கள் மிடுக்காகப் பளிச்சிடுவதை அவள் படித்தாள். ஒவ்வொன்றின் கீழும் தன்னார்வத் தொண்டு நிறுவனம் என்று இருப்பதை அவள் கவனித்தாள். தங்களைப் போன்றவர்களைக் காப்பாற்றுவதற்காக யாரெல்லாமோ பாடுபடுகிறார்கள் என்று புரிந்த போது அவளுக்குக் கண்களில் நீர் கோர்த்தது. முந்தானையை இழுத்து அவள் கண்களைத் துடைத்துக் கொண்டாள்.

"இதெல்லா என்ன?" சற்றுத் தள்ளி நின்றிருந்த பெரியவர் தனக்குப் பக்கத்தில் நின்றிருந்தவனிடம் கேட்டார்.

"ஐயா, சுமங்கலித் திட்டம்னு ஒண்ணெ இப்பக் கொண்டு வந்திருக்கிறாங்களாம்! அதுக்கு எதிர்ப்புத் தெரிவிக்கறாங்க"

"அப்படியா?" அந்தப் பெரியவர் முணுமுணுத்தபடி கூட்டத்திற்குள் நகர்ந்தார். கூக்குரல்கள் தொடர வேன்கள் வரிசையாக முன்னேறின. வேன்களில் நின்றிருந்தவர்களின் குரல்களில் ஒருவிதக் கோபம் வெளிப்படுவதை அவள் கண்டாள்.

ஒருவன் கையிலிருந்த நோட்டீஸ்களைக் கொடுத்துக் கொண்டே கூட்டத்திற்குள் நுழைந்து நுழைந்து போனான்.

“இந்தா காவேரி! எங்களுக்கெங்க படிக்கத் தெரியுது. நீயாவது படிச்சிருக்கறே! படிச்சுப் பார்த்துச் சொல்லு!” வேலம்மாள் கொடுத்த நோட்டீஸை அவள் வாங்கிப் படித்தாள்:

“நீ மட்டும் மனசுக்குள்ளெ படிச்சா எப்புடி? நாங்க தெரிஞ்சுக்க வேண்டாமா? வள்ளியம்மாள் கேட்டாள்.

அவர்களுக்கு நெருக்கமாகச் சென்று நின்ற காவேரி குரலை உயர்த்திப் படித்தாள். “சுமங்கலித் திட்டம்” என்ற பெயரில் தென் மாவட்டங்களிலிருந்து ஏராளமான இளம் பெண்கள் திண்டுக்கல், திருப்பூர், கோவை, ஈரோடு, பல்லடம் போன்ற பகுதிகளுக்கு பஞ்சாலைகள் மற்றும் நூற்பாலைகளுக்கு அழைத்துச் செல்லப்படுகிறார்கள். மூன்று ஆண்டுக் காலம் வேலை செய்து முடித்தால் முப்பதாயிரம் முதல் முப்பத்தைந்து ஆயிரம் வரை வழங்கப்படும் எனக் கூறி கிராமப்புற பெண்களை ஏமாற்றி வேலைக்கு அழைத்துச் செல்கிறார்கள். ஆனால், அங்கு பெண்கள் சொல்ல முடியாத துயரத்திற்கு ஆளாகிறார்கள். அதனால் தமிழக அரசு சுமங்கலித் திட்டத்தை ரத்து செய்ய வேண்டும்.

“ஒப்பந்தத் தொகை வழங்கப்படாத பெண் தொழிலாளிகளுக்கு வங்கி வட்டியோடு சேர்த்துத் தொகை வழங்க வேண்டும். ஆலைகளில் இளம் பெண்கள் விடுதிகளில் தங்க வைக்கப்பட்டு சிறைச்சாலை போல அடைத்து வைக்கப்படுகிறார்கள். இதை அரசு கண்காணிக்க வேண்டும்.

“சுமங்கலித்திட்டத்தால் பாதிக்கப்பட்ட பெண்களுக்கு மறுவாழ்வு வழங்கும் வகையில் மாவட்டம் தோறும் பெண்கள் பல்நோக்கு பயிற்சி நிலையங்கள் அமைக்க வேண்டும். திருப்பூர் மக்கள் அமைப்பு.”

அவள் படித்து முடித்து விட்டு அம்மாவின் முகத்தைப் பார்த்த போது அதில் ஈயாடவில்லை. அவளுக்குள் ஒருவித இறுக்கம் படர்ந்து படிந்தது.

“சூறையாடாதே! சூறையாடாதே!
இளம் பெண்களை சூறையாடாதே!”

“ஒழியட்டும்! ஒழியட்டும்!
சுமங்கலித் திட்டம் ஒழியட்டும்!”

கூட்டுக் குரல்களின் சத்தம் மங்கிக் கொண்டே வருவதை அவள் கேட்டாள். சளசளப்பும், இரைச்சலும் கூடிக் கொண்டே வந்தது. அவர்கள் ஒதுங்கி நின்றார்கள்.

“எல்லாம் எங்கிருந்து வருது?” பக்கத்தில் புகை பிடித்தபடி நின்றிருந்தவர் இன்னொருவரிடம் கேட்பதை அவள் கவனித்தாள்.

“தெற்கே, கன்னியாகுமரியிலிருந்து வருதாம். எதோ பிரச்சாரப் பயணமாம். திருநெல்வேலி, தூத்துக்குடி, கோவில்பட்டி, தேனி, கரூர், ஈரோடுன்னெல்லாம் சுத்தீட்டு இப்ப இங்க வந்திருக்கறாங்க! திருப்பூருக்கும் போகுங்களாம்.”

கேட்டவர் சிகரெட்டை வேகமாக உறிஞ்சிப் புகையை ஊதியதைப் பார்த்த அவள் முகத்தைத் திருப்பிக் கொண்டாள். தேங்கியிருந்த கூட்டம் கரைந்து கரைந்து தாராளமாக நடக்க அந்த இடம் வசதிப்பட்டது.

அவர்கள் பஸ் நிலையத்திற்குள் நுழைந்து குளத்தூர் வழியாக அய்யலூர் போகிற பஸ் வரும் இடத்தில் நின்றார்கள். அங்கே நின்றிருந்த பஸ்ஸில் கூட்டம் நிறைந்து வழிந்தது. அங்குமிங்கும் கவனித்த அவளுடைய பார்வையில் சுவரில் ஒட்டப்பட்டிருந்த நோட்டீஸ் அகப்பட அதை அவள் பார்த்தாள்:

“இளம் பெண்களுக்கு ஓர் அரிய வாய்ப்பு. வயது பதினான்கு முதல் பதினெட்டு வரை உள்ளவர்கள் வரவேற்கப்படுகிறார்கள். சுமங்கலித் திட்டத்தின் கீழ் மூன்று ஆண்டுகள் வேலை செய்தால் முப்பதாயிரம் வழங்கப்படும். சுவையான உணவு வழங்குகிறோம். காலையில் டீ, காய்கறி பொரியல்களுடன் சத்தான உணவு, தயிர், மோர், பால் வழங்கப்படும். மாலையில் டீ, கார வகைகள், இட்லி, தோசை, வடை வாரத்தில் இரண்டு நாட்களுக்கு வழங்கப்படும். வாரத்திற்கு ஒருமுறை கேசரி, சப்பாத்தி, பாயசம், பூரி, முட்டை ரொட்டி ரோஸ்ட் வழங்கப்படும்.” அதற்கு மேல் படிக்க அவளுக்குப் பொறுமை இல்லை. வாயில் ஊறியிருந்த எச்சிலை அதன் மேல் விரைசலாகத் துப்பினாள். அவளுக்கே அது திக்கென்று பட்டதை அவள் உணர்ந்தாள். சுற்றுமுற்றும் ஒருமுறை பார்த்தாள். பத்தடிக்கு அப்பால் நின்றிருந்த ஒருவன் மட்டும் அவளையும், அந்த நோட்டீஸையும் கவனிப்பது போலிருந்தது. அந்த நோட்டீஸை அவள் திரும்பவும் பார்த்த போது அதில் சிவப்பு நிற எச்சில் சிதறலாகப் படிந்திருந்தது. அவள் அங்கிருந்து விலகி மற்றவர்களுடன் ஒன்றாகச் சேர்ந்து நின்று கொண்டாள்.

சந்து பொந்துகளிலெல்லாம் அடைந்திருந்த பயணிகளைச் சுமந்து கொண்டு அய்யலூர் பஸ் முக்கித் தக்கி முன்னோக்கி ஊர்வதை அங்கங்கே பயணிகள் கவனித்தார்கள். பார்க்கிற பக்கமெல்லாம்

பயணிகள் ஈக்களைப் போல மொய்த்துக் கொண்டிருப்பதை அவள் வேடிக்கை பார்த்தாள். அங்கங்கே பஸ்கள் உறுமிக் கொண்டு ஊர்ந்தன. முக்கி முனகியபடி நிற்கிற பஸ்களும் இருந்தன. தூங்குவது போலவும் பஸ்கள் அசைவில்லாமல் நின்றன. இடம் கிடைத்தவர்கள் நிம்மதியாக எதைப் பற்றியோ நினைத்தபடி அவற்றிற்குள் அமர்ந்திருந்தார்கள். வந்து நின்ற பஸ்களை நோக்கிப் பயணிகள் இடம் பிடிக்க ஒருவித வெறியோடு பாய்வதை அவள் வருத்தத்துடன் கவனித்தாள். குழந்தைகளோடு நிற்பவர்களைப் பார்க்கப் பரிதாபமாக இருந்தது அவளுக்கு.

அய்யலூர் போகிற பஸ் குலுங்கிக் குலுங்கி வந்து நின்றது. பயணிகள் இறங்கச் சிரமப்படும் வகையில் ஏறுகிறவர்கள் பஸ்ஸின் இரண்டு வாயில்களிலும் அடைத்துக் கொண்டு நின்றார்கள். சன்னல் வழியாகக் கையிலிருந்த பைகளை இடம் பிடிக்க பஸ்ஸுக்குள் போட்டார்கள். சலிப்போடும், களைப்போடும் நடந்து போய்க் கொண்டிருந்த டிரைவரைப் பார்க்க அவளுக்குப் பாவமாக இருந்தது.

பயணிகள் சலித்த பின்னால் காவேரி மற்றவர்களுடன் சாவகாசமாக பஸ்ஸின் இறங்கும் வழியில் ஏறினாள். அம்மாவும், வள்ளியம்மாவும், வேலம்மாவும் நிதானமாக அவளைத் தொடர்ந்து ஏறினார்கள். ஆளுக்கொரு இடம் காலியாக இருந்ததில் அவர்களுக்கு நிம்மதி வந்தது. அய்யலூர் போகிற பஸ் கிளம்புவதற்காகக் காத்திருந்த பயணிகளை அவள் நிதானமாகக் கவனித்தபடி அமர்ந்திருந்தாள்.

பதினாறு

கனவில் காண்பது போல ஒவ்வொரு நாளிலும் ஒவ்வொன்றும் நடந்து முடிவது போலத் தோன்றியது காவேரிக்கு. நடப்பதெல்லாம் கனவில் தானா என்று அவள் தனக்குள் அவ்வப்போது கேட்டுக் கொள்கிறாள். அவள் எதுவெல்லாம் சாத்தியமில்லை என்று நினைத்தாளோ அதுவெல்லாம் நனவாகிப் போனதில் அவள் அவ்வப்போது வியந்து போகிறாள். அழவும் முடியாமல் சிரிக்கவும் முடியாமல் அவள் அவதிப்படுகிறாள். நாளும் பொழுதும் எப்போது கழியுமென்று ஏங்கியவளுக்கு அவை வந்து போவது கூடத் தெரியவில்லை. போன மூன்று மாதங்களாக வீட்டில் கலகலப்பு கூடி வந்ததில் அப்பா வீராச்சாமி குடிப்பதைக் கூடக் குறைத்துக் கொண்டார். போக்குவரத்தும் அவருக்கு அதிகமாகவே இருக்கிறது. அவளுக்குக் கல்யாணம் நிச்சயிக்கப்பட்ட நாளிலிருந்து அவர் வானத்துக்கும் தரைக்கும் குதித்துக் கொண்டிருப்பதாக அம்மா வேடிக்கையாகச் சொல்லி வருகிறாள். ஒரு மாதமாக அப்பா தூரந் தொலைவிலிருக்கும் சொந்த பந்தத்தையெல்லாம் பார்த்து வந்தார். சில ஊர்களுக்கு அம்மாவும் சேர்ந்தே போய் வந்தாள். ஊரில் உள்ளவர்களுக்கெல்லாம் தவறாமல் அம்மாதான் கல்யாணப் பத்திரிகை கொடுத்தாள். அப்பாவும் சில இடங்களுக்குப் போய் வந்தார்.

கல்யாணம் வேடசந்தூர் காமாட்சி கல்யாண மண்டபத்தில் நடந்தது. பெரியகுளத்து மாப்பிள்ளை. காரும் டெம்போவும் ஓட்டுகிறவன். கண்களுக்குப் பிடித்த மாதிரி கச்சிதமாக இருந்தான். கூலி நாலி செய்து நொடிந்து போன குடும்பம். மூன்று பெண்களுக்குப் பிறகு பிறந்தவன். கடைசிக் கல்யாணம். சொன்ன இடங்களுக்கெல்லாம் போய் சோதிடம் பார்த்திருக்கிறார்கள். பெண் தேடிப் பல பக்கமும் அலைந்திருக்கிறார்கள். கடைசியில் காவேரியின் சாதகம் பொருந்தி வந்திருக்கிறது. ஆருடம் கூடப் போட்டும் பார்த்திருக்கிறார்கள். சரியாகவே எல்லாமும் பொருந்தி வந்திருக்கிறது. அப்பாவுக்கும், அம்மாவுக்கும் பிடித்துப் போய் விட்டது. பஞ்சவர்ணம் கூட மாப்பிள்ளையை மெச்சிக் கொண்டிருக்கிறாள்.

மாப்பிள்ளை எட்டாம் வகுப்பு வரை படித்திருக்கிறான். விஜயகுமார் என்று பெயர். ஒரே பையன் என்பதால் காவேரிக்கு

போகிற இடத்தில் கவலை இருக்காது என்று பேசிக் கொண்டார்கள். அம்மாதான் ஒவ்வொன்றையும் பெருமையாகச் சொல்லிக் கொண்டிருக்கிறாள். அதைக் கேட்ட அவளுக்குப் பெருமை பிடிபடுவதாக இல்லை. நிச்சயத்திற்கு முன்னால் மாப்பிள்ளை விஜயகுமார் வந்து போனது அவளுக்கு நினைவு வந்தது. அவளுக்கு மாப்பிள்ளையைப் பிடித்திருந்தாலும் அவனுக்குப் பிடித்திருக்காது என்று அவள் நினைத்துக் கொண்டாள். சிலரெல்லாம் மாப்பிள்ளையை விடவும் அவள் மூத்தவள் போலத் தெரிவதாகச் சொன்னார்கள். அதையெல்லாம் அவள் வருத்தத்துடன் கேட்டுக் கொண்டாள். இப்போதும் கூட ஊரில் பலரும் அப்படிச் சொல்லித் திரிவதாக அம்மா அங்கலாய்த்துக் கொள்கிறாள்.

அவளுக்கு உடம்பு தேறினால் எல்லாமே சரியாகி விடுமென்று வள்ளியம்மாள் சொல்லிக் கொண்டிருப்பது அம்மாவுக்கு ஆறுதலாக இருந்தது. அப்படிச் சொல்பவர்களை வேலம்மாள் சாடை மாடையாகத் திட்டி வருகிறாள். ஊரில் பலரும் பலவிதமாகப் பேசிக் கொண்டதாக அவள் கேள்விப்பட்டாள். அவளுக்கு நல்ல மாப்பிள்ளை வாய்த்திருப்பதாகப் பலரும் அவளிடம் சொன்னதைக் கேட்க அவளுக்குப் பெருமையாக இருந்தது.

கல்யாணத்திற்குப் பிறகு பார்ப்பவர்களெல்லாம் அவளை மரியாதையோடு நடத்துவதைப் பார்க்க அவள் வியந்தாள். போய் வருகிற இடங்களிலெல்லாம் அவளுக்குச் செல்வாக்குக் கூடியிருப்பதாக நினைத்தாள். அவளைப் பார்த்தும் பார்க்காதவர்களைப் போல போய்க் கொண்டிருந்தவர்களெல்லாம் அவளை நிறுத்தி வைத்துப் பேசுகிறார்கள். அதையும் இதையும் கேட்டு விசாரித்து விட்டுப் போகிறார்கள்.

அப்பா வீராச்சாமி அடக்கமாகவே இருந்து வருகிறார். கல்யாணம் நல்லபடியாக நடந்து முடிந்ததில் அவர் மனம் பூரித்துப் போய் நிதானமாகவே இருந்து வருகிறார். மண்டபத்தில் கூட்டம் தாராளமாகவே கூடியிருந்ததைப் பார்க்க அவளுக்குக் கூச்சமும், பயமும் எங்கிருந்தோ வந்து தொற்றிக் கொண்டது போலிருந்தது. வெட்கத்துடனும் தயக்கத்துடனும் அவள் ஒவ்வொன்றையும் கவனித்தாள். அவளுடைய கற்பனைகளில் வராதவையெல்லாம் வந்து போவதைப் பார்க்கையில் அவள் எதையும் நம்ப முடியாதவளாகவே இருந்து வருகிறாள். கல்யாணப் பெண்ணாக அவள் இருந்த போது நடந்தவையெல்லாம் அவளுடைய நினைவுக்கு வந்து போகின்றன. அதையெல்லாம் நினைக்கிற போது அவளுக்கு நேரம் கழிவது தெரியாமல் போய் விடுகிறது. மாப்பிள்ளை விஜயகுமாருக்குத் தன்னை எந்த விதத்தில் பிடித்திருக்கக் கூடுமென அவள் நினைத்து நினைத்துச்

சலித்துப் போகிறாள். கச்சிதமான உடம்பு வடிவாகச் சதைப்பிடிப்போடு இருப்பதை அவனுக்குத் தெரியாமலே பார்த்துப் பார்த்துப் பெருமைப்படுவதற்காக அவள் வெட்கப்படுகிறாள். தன் கண்ணே மாப்பிள்ளை மேல் பட்டு விடுமோ என்று அவள் தனக்குள் சொல்லிக் கொள்கிறாள். அவனுடைய கருத்த நிறத்துக்குப் பட்டாலான வெள்ளைச் சட்டையும், வெள்ளை வேட்டியும், சரிகைத் துண்டும், பூமாலையும் எடுப்பாக இருந்ததை அவள் நினைவுக்குக் கொண்டு வந்து பெருமூச்சு விடுகிறாள். தங்க நிறப் பட்டுச் சேலையும், ஜாக்கெட்டும் தனக்குப் பொருத்தமாக இருந்து அடையாளம் தெரியாத அளவுக்குச் செய்து விட்டதாக அவளிடம் தனலட்சுமி சொல்லக் கேட்ட போது அவள் கூச்சத்தால் குறுகிப் போனாள். அவளணிந்திருந்த பூமாலை கூடுதலான அளவில் மணம் வீசினாலும் அவ்வப்போது அவளுக்குத் தலைசுற்று வருவது போன்ற உணர்வைத் தந்தது. பக்கத்தில் வந்து வந்து பஞ்சவர்ணம் தன்னுடைய பூமாலையை அடிக்கடி சரி செய்ததை நினைக்க அவளுக்குப் பெருமையாக இருந்தது. மாப்பிள்ளை விஜயகுமாரின் முகத்தை அவ்வப்போது கடைக்கண்ணால் அவள் பார்த்ததை நினைத்துத் தனக்குள் சிரித்தாள். தன்னை எவராவது கவனிக்கிறார்களா என்று அவள் அடிக்கடி பக்கம் பார்த்து பயந்ததும் அவளுக்கு நினைவு வந்தது.

மணவறை ஒரு பூந்தேரைப் போல அலங்கரிக்கப்பட்டிருந்ததாகப் பலரும் சிலாகித்து ஒரு வாரம் வரை பேசிக் கொண்டதை அவள் கவனித்தாள். மாப்பிள்ளை வீட்டைச் சேர்ந்தவர்கள் கூட அதைப் பெரிதாகப் பேசிக் கொண்டார்கள்.

கல்யாண மண்டபத்திற்கு அவளைக் காரில் வைத்துக் கூட்டிப் போனது அவளுக்குப் பெருமையாக இருந்தது. அவளுக்கு விவரம் தெரிந்த நாளிலிருந்து அன்றைக்குத்தான் அவள் காரில் பயணம் செய்திருந்தாள். மாப்பிள்ளை வீட்டிற்கும் பெண் வீட்டிற்கும் அவளைக் காரில்தான் கூட்டிப் போய் வந்தார்கள். அய்யனாரை அவள் அவ்வப்போது தவறாமல் கும்பிட்டது வீணாகவில்லையென்று அவள் நினைத்தாள். கல்யாண விருந்து கறிச் சோற்றுடன் இருந்தது. வந்தவர்களுக்கெல்லாம் அப்பா பெரிய கிடாய் வெட்டிக் கல்யாணப் பந்தி போட்டார். அய்யனாருக்குத் தான் கிடாய் வெட்டிக் கொண்டு வந்தார். நினைத்தது நடந்து விட்டதில் அப்பாவுக்கு நிம்மதி. அம்மாவும், அப்பாவும் அய்யனார் முன்னால் கை கூப்பிக் கண்மூடிக் கண்ணீர் விட்டுக் கும்பிட்டதாக பஞ்சவர்ணம் அவளிடம் சொன்னபோது அவள் மனம் நெகிழ்ந்து அழுதாள். அவளுடைய கழுத்தில் தாலியேறிய போது அவளையும் அறியாமல் அவளுடைய

கண்களில் கண்ணீர் பொலபொலவென்று உதிர்ந்த போது விஜயகுமார் அவளைக் கவனித்ததை அரைக் கண்களால் கவனித்தது அவளுக்கு நினைவு வந்தது. அதைப் பற்றி விஜயகுமார் அவளிடம் எதையும் கேட்காதது அவளுக்கு வியப்பாகவே இருந்து வருகிறது. மணவறையைச் சுற்றி வந்த போது அவளுடைய பாதங்கள் உணர்ச்சியில்லாமல் இருந்ததை அப்போதும் அவள் நினைத்துப் பார்த்தாள். அவளை விஜயகுமார் எங்கோ அழைத்துப் போவது போலிருந்தது.

வந்திருந்தவர்களில் பலரிடம் கால்களில் விழுந்து ஆசி பெற்றதில் அவளுக்கு வந்த இடுப்பு வலி இன்னும் மிச்சமிருப்பதாக அவள் உணர்ந்தாள். அதை வெளிக்காட்டிக் கொள்வதில் அவளுக்குத் தயக்கமிருக்கிறது. நெருக்கமான சொந்த பந்தமெல்லாம் இருவரையும் அழைத்துப் போய் வைத்த விருந்துகளால் அவளுக்கு உடல் இலேசாகக் கனப்பது போலத் தோன்றியது. கல்யாணத்திற்கு முன்பே அவள் மருந்து மாத்திரைகளை விழுங்கிக் கொண்டிருந்தாள். விலை கூடிய டானிக்கைக் கூட அவள் தவறாமல் குடித்தாள். கல்யாணத்தின் போது அவளுடைய உடல் தேறியிருப்பதாக அவளைப் பார்த்தவர்கள் சொன்னதைக் கேட்ட போது அவளின் மனம் நிறைவது போலிருந்தது. பஞ்சு மில்லில் இருந்த போது அடிக்கடி வந்த தலைவலி, அவளுக்கு எப்போதாவது வருவதை அவள் கண்டாள். வேளா வேளைக்குத் தின்று விரும்பிய படி தூங்கி எழுகிறாள். கால் கை வலியெல்லாம் அவளுக்குப் பழைய நோயாகத் தோன்றியது. பஞ்சு மில்லில் பத்து மணி நேரம் பனிரெண்டு மணி நேரம் நின்றிருந்ததெல்லாம் இப்போது அவளுக்குப் பழைய நினைவுகளாகி விட்டன. கால் கை வலித்தாலும் தலை வலித்தாலும், வயிற்று வலி வந்து குப்புறப் படுத்துக் கிடந்தாலும் வலிந்து இழுத்துப் போய் வேலை செய்யச் சொன்னதெல்லாம் அவளுக்கு அவ்வப்போது நினைவு வருகிறது. மறுத்தால் கையைப் பிடித்து இழுத்துப் போய் தள்ளி விடாத குறையாக மில்லுக்குள் விரட்டுவதை அவளும் அனுபவித்திருந்தாள். அப்போதெல்லாம் அவள் தனக்குள் அழுது புலம்புவதுண்டு. அந்த மாதிரி மற்றவர்கள் நடத்தப்படும் போதும் அதைக் கண்டு கொள்ளாதவளைப் போலத் தன்னுடைய கோபத்தைக் கட்டுப்படுத்திப் பொறுமுவாள்.

வித்யாவின் நினைவு அவளுக்கு வந்தது. அவளுக்காக காவேரி இப்போதும் பரிதாபப்படுகிறாள். கால் கை வலியென்று சொல்லி வேலைக்குச் செல்ல மறுத்து அடம் பிடித்து வந்த அவள் அவ்வப்போது விடுதியிலேயே படுத்துக் கிடப்பாள். வித்யாவை வீட்டுக்கு அனுப்பி வைத்து விடுவதாக மிரட்டினாலும் கூட அதைக் கேட்டு அவள் அசையாமலிருந்தாள். ஒரு சிப்டு நேரத்துக்கு மேல் தன்னால் வேலை

செய்ய முடியாது என்று அவள் விடாப்பிடியாக இருந்து வந்தாள். வார்டன் சரசம்மாவுக்கும் அவளுக்கும் சூப்பர்வைசர் முன்னால் வாதம் நடக்கும். வாதத்தில் வித்யாதான் வெற்றி பெறுவாள். அதையெல்லாம் அவள் கவனித்து ஆறுதலடைவாள்.

பத்மா தன்னுடைய கழுத்துச் செயின் திருட்டுப் போய் விட்டதாகச் சொல்லி ஓவென்று அழுது கொண்டிருந்தாள். அன்றைக்குக் குளித்து விட்டு வந்த பத்மா அவசரம் அவசரமாக வேலைக்குச் செல்ல வேண்டியிருந்ததால் தன்னுடைய தங்கச் செயினை எடுத்து மாட்டிக் கொள்ள மறந்து விட்டாள். சிப்டுக்குச் சென்றவள் அந்த நினைவில்லாமலேயே வேலை செய்திருக்கிறாள். திரும்பி வந்து முகத்தைக் கழுவும் போதுதான் பத்மாவுக்குத் தங்கச் செயினின் நினைவு வந்திருக்கிறது. செயின் ஒன்றரைப் பவுன் செயின் என்று சொல்லி பத்மா புலம்பினாள். விடுதியிலிருந்த ஒவ்வொருவரின் பையும் சோதனையிடப்பட்டது. தங்கச் செயினைக் கண்டுபிடிக்க முடியவில்லை.

அதை வித்யாதான் திருடியிருக்க வேண்டுமென்று வார்டன் சரசம்மா சூப்பர்வைசரின் முன்னால் சொன்னாள். பத்மாவின் செயினைத் தான் எடுக்கவில்லையென்று வித்யா விடாமல் வாதம் செய்தாள். வாய்க்கு வந்தபடி வார்டன் சரசம்மா திட்டினாள். அதற்கு ஈடு கொடுத்து வித்யாவும் விடாமல் எதிர்த்துச் சொன்னாள். தாக்குப் பிடிக்க முடியாத நிலையில் வார்டன் சரசம்மா விரைசலாக வித்யாவைத் தள்ளிவிட்டாள். கீழே விழுந்த அவளை உதைக்கச் சென்றவளை மற்றவர்கள் குறுக்கிட்டுத் தடுத்தார்கள். வித்யா திருடவில்லையென்று அவர்கள் வாதிட்டார்கள். ஓய்ந்து போன வார்டன் சரசம்மாவும், சூப்பர்வைசர் நடராஜனும் விடுதி அறையை விட்டு வேகமாக வெளியேறினார்கள். மறுநாளே வித்யாவையும் அவளுக்குச் சாதகமாக இருந்தவர்களையும் மானேஜர் அறைக்குக் கூட்டிப் போனார்கள். அதையெல்லாம் கவனித்துக் கொண்டு ஒதுங்கியிருந்த தன்னைக் கூட்டிப் போகாததில் அவளுக்குப் பயம் நீங்கியது. வழிச்செலவுக்குப் பணம் கொடுத்து அவரவர் ஊர்களுக்குச் செல்லும்படி அவர்களிடம் மானேஜர் சொல்லி விட்டார். அங்கிருந்து திரும்பிய பெண்கள் அழுதுகொண்டே அவரவர் பொருட்களை எடுத்துச் சூட்கேஸ்களுக்குள் வைத்துக் கொண்டார்கள். அதையெல்லாம் வார்டனும், சூப்பர்வைசரும் கவனித்துக் கொண்டிருந்தார்கள். எவரிடமும் சொல்லாமல் விம்மிக் கொண்டே அவர்கள் அந்த விடுதியை விட்டு வெளியேறியதை இப்போதும் நினைத்து அவள் வருந்துகிறாள். போனவர்களில் வித்யா, மீனா, சுதாவை மட்டும் அவள் நினைவில் வைத்திருக்கிறாள்.

கடைவீதி வரை போய் வருவதாகச் சொல்லிப் போன விஜயகுமார் அதுவரை வராததில் அவளுக்கு என்னவோ போலிருந்தது. அவன் ஊருக்கு அவசரமாகப் போக வேண்டுமென்று சொல்லியிருந்தான். அவளுக்கு அதைக் கேட்டதிலிருந்து ஒரே ஊசலாட்டமாக இருந்தது. இன்னும் ஒருவாரம் இருந்து விட்டுப் போகலாமே என்று அவளுக்கு விருப்பமாக இருந்தது. அவனை மட்டும் போகச் சொல்லி விட்டு இன்னும் ஒருவாரம் இருந்து விட்டு வருவதாகச் சொல்ல நினைத்தவள் தயங்கிக் கொண்டே இருந்தாள்.

குளத்தூரை விட்டு அவள் என்றென்றுமாக விலகிப் போவதை நினைக்கையில் அவளுக்கு நெஞ்சு கனத்தது. வலிப்பது போலவும் தோன்றியது. வீட்டுக்குள்ளும், வெளியிலும் அலையும் போது அவளுடைய கண்களில் அவளையும் மீறிக் கண்ணீர் பொங்கி வழிந்தது. இனிமேல் அவளுடைய வீடு அவளுக்குச் சொந்தமில்லை என்பதை அவள் உணர்ந்து வருந்தினாள். அந்த வீட்டிற்குள் அவள் தனக்கென ஒதுக்கி வைத்துக்கொண்ட எதுவும் அவளுக்குச் சொந்தமில்லை. அப்பாவும், அம்மாவும், தங்கையும் அவளுக்கு அந்நியர்களைப்போலத் தோன்றினார்கள். அந்த வீட்டில் அவளுடைய ஆதிக்கம் முடிவுக்கு வந்து விட்டதாக அவள் உணர்ந்திருந்தாள். அவள் பஞ்சு மில்லுக்கு வேலைக்குப் போன போது கூட இவ்வளவு வருத்தம் அவளுக்கு இல்லை. அப்பாவும் அம்மாவும் அவளைத் தாரை வார்த்துக் கொடுத்த போது அவளுக்கு ஓவென்று கூவிக் கதறி அழவேண்டும் போலிருந்தது. அதை அவள் சிரமப்பட்டு அடக்கிக் கொண்டது அப்போதும் அவளுக்கு வருத்தமாக இருந்தது.

அங்கிருந்து கிளம்பிப் போனால் இனி எப்போது திரும்பி வர நேரும் என்று அவளால் நினைத்துக் கூடப் பார்க்க முடியவில்லை. தன்னுடன் அவள் எடுத்துப் போவதற்கு அவளிடம் பழைய நினைவுகளைத் தவிர எதுவும் இல்லை. அம்மாவின் முகத்தைப் பார்க்கும் போதெல்லாம் அது கண்ணீரில் நனைந்திருப்பது போலத் தெரிகிறது. அப்பாவின் முகம் எப்போதும் இல்லாத அளவிற்குக் கருத்து இறுகிப் போயிருப்பதாக அவளுக்குத் தோன்றுகிறது. பஞ்சவர்ணமும் கூட அரைகுறையாகப் பேசுவதை அவளால் சகித்துக் கொள்ள முடியவில்லை. தன்னைப் போலவே அவர்களும் மனதிற்குள் புளுங்கிக் கொண்டிருப்பதாக அவள் நினைத்தாள். ஒவ்வொரு நொடியும் வலி மிகுந்து துயரமாக இருப்பதை அவள் இதற்கு முன் எப்போதும் உணர்ந்ததில்லை. அந்த வீட்டிற்கு அவள் இனிச் சொந்தமில்லையென்று உணர்ந்து அவள் விசும்பி அழுதாள். தன்னை எவரும் கவனித்து விடக் கூடாதென்று அடிக்கடி அவள் கர்ச்சீப்பால் கண்களையும் முகத்தையும் துடைத்துக் கொண்டாள்.

அவள் அப்பாவைத் தேடிய போது அவர் ஊருக்கு யாரையோ பார்த்து வருவதாகச் சொல்லிப் போனதாக அம்மா சொன்னாள். பஞ்சவர்ணம் ஆட்டுப்பட்டியில் வேலையாக இருந்தாள். அம்மா தளர்ந்து சோர்ந்து போயிருந்ததை முகம் பளிச்சென்று காட்டியது. கல்யாணச் செலவு ஒருபாடு ஆகி விட்டதாக வள்ளியம்மாளிடமும், வேலம்மாவிடமும் அம்மா சொல்லியதை அவள் கேட்டிருந்தாள். மொய் முறையென்று நிறைய வந்ததால் கடன் உடன் அதிகமில்லாமல் காரியம் முடிந்ததாக அப்பா சொல்லிக் கொண்டிருந்தார். அந்தப் பக்கமாக வந்த கருப்பண்ணன் இரண்டு நாட்களுக்கு முன்னால் வீட்டிற்கு வந்து போனார். கல்யாணத்தைச் சிலாகித்துப் பேசிய போது அவளுக்குள் எள்ளும், கொள்ளும் வெடித்தது. அவர் பஞ்சவர்ணத்தை மில்லுக்குக் கடத்திப் போக அடிப் போடுவதாக அவளுக்குத் தோன்றியது. அவர் கிளம்பிப் போகும் வரை அவள் தவித்துக் கொண்டிருந்தாள். கணவனாகி விட்ட விஜயகுமாரைப் பற்றிய அக்கறை அவளுக்கு அடிக்கடி வந்து கொண்டிருந்தது. அவன் தனக்கு அதுவரை தெரிந்திராத தொலைவுக்கெல்லாம் அவளைக் கூட்டிப் போய் வந்திருந்தான். அவளுக்கு ஒரு வாரமாக நாளும் பொழுதும் கழிந்ததே தெரியவில்லை. பார்த்த திசைகளிலெல்லாம் பச்சைக் கம்பளம் விரித்திருப்பது போல பயிர்கள் காடு கரைகளில் மினுமினுத்தன. உழுது போட்ட செம்மண் நிலங்களில் ஈரம் இன்னமும் இருப்பது போல அவளுக்குத் தெரிந்தது. அங்கங்கே அரைகுறையாகக் கட்டப்பட்டுக் கொண்டிருந்த பெரிய கட்டிடங்களை அவள் கவனித்தாள். கட்டி முடிக்கப்பட்ட கட்டிடங்கள் மலையடிவாரத்தில் பெட்டிகளைப் போலத் தெரிந்தன. வழிகளிலெல்லாம் பச்சைப் பசேலென்ற மரங்கள் விறைத்து நின்று அவளை முறைத்துப் பார்ப்பது போல அவளுக்குத் தோன்றியது. அங்கங்கே செங்கல் காளவாய்கள் அச்சுக் களியைப் போல மண்ணோடு ஒட்டிக் கிடந்தது.

விஜயகுமார் அவளை வைகை அணைக்குக் கூட்டிப் போயிருந்த போது அவள் ஒவ்வொன்றையும் வியந்து வியந்து பார்த்தாள். அவள் அதுவரை பார்த்திராத பச்சை மரங்களையும், செடிகளையும், பூக்களையும் பார்த்தாள். அணையின் மேல் தளத்தில் வீசிய காற்று அவளைக் கீழே தள்ளி விடுமோ என்றெல்லாம் அவள் பயந்தாள். அந்த ஆறு எங்கே போகிறது என்று அவள் கேட்டாள். அங்கேயும் இங்கேயுமாக எங்கெல்லாமோ வளைந்து வளைந்து போய் இராமநாதபுரம் குளத்தில் சேருவதாகச் சொன்னான் விஜயகுமார். வழியில் பனிரண்டாயிரம் கண்மாய்களை நிரப்பி விட்டுக் குளத்திற்குப் போய்ச் சேருவதாகச் சொன்ன போது அதைக் கற்பனையில் பார்த்து அவள் பெருமூச்சு விட்டாள். மதுரைக்குக் கூட்டிப் போன போது

வைகையை அவன் அடையாளம் காட்டி முகம் சுளித்தான். அழுக்குத் தண்ணீரின் முடை நாற்றம் அவளின் வயிற்றைக் குமட்டுவதை உணர்ந்து அவள் அங்கிருந்து போய்விட வேண்டுமென்று அவனிடம் சொன்னாள். அழகர்மலை, திருப்பரங்குன்றம், மதுரை மீனாட்சி கோவில் என்றெல்லாம் அவன் அவளைக் கூட்டிப் போனான். ஒவ்வொரு கோவிலிலும் நீண்ட வரிசைகளில் மணிக்கணக்கில் நின்று சலித்த போது அவள் பஞ்சுமில்லில் இரவையும் பகலையும் நாள்தோறும் கழித்தது அவளுக்கு நினைவு வந்தது. கடைவீதிகளைக் காட்டினான். ஓட்டல்களுக்குக் கூட்டிப் போய் ஒவ்வொன்றின் ருசியைப் பற்றியும் அவளுக்குச் சொன்னான். விரும்பியதையெல்லாம் வாங்கிக் கொடுத்தான்.

தனக்கு அப்படியொரு கணவன் வாய்த்ததற்கு அய்யனாரின் பார்வை தான் காரணமென்று அவள் நினைத்து மனம் உருகினாள். அவள் பார்ப்பதெல்லாம் அவளுக்கு கனவுகள் போலவே தோன்றுகின்றன. பழைய நிகழ்வுகளெல்லாம் அவளுக்கு அடியோடு மறைந்து விட்டது போலத் தோன்றுகின்றன. அவளோடு பஞ்சுமில்லில் வேலை செய்தவர்களெல்லாம் எங்கே எப்படி இருக்கிறார்களோ என்று நினைத்துக் கொள்கிறாள். தன்னைப் போலவே அவர்களுக்கும் இப்படியெல்லாம் வாய்த்திருக்குமா என்றெல்லாம் எண்ணித் தனக்குள் பெருமைப்படுகிறாள்.

அவளுடைய பயணத்திற்குத் தேவையானதையெல்லாம் சூட்கேசில் அடைத்து வைத்து வெகுநேரமாகி விட்டதை அவள் கண்டாள். கடைவீதி வரை போய் வரலாமா என்று நினைத்தவள் வீட்டை விட்டு வெளியில் வந்து வாசலில் நின்றபடி தெருவின் இரண்டு முனைவரை மாறி மாறிப் பார்த்தாள். அங்கங்கே காக்கைகள் மட்டும் கரைந்தபடி கூரைகள் மேல் பறப்பதும் அமர்வதுமாக இருந்தன.

அம்மாவிடம் சொல்லி விட்டுக் கடைவீதி வரை அவள் நடந்து கிழக்கிலும் மேற்கிலும் பார்வையை விரித்த போது தொலைவில் விஜயகுமார் வருவது தெரிந்தது. அவன் சிகரெட்டைப் புகைத்து ஊதிய படியே விரைசலாக வந்து சேர்ந்தான். அவனும், அவளும் தெருவில் நடக்கையில் வள்ளியம்மாள் வீட்டுச் சேவல் படபடவெனச் சிறகடித்துக் கூவுவதை அவள் கவனித்தாள்.

அவர்களை அனுப்பி வைப்பதற்காக ஆடுகளைக்கூட அவிழ்த்து விடாமல் காத்திருந்தாள் பஞ்சவர்ணம். அம்மா அன்றைக்கு வீட்டிலேயே இருக்கப் போகிறாளென்று அவள் ஊகம் கொண்டவளாக அப்பாவைப் பற்றி நினைத்தாள். அவர் நிம்மதியாக அன்றைய பொழுதைத் தூங்கிக் கழிப்பாரென்று அவள் கணக்கிட்டாள்.

அவர்கள் வெகுநேரம் வரை பொறுமையிழந்து காத்திருந்தார்கள். அப்பா டாஸ்மாக் கடைப்பக்கம்தான் இருக்கக் கூடுமென்று நினைத்த அம்மா அதுவரை போய்ப் பார்த்து வரும்படி பஞ்சவர்ணத்தை விரட்டினாள். அவள் தெருவில் விரைசலாக நடக்கையில் பட்டிக்குள் ஆடுகள் மாறி மாறிக் கத்துவதை காவேரி கேட்டாள். விஜயகுமார் வாசலைக் கடந்து மறைவாக நின்று சிகரெட் பற்ற வைத்து ஊதியதைப் பார்த்த அவள் தனக்குள் சிரித்துக் கொண்டாள்.

தெருமுனையில் அப்பாவும், பஞ்சவர்ணமும் வந்து கொண்டிருப்பதைப் பார்த்த அவளுக்குச் சுறுசுறுப்புக் கூடியது. வீட்டுக்குள் சென்று சூட்கேஸை எடுத்து வந்து திண்ணையில் வைத்துக் கொண்டாள். வாசலுக்கு வந்து சேர்ந்த அப்பாவின் முகத்தை அம்மா விறைத்துப் பார்த்தாள். போதையேறிய கண்களால் அப்பா பார்ப்பதை அவள் கவனித்தாள்.

வீட்டைப் பூட்டிக் கொண்டு வருவதாகச் சொல்லி திண்ணை ஏறினாள் பஞ்சவர்ணம். சூட்கேஸை எடுத்துக் கொண்டு திண்ணையிலிருந்து இறங்கி வாசலுக்கு வந்த அவளுக்குக் கண்கள் கலங்கின. தூசியைத் துடைப்பது போல அவள் கர்ச்சீப்பால் கண்களைத் துடைத்தபடி நடந்தாள். அவளோடு அம்மாவும் சேர்ந்து நடந்தாள். அப்பா எதுவும் பேசாமல் முன்னால் சென்றார். விஜயகுமார் கடைசியாகப் போனான்.

குளத்தூர் பஸ் நிறுத்தத்தை அவர்கள் அடைந்த பொழுது அவள் திரும்பிப் பார்த்தாள். பஞ்சவாண்ம் கால்களை எட்டிப் போட்டு நடந்து வருவது தெரிந்தது. அங்கே நின்றிருந்தவர்களில் ஒரு பெரியவரைப் பார்த்து அப்பா எதைப் பற்றியோ விசாரிப்பது போலத் தோன்றியது அவளுக்கு.

தொலைவிலிருந்து ஆரன் சத்தத்தைக் கிளப்பியபடி வந்த பஸ் அவர்களுக்கு முன்னால் ஊர்ந்தபடியே உறுமிவிட்டு நின்றது.

விஜயகுமாரும், அவளும் பஸ்ஸில் ஏறி அமர்வதை அப்பாவும், அம்மாவும், தங்கையும் கவனிப்பதை அவள் பார்த்தாள். அவர்களுடைய முகங்கள் கருத்திருந்ததையும் கண்கள் கசிந்திருந்ததையும் அவள் பார்த்தாள்.

அங்கிருந்து பஸ் கிளம்பிய போது அவள் ஒருமுறை விம்மினாள்.

பதினேழு

பெரிய குளம் மேலமங்கலத்தில் தன்னுடைய நாளும், பொழுதும் கழிவதை காவேரி நினைக்கும் போதெல்லாம் அவளுடைய தனிமை சகிக்க முடியாததாக உணருகிறாள். தான் எங்கோ தூக்கி எறியப்பட்டு விட்டதாகவே அவளுக்குத் தோன்றுகிறது. குளத்தூரைப் போலவேதான் அவளுடைய புதிய ஊரும் இருப்பதாக அவள் நினைக்கிறாள். அவ்வப்போது வந்து போகிற பஸ்களின் இரைச்சல் தொலைவில் கேட்கிறது. இரவும் பகலுமாக அவள் ஓயாமல் கேட்டுப் பழகிப் போன பஞ்சுமில்லின் இரைச்சலை அவள் இனிமேல் கேட்கப் போவதில்லையென்று நினைக்கையில் அவளுக்கு நிம்மதியாக இருந்தது.

புதிய ஊர் தனக்கு அமைதி தருவதாகவே அவளுக்குத் தோன்றுகிறது. வீட்டு வேலைகள் கூட அதிகமாக இல்லையென்பதில் அவள் மனநிறைவடைந்தாள். ஆடு, மாடுகள் என்றெல்லாம் புதிய வீட்டில் எதுவும் இல்லை. அரிப்பதும், ஆக்குவதும், பந்தி வழங்குவதும்தான் அவளுடைய வேலையாக இருக்கிறது. சொந்த பந்தமென்று எவராவது வந்தால் அன்றைக்கு அவளுக்கு வேலை கூடுதலாக இருக்கும். விஜயகுமார் வீட்டிலிருந்து கிளம்பும் நேரம் அவளுக்குத் தெரியும். அவன் வீடு திரும்புகிற நேரம் எதுவென்று அவளுக்குத் தெரியும். கண்ட கண்ட நேரத்தில் அவன் திரும்பி வந்து கதவைத் தட்டுகிறான். பகலெல்லாம் அவள் தூங்கியே கழிப்பது அவளுக்கு அலுப்பைத் தருகிறது. மாமனார் வேலப்பனும், மாமியார் காளியம்மாளும் கிடைத்த வேலைக்கெல்லாம் போய் வருகிறார்கள். கட்டிட வேலையென்றால் மாதக் கணக்கில் இருந்து கொண்டே இருக்கும். ஒரு வேலை முடிந்தால் இன்னொரு வேலை வரும் வரை அங்கேயும் இங்கேயும் போய் வர வேண்டும். மாமனார் காடு கரைகளுக்குப் போய் வருவார். வேலி போடுவார். நிலம் பரப்புவார். வரப்புக் கட்டுவார். வாய்க்கால் பிடிப்பார். அவ்வப்போது ஏதாவது ஒரு வேலைக்கு அவரைக் கூட்டிப் போவார்கள். மாமியாரும் களை கொத்தப் போவாள். காய்கறி பறிப்பாள். பாரம் எடுக்கும் வண்டி வாகனங்களுக்கு சுமை எடுத்துப் போய் வருவாள். முன்னெல்லாம் அவளுக்கு நிறையவே வேலை இருந்ததாகச் சொல்லுகிறாள். காடு கரைகளில் மழை பெய்து ஓய்ந்தால் பல வேலைகளும் இருக்கும்.

விதைக்க, நட, நாற்றுப் பிடுங்க, களை எடுக்க, பாத்தி கட்ட, ஓடி ஓடி ஆள் பிடிப்பார்கள். இப்போதெல்லாம் மெசின்கள் வந்து விட்டன. டிராக்டர்களே எல்லா வேலைகளையும் செய்கின்றன. தேவையானால் ஏதாவது வேலைக்கு ஆளைத் தேடி வருகிறார்கள். கூலி நாலி இல்லாதவர்களெல்லாம் கட்டிட வேலைக்குப் போகிறார்கள். அங்கே இங்கேயெல்லாம் ரோடு போடுகிற வேலைக்குப் போய் வருகிறார்கள். ஊர் விட்டு ஊர் போய்ப் பிழைக்கிறார்கள். மழை மாரி சரியாகப் பெய்யாததால் காடு கரைகளில் வெள்ளாமை விளைச்சல் சரியில்லை. காடு கரைகளை விற்றுக் காசாக்கி குழந்தை குட்டிகளைப் படிக்க வைக்கிறார்கள். நலம் பொலம் செய்து கல்யாணம் காட்சி பார்க்கிறார்கள். பார்க்கிற பக்கமெல்லாம் விதவிதமான வீடுகளும், கட்டடங்களும் முளைக்கின்றன. அதைப் பற்றியெல்லாம் மாமியார் அங்கலாய்த்துச் சொல்லுவதை அவள் நேரம் போவது தெரியாமல் கேட்டு வருகிறாள்.

தானும் வேலைக்கு வருவதாக மாமியாரிடம் அவள் கேட்ட போதெல்லாம் வேண்டாமென்று சொல்லுகிறாள். வீட்டில் மூன்று பேரும் போட்டி போட்டுக் கொண்டு சம்பாதிக்கிறார்கள். கையில் காசு பணம் தாராளமாகப் புரளுகிறது. நினைத்ததை வாங்கி உண்ணத் தின்ன அவர்களால் முடிவதைப் பார்க்க அவளுக்குப் பெருமையாக இருக்கிறது. விதவிதமாகத் துணிகளை வாங்கி வைத்திருந்தாள் அவள். பெரியகுளத்துக்கும், தேனிக்கும் அவ்வப்போது கூட்டிப் போய் வருகிறான் விஜயகுமார். புதுப்புதுப் படங்களாக அவள் சினிமா பார்க்கிறாள். ஓட்டல்களுக்கெல்லாம் கூட்டிப் போய் விரும்பியதை யெல்லாம் வாங்கிக் கொடுக்கிறான். விருப்பமானவற்றையெல்லாம் கூடுதலாக வாங்கி வந்து அவ்வப்போது தின்கிறார்கள். மாமனாரும் மாமியாரும் கூட அவளுக்கு அதையும் இதையும் வாங்கி வந்து கொடுத்துத் தின்னச் சொல்லுகிறார்கள்.

தொடக்கத்தில் வீட்டிற்குள் முடங்கிக் கிடப்பது அவளுக்குச் சிரமமாகவே இருக்க அவள் மனம் சலித்து வருந்தினாள். அவள் டிவி பார்த்துப் பழகிவிட்டதால் நேரம் போவது தெரியவில்லை. எதையெல்லாமோ விஜயகுமார் வாங்கி வந்து அவளிடம் கொடுத்துப் படிக்கச் சொல்லுகிறான். படித்துப் பொழுதைக் கழிக்கிறாள். விரும்பிய போதெல்லாம் தூங்கி விழிக்கிறாள். அக்கம் பக்கத்தில் அவளுக்குப் பழக்கம் குறைவாகவே இருக்கிறது. பகலெல்லாம் கூலி நாலிக்குப் போகிறார்கள். பள்ளிக்குப் போகிற பிள்ளைகள் அவள் கூப்பிட்டுப் பேசினாலும் அவர்கள் விலகி ஓடுகிறார்கள். அவர்களுக்கு டி.வி. பார்க்க வேண்டியிருப்பதை அவள் தெரிந்திருந்தாள். அவர்களுக்கு

பாடத்தில் எப்போதாவது சந்தேகம் வந்தால் அவளிடம் வந்து கேட்டுத் தெரிந்து கொள்கிறார்கள். தெருவில் அவர்கள் விளையாடினால் அதை வேடிக்கை பார்க்கிறாள். அவளுக்கு எப்படியோ பொழுது போய் விடுவதாக அவள் நினைக்கிறாள்.

சலிப்பு வரும்போதெல்லாம் குளத்தூருக்குப் போய் அப்பாவுடனும், அம்மாவுடனும், தங்கையுடனும் இருந்து விட்டு வரவேண்டுமென்று தோன்றுகிறது அவளுக்கு. அங்கே போனால் அக்கம் பக்கம் போய் நாலு பேருடன் இருந்து பொழுது கழிக்கலாம் என்றும் அவளுக்கு - விருப்பம் வருகிறது. அங்கேயும் நிலைமை இப்படித்தான் இருக்குமென்று அவள் கணக்குப் போட்டாள். எல்லோருமே வேலைக்குப் போய் விடுகிறார்கள். திரும்பி வந்தால் வீட்டுக்குள் முடங்கிப் போய் விடுகிறார்கள். ஆனாலும் அவள் குளத்தூருக்குப் போய் பத்து நாள் இருந்துவிட்டுத் திரும்ப நினைத்தாள். அதை விஜயகுமாரிடம் அவள் சொன்ன போதெல்லாம் தள்ளிப் போட்டு வந்தான். மேலமங்கலத்துக்கு அவள் வந்து சேர்ந்து நான்கு மாதங்களாகி விட்டன. நினைத்த போதெல்லாம் கடை வீதிப்பக்கம் சென்று காயின்பாக்ஸ் போனில் பேசிவிட்டு வந்தாள் அவள். அவர்களுக்கும் அவளைப் பார்க்க வேண்டுமென்றிருப்பதாக அம்மா சொல்லிக் கொண்டிருந்தாள். ஓயாமல் கட்டட வேலை இருந்து வருவதாகச் சொல்லி அம்மா அங்கலாய்த்துக் கொண்டிருந்தாள். பஞ்சவர்ணம் பேசும் போதெல்லாம் அழுவது போலத் தோன்றுகிறது அவளுக்கு. அப்போதெல்லாம் கிளம்பிப் போய்ப் பார்த்துவிட்டு வர வேண்டுமென்று அவள் நினைக்கிறாள். பஞ்சவர்ணமும் ஆடுகளுக்குப் பின்னால் திரிந்து கொண்டும், அவ்வப்போது கட்டிட வேலைக்குப் போய்க் கொண்டும் இருப்பதாக அம்மா சொல்லுவாள். நாளாக நாளாக அவளுக்கு விருப்பம் கூடியது. போனில் அம்மாவோடு பேசிய போது அவளையும் மீறி அவள் அழுது விட்டாள்.

அதற்குப் பின்னால் அம்மா கண்டிப்பாக வருவதாக அவளிடம் போனில் சொன்னாள். சொன்னபடியே அம்மா அன்றைக்கு அப்பாவையும் கூட்டிக் கொண்டு அவளைப் பார்க்க வந்து விட்டாள். வெயிலேறுவதற்கு முன்னாலேயே அவர்கள் குளத்தூரிலிருந்து கிளம்பி வந்து விட்டார்கள்.

வந்ததிலிருந்து அம்மா அதையும் இதையும் பற்றி அவளிடம் விடாமல் கேட்டுக் கொண்டிருந்தாள். அவளுக்கும் சொல்லிச் சொல்லி ஓய்ந்தபாடில்லை. அவள் சொல்லக் கேட்டு அம்மா அடிக்கடி பூரித்துப்

போனாள். மாமியாரைப் பற்றிக் கேட்டாள். மாமனாரைப் பற்றி விசாரித்துத் தெரிந்து கொண்டாள். விஜயகுமாரைப் பற்றிக் கேட்டாள். காசு பணம் செலவுக்குச் சரியாகக் கொடுக்கிறானா என்பதையும் கேட்டாள். தான் மாசமாக இருக்கிறாளா இல்லையா என்பதைக் கேட்டாள். இன்னும் இல்லையென்று சொன்ன போது அம்மாவின் முகம் சோர்ந்து போனதை அவள் கண்டாள். பெரிய குளத்துக்குப் போய் பெண் டாக்டர் எவரையாவது பார்க்கும்படி அவளிடம் அம்மா சொன்னாள். பஞ்சவர்ணத்தை மில்லுக்குக் கொண்டு போக கருப்பண்ணன் வீட்டுக்கு அவ்வப்போது வந்து போய்க் கொண்டிருப்பதாக அம்மா சொல்லக் கேட்ட போது அவளுக்குக் கோபம் பொத்துக் கொண்டு வருவது போலிருந்தது. அவள் அதை அடக்கிக் கொண்டு விட்டாள். பஞ்சவர்ணத்தைப் பெண் கேட்டு கன்னிவாடியிலிருந்து பழைய சொந்தம் வந்து போனதாக அம்மா சொன்னாள்.

அவளுக்கும் தன்னைப் போலவே நல்ல இடம் அமைய வேண்டுமென்று அய்யனாரை வேண்டிக் கொண்டிருப்பதைப் பற்றியும் அம்மா சொல்லிக் கண்ணீர் வடித்தாள். வெள்ளைக் கிடாரி மூன்று குட்டிகளை ஈன்றிருப்பதாகவும் அம்மா சொல்லி நெஞ்சில் கை வைத்துக் கும்பிட்டாள். மூன்று குட்டிகளில் இரண்டு கிடாரிகள் என்று அவள் சொன்ன போது பட்டி பெருக வேண்டுமென்று அவள் வேண்டிக் கொண்டாள். நல்லபடியாக எல்லாம் நடந்தால் சாட்டுக்குக் கிடாய் வெட்டப் போவதாக அப்பா சொல்லியிருப்பதையும் அம்மா தெரிவித்தாள். கல்யாணச் செலவுக்குக் காசு பணம் சேர்த்துக் கொண்டிருப்பதைப் பற்றியும் அம்மா சொன்னாள். காவேரிக்குச் செய்த மாதிரி கல்யாணச் செலவு செய்ய முடியாதென்று அப்பா சொல்லிக் கொண்டிருக்கிறார். ஆனாலும் மோசமிருக்காது என்றாள் அம்மா. நகை நட்டு விலையெல்லாம் கூடி வருவதாகச் சொல்லி வருந்தினாள் அம்மா. தங்கையின் கல்யாணம் முடிந்து விட்டால் தன்பாடு தலைச்சுமை இறங்கி விடுமென்று சொல்லி அம்மா பெருமூச்சு விட்டாள்.

விஜயகுமாரும் அவளுடைய அப்பாவைப் போலக் குடிக்கிறாரா என்று கேட்டதற்கு அவள் நிதானமாகவேதான் பதில் சொன்னாள். அளவாகக் குடித்து விட்டு வந்து அடக்கமாக நடந்து கொள்வதாக அவள் சொன்னாள். இந்தக் காலத்தில் எவர் குடிக்காமலிருக்கிறார்களென்று சொல்லி அம்மா அவளைச் சமாதானப்படுத்தினாள். அதைக் கேட்க அவளுக்கு ஆறுதலாக இருந்தது. அப்பாவும் வழக்கம் போலவே குடித்துக் கொண்டிருப்பதாக அவள் தெரிந்து கொண்டாள்.

தன்னுடைய கல்யாணத்திற்குப் பிறகு அப்பா அதிகமாகவே குடித்துப் படுத்துக் கிடக்கிறார். அலுப்பிலும், சலிப்பிலும் அவர் எப்போதுமே, அப்படியொரு சுகத்தைக் கண்டு வருவதாக அவள் அப்போதும் கணித்தாள்.

அம்மாவுக்கு அது தொல்லையாகப் பட்டதில்லை. அடக்கமாகவே இருக்கிறாள். சண்டை சச்சரவெல்லாம் எதுவும் இருந்ததில்லை. அம்மா எதைச் சொன்னாலும் அப்பா கேட்டுக் கொள்வார். அதனால் அம்மாவுக்கு அப்பாவைப் பற்றிக் குறை சொல்ல முடியவில்லை. வெளியிலிருந்து வம்பு தும்பு எதுவும் வீட்டுக்கு வந்ததில்லை. போவதும், வருவதும், இருப்பதும் அவருக்கு மட்டுமே தெரியும். வந்ததிலிருந்து மூன்று முறை கடைவீதிப் பக்கம் போய் விட்டு வந்தார்.

மாமனாரும் குடிக்கிறவர்தான் என்று அவள் சொன்னாள். குடித்து விட்டு நேராக வீட்டுக்கு வருவதுதான் அவருடைய பழக்கம். குடிக்காமலிருந்தால் அவருடைய குரல் சன்னமாக இருக்கும். குடித்து வந்தால் குரலை உயர்த்திப் பேசாமல் இருக்க அவரால் முடியாது. அப்போதெல்லாம் மாமியார் இருக்கிற சுவடே தெரியாது. மற்றபடி மாமியாரின் குரல்தான் அக்கம்பக்க வீடுகளுக்குக் கூட கேட்கிற அளவுக்கு இருக்கும். இதையெல்லாம் அம்மாவிடம் சொன்னாள் காவேரி.

தண்ணீருக்குத் தெருமுனைப் பக்கம் வரை போய் வர வேண்டியிருக்கிறது. அவள் சொன்ன போது அம்மா முகம் வாடிப் போனது. தொலைவுதான் என்றாலும் தண்ணீர்ச் செலவு வீட்டில் குறைவுதான் என்றாள். பக்கத்திலிருந்த குழாய் உடைபட்டுப் போனதால் அதை அடைத்து வைத்திருப்பதாகச் சொன்னாள். கடைவீதியும், ரேசன் கடையும் தொலைவில்தான் இருந்தன. ஊரின் ஒதுக்குப்புறத்தில்தான் வீடு இருந்தது. தன்னுடைய வீட்டைப் போலவே தான் அதுவும் அளவாக இருப்பதாக அம்மா சொன்னாள். தள்ளி இருந்தாலும் நெரிசல் இல்லாமல் இருப்பதாகத் தெரிந்தது.

மேலமங்கலத்திலிருந்து நான்கு பெண்கள் பஞ்சு மில்லுக்கு வேலைக்குப் போய்ச் சேர்ந்திருப்பதாக அவளுடைய மாமியார் தெரிவித்ததை அவள் அம்மாவிடம் சொன்னாள். திருப்பூர், கோயம்புத்தூர், கரூர் என்றெல்லாம் அவர்கள் பிரிந்திருந்து வேலை பார்ப்பதாகச் சொன்னாள். தேனிக்கும், பெரிய குளத்துக்கும் பக்கத்தில் கூட இரண்டு மில்கள் ஓடிக் கொண்டிருப்பதாகவும் அம்மாவிடம் சொன்னாள். அங்கெல்லாம் பெண்களைத் தங்க வைக்காமல் பஸ்களில்

கூட்டிப் போய்த் திரும்பவும் கொண்டு வந்து விடுவதாகச் சொன்னாள். தனக்கு அந்த வேலை ஒத்துவரவில்லையென்றும், பஞ்சவர்ணத்தை அந்த வேலைக்கு அனுப்ப வேண்டாமென்றும் அம்மாவிடம் அவள் சொன்னாள். தனக்கு நேர்ந்தது போல எவருக்கும் நேர்ந்து விடக் கூடாது என்று அவள் அய்யனாரிடம் அவ்வப்போது வேண்டிக் கொள்கிறாள். அதிகமாக வேலை செய்தால் அவளுக்கு மூச்சு முட்டுவதையும் அவள் சொன்னாள். கால், கை, இடுப்பெல்லாம் கூட வலிப்பதாகச் சொன்னாள். விஜயகுமார் அவளை பெரியகுளம் ஆஸ்பத்திரிக்குக் கூட்டிப் போயிருக்கிறான். சோதித்த டாக்டர் அம்மாள் அவளுக்கு இரத்த சோகை நோய் இருப்பதாகச் சொல்லி மருந்தும் மாத்திரையும் வாங்கித் தின்ன எழுதிக் கொடுத்திருக்கிறார். அவளும் அதையெல்லாம் வாங்கி வைத்துக் கொண்டு வேளா வேளைக்கு விழுங்கித் தீர்ப்பதாக அம்மாவிடம் சொன்னாள். நிறையவே டானிக்கெல்லாம் வாங்கிக் குடிப்பதாகவும் சொல்லிச் சலித்துக் கொண்டாள். எதுவும் ஒட்டவில்லையென்றும் சொல்லிக் கண்களைத் துடைத்தாள்.

விஜயகுமாரும் அவளைப் பார்த்து அவ்வப்போது சலித்துப் பெருமூச்சு விடுகிறான். அவள் பலவீனமாக இருந்து வருவதால் அவளுக்குத் துணையாக இன்னொருத்தியையும் கல்யாணம் செய்து கொள்ளப் போவதாகச் சொல்லி வருவதையும் அம்மாவிடம் சொன்னாள். அதைக் கேட்ட அம்மாவுக்கு வயிற்றில் தீயைக் கொட்டியது போல அவளுக்குத் தோன்றியது. அம்மாவின் முகம் கருத்து இறுகிப் போனதை கவனித்தவள் அதைச் சொல்லியிருக்கக் கூடாதென நினைத்து வருந்தினாள். எதையோ கேட்க வாயெடுத்த அம்மா அப்படியே அடங்கிப் போனாள்.

கவிதாவைப் பற்றி அவள் விசாரித்தாள். அவளுக்கு மாப்பிள்ளைகள் வந்து போவதாக அம்மா அவளிடம் சொன்னாள். எதுவும் சரியாக அமையவில்லை என்று வருந்தினாள். பஞ்சு மில்லுக்கு வேலைக்குப் போய் வந்த பெண்கள் என்றாலே கல்யாணம் கட்டிக் கொள்ளத் தயங்குகிறார்கள். அதையும் இதையும் கேட்டுத் தொல்லைப்படுத்துகிறார்கள். மில்லுக்குப் போய் வருகிற பெண்கள் கெட்டுப் போனவர்களாக இருப்பார்களென்று நினைக்கிறார்கள். நோயால் பாதிக்கப்பட்டிருப்பார்கள் என்றும் பயப்படுகிறார்கள். கவிதா இப்போது கட்டிட வேலைக்குப் போய்க் கொண்டிருப்பதாக அம்மா சொன்ன போது குரல் கம்மியது. தாயின் ஆதரவில் அவள் எத்தனை நாள் இருந்து கொண்டிருப்பாளோ என்று நினைத்து அவள் கலங்கினாள்.

நேரம் கூடிக் கொண்டு போவதை அவள் கண்டு வருந்தினாள். ஊரெல்லாம் அடங்கிப் போயிருந்ததைப் பார்க்க அவளுக்குப் பயமாக இருந்தது. போகும் போது நேரத்திலேயே வந்து விடும்படி அவள் அவனிடம் சொல்லியிருந்தாள். தூரந் தொலைவு போய் விட்டானோ என்றும் அவள் நினைத்தாள். நேரமாகுமென்றால் அவன் அதைத் தவறாமல் போனில் கூப்பிட்டுச் சொல்லுவான். அவளுக்குத் தூக்கம் பிடிக்கவில்லை. இருட்டில் புரண்டு புரண்டு கண்களை மூடிப் படுத்தாள். அப்பாவும், மாமனாரும் ஒரு பாயில் படுத்துக் கொண்டார்கள். மாமியாருக்கு எப்போதும் தனிப்பாய் தான். அம்மாவுக்குப் பக்கத்தில் அவள் படுத்துக் கிடந்தாள். தெருவில் சத்தம் கேட்கிறதா என்று கவனித்தபடியே அவள் இருந்தாள். அங்கேயும் இங்கேயும் நாய்கள் விட்டு விட்டுக் கத்தும் சத்தம் மட்டும் அவளுக்குக் கேட்டது. அவன் வந்து சேருவதாகவே காணோம்.

நேரம் கழித்து வந்தாலும் கூட விஜயகுமாருக்கு அவர்களோடு பேசிக் கொண்டிருக்க வசதிப் பட்டிருக்கும். அவனிடமிருந்து எந்தவிதத் தகவலும் வராதிருந்ததில் நேரம் கழியக் கழிய அவளுக்குப் பயம் கூடுதலாகியது. ஊருக்குக் கிளம்ப முனைந்த அம்மாவையும், அப்பாவையும் அவள்தான் கண்ணீர் விடாத குறையாகக் கெஞ்சி இருக்கச் செய்தாள். அடுத்த நாள் காலையில் கிளம்பும் முதல் பஸ்ஸில் ஊருக்குத் திரும்பும் முடிவுடன் அப்பா படுக்கை போடச் சொன்னார். இருட்டிருக்கவே அவர்களை பஸ் நிலையத்திற்குக் கொண்டு சென்று விட்டுவிட்டு வரச் சொல்ல வேண்டுமென்று அவள் திட்டமிட்டிருந்தாள்.

தெருவில் உறுமல் சத்தம் கேட்பதை அவள் உணர்ந்த போது ஓசையில்லாமல் எழுந்து நடந்து கதவுப் பக்கமாக நின்று கொண்டாள். வாசலில் வந்து நின்று சத்தம் அடக்கிய டெம்போவைக் கதவைத் திறந்து பார்த்தாள். விஜயகுமார் டெம்போவிலிருந்து விரைசலாக வந்து திண்ணை ஏறிய போது நேரமாகி விட்டதைப் பற்றிச் சொல்லியபடியே உள்ளே வந்தான். வந்தவன் தான் வழியிலேயே நிறைய உண்டு விட்டதாகச் சொல்லிப் பாயை விரிக்கச் சொன்னான். வழக்கமாக அவர்கள் படுக்கிற இடத்தில் பாய் விரித்துத் தலையணையையும், போர்வையையும் அவள் போட்டாள். அவன் வந்த வேகத்திலேயே பாயில் சாய்ந்தான்.

அவன் நிறையக் குடித்திருப்பது போல அவளுக்குத் தோன்றியது. அம்மாவின் பக்கத்தில் படுத்தவளுக்கு கண்கள் செருகின.

பதினெட்டு

திண்டுக்கல் பஸ் நிலையத்திற்கு வெளியே சாலை ஓரமாக கவிதாவுடன் அப்போது காவேரி நின்றிருந்தாள். கண்களைக் கூசச் செய்யும் விதத்தில் வெயில் பளிச்சென்றிருந்தது. வாகனங்கள் இரைச்சலுடனும், உறுமலுடனும் எதிரும் புதிருமாகப் போய் வந்து கொண்டிருந்தன. புழுதியும், புகையும் காற்றில் கரைந்து பரந்து விரிந்து எங்கும் படிந்தபடி இருந்தன. பயணிகளின் சளசளப்பு ஓயாமல் கேட்டபடியிருந்தது. வானொலியிலிருந்து வந்த பாடல்கள் சளசளப்புக்கு நடுவில் சன்னமாகக் கேட்பதை காவேரி கூர்ந்து கேட்டபடியே சுற்றும் முற்றும் பார்த்தாள். தெரிந்த முகங்கள் ஏதாவது தென்படக் கூடாதா என்று அவள் ஏங்கியபடியே பார்வையைத் தொலைவு வரை விரித்தாள். ஒவ்வொரு முகத்தையும் மேலோட்டமாகக் கவனித்தபடியே நின்றிருந்தாள். தன்னைப் போலவே கவிதாவும் கவனித்துக் கொண்டிருக்கக் கூடுமென்று அவள் நினைத்தாள்.

அன்றைக்கு அவர்கள் பலரும் எப்படிப் பாதிக்கப்பட்டிருக்கிறார்கள் என்பதை தெரிந்து கொள்ள வந்திருந்தார்கள். அதற்காக ஒரு கூட்டத்தை விஜிஎஸ் மகாலில் ஏற்பாடு செய்திருப்பதைப் பற்றிக் கவிதா அவளுக்குச் சொல்லியிருந்தாள். தனியாக இருப்பதற்குப் பதிலாக கவிதாவுடன் போய் வந்தால் பலரையும் பார்த்த மாதிரியிருக்குமென்று அவளும் வந்திருந்தாள். யாரைக் கேட்டால் விஜிஎஸ் மகாலின் இருப்பிடத்தைக் கண்டுபிடித்துச் செல்ல முடியும் என்ற யோசனையில் அவர்கள் இருந்தார்கள்.

திண்டுக்கல் பஸ் நிலையத்துப் பக்கம் அவர்கள் பலமுறை வந்து போனது காவேரிக்கு நினைவிருக்கிறது. பஞ்சுமில்லில் வேலை செய்து கொண்டிருந்த போது அவர்கள் மாதத்திற்கு ஒருமுறை வந்து சுற்றி விட்டுப் போயிருந்தார்கள். வார்டன் சரசம்மாவைத் தாக்கி விட்டுத் தப்பி ஓடிய காளீஸ்வரியின் நினைவு கூட அவளுக்கு அப்போது வந்தது. அங்கு அவள் வரக்கூடுமென்று கனவில் கூட நினைத்துப் பார்த்ததில்லை.

அதற்கான வாய்ப்பு அவளுக்கு வந்ததில் அவள் மனநிறைவடைந்திருந்தாள். கூட்டத்தில் கலந்து கொள்ளுவதற்கான நேரம் நெருங்க நெருங்க அவளுக்கு ஆர்வம் கூடி வருவதை அவள் உணர்ந்தாள். கவிதாவை அவசரப்படுத்துவதில் அவள் குறியாகவே

இருந்தாள். ஆனாலும் அவளிடம் அவளையும் அறியாத ஒருவிதத் தயக்கமிருந்தது.

மேலமங்கலத்திலிருந்த போது காவேரி திடீரென்று வாந்தியெடுக்கத் தொடங்கினாள். அவளுக்கு அடிக்கடி வயிறு குமட்டியது. தலைசுற்றுவது போலவும் தோன்றியது. வீட்டில் எவருமே இல்லை. அவரவர் வேலையைப் பார்க்க திசைக்கு ஒருவராகப் போய் விட்டிருந்தார்கள். சமாளிக்க முடியாத நிலைமை வந்த போது அவள் கடைவீதிக்கு வந்து காயின் பாக்ஸ் போனில் அம்மாவைக் கூப்பிட்டாள். அவள் எதிர்பாராமலேதான் அம்மாவைக் கூப்பிட்டாள். கடைப்பக்கமாக நின்று யாருடனோ அம்மாள் அந்த நேரத்தில் பேசிக் கொண்டிருந்திருக்கிறாள். கடைக்காரரர் அம்மாவைக் கூப்பிட்டு போனில் பேசச் சொல்லியிருக்கிறார். அம்மா பேசிய போது அவள் தன்னுடைய நிலைமையைச் சொல்லியிருக்கிறாள். அப்போது அம்மா வீட்டிலிருந்தது வசதியாக இருந்தது.

அடுத்தநாள் காலையில் அம்மா கிளம்பி முதல் பஸ்ஸிலேயே வந்து சேர்ந்து விட்டாள். மாமனாரும் மாமியாரும் வேலைக்குக் கிளம்புவதற்கு முன்பே அம்மா வந்து விட்டதால் சிரமம் குறைந்தது. பத்து நாட்களுக்கு ஊருக்குக் கூட்டிப் போய் வைத்திருந்து திருப்பிக் கொண்டு வந்து விட்டு விடுவதாக அவளிடம் அம்மா சொல்லி யிருக்கிறாள். அவர்களும் சரியென்று சொல்லியதால் சிரமமில்லாமலே அவள் குளத்தூருக்கு வந்து சேர்ந்தாள். வந்து சேர்ந்தபின்தான் விஜயகுமாருடன் அவள் பேசினாள். செல்போன் வாங்கியிருந்தான். தனக்கும் ஒன்று வாங்கித் தருவதாக அவன் சொல்லிக் கொண்டிருந்ததை அவள் அப்போதும் நினைவில் வைத்திருந்தாள். இருட்டிருக்கக் கிளம்பிப் போகும் அவன் இருட்டுக் கட்டிய பிறகுதான் வீட்டுக்குத் திரும்புகிறான்.

குளத்தூருக்கு வரும் வழியில் மாதவிடாய் கழிந்து எத்தனை நாளாகிறது என்று அம்மா மெதுவாகக் கேட்ட போது மூன்று மாதம் என்று அவள் சொன்னது நினைவு வந்தது. குளத்தூருக்கு மாலையில் வந்து போகும் டாக்டரம்மாவிடம் அவளைக் கூட்டிப் போய்க் காட்டினாள் அம்மா. நன்றாகச் சோதனை செய்த அவர்தான் கருத் தரித்திருப்பதைப் பற்றிச் சொன்னபோது அவள் மிகவும் கூச்சமடைந்தாள். புதிய மருந்துகளையும், மாத்திரைகளையும், டானிக்குகளையும் வாங்கி விழுங்கப் பட்டியலிட்ட ஒரு காகிதத்தை டாக்டர் அம்மாள் கொடுத்தார். அவள் அப்போது விழுங்கிக் கொண்டிருந்த மருந்து மாத்திரைகளையெல்லாம் அடியோடு நிறுத்தச்

சொல்லி விட்டார். நன்றாக ஓய்வெடுத்துக் கொள்ளும் படியும் டாக்டர் அம்மா அவளிடம் சொன்னது அப்போது நினைவுக்கு வந்தது.

தான் குளத்தூரில் வந்து தங்கியிருப்பதைப் பேச்சு வாக்கில் கேள்விப்பட்ட கவிதா வீட்டுக்கு வந்து அவளைப் பார்த்துப் பலவும் பேசியிருந்தாள். அப்போதுதான் அந்தக் கூட்டம் பற்றித் தனக்கு அழைப்பு வந்திருப்பதாகச் சொன்னாள் கவிதா. எவரோ கவிதாவின் முகவரியை அந்தத் தொண்டு நிறுவனத்துக்குக் கொடுத்திருக்கக் கூடுமென்று அவள் சொன்னாள். கூட்டத்திற்குத் தன்னையும் விடாப்பிடியாக கவிதா இழுத்து வந்திருந்தது நல்லதாகவே அவளுக்குத் தோன்றியது.

கவிதா இன்னமும் கல்யாணத்துக்குக் காத்திருப்பதைப் பார்க்க அவளுக்கு வருத்தமாக இருந்தது. அவளுக்கானவன் எங்கே முளைத்திருக்கிறானோ என்று தனக்குள் கேட்டு அங்கலாய்த்தாள் காவேரி. எது நடக்க வேண்டுமோ அது எப்போது நடக்க வேண்டுமோ அப்போதுதான் நடக்கும் என்று அவள் நினைத்தாள். படைத்தவனுக்குத் தான் அது வெளிச்சம் என்று அவளுக்குத் தோன்றியது. கவிதாவின் அம்மா கண்ணை மூடிவிட்டால் அவளுடைய நிலைமை எப்படி இருக்குமென்று நினைத்துப் பார்க்கவே காவேரிக்குப் பயம். கவிதாவின் கல்யாணம் எப்படியும் நல்லபடியாக நடக்க வேண்டுமென்று அவள் அய்யனாரை வேண்டிக் கொண்டாள்.

யாரைக் கேட்பது என்று தயங்கித் தயங்கி நின்ற கவிதா சற்றுத் தள்ளி வந்து கொண்டிருந்த நடுத்தர வயது மனிதரிடம் அந்த இடத்தைப் பற்றி விசாரிப்பதை காவேரி கவனித்தாள். அந்த மனிதர் நின்று வலது பக்கமாகக் கையைக் காட்டி கவிதாவிடம் எதையோ சொல்லிவிட்டுப் பழைய வேகத்தில் நடந்தார்.

"வா போலாம்!" திரும்பி நின்று அவளை அழைத்தாள் கவிதா. அவள் எதுவும் கேட்காமல் கவிதாவின் பின்னால் நடந்தாள். கூட்டத்திலிருந்து விலகி விலகி இருவரும் அந்தத் திசையில் நடந்தார்கள். எதிர்ப்பக்கத்தில் சாம்பல் நிறத்தில் விஜிஎஸ் மகால் என்ற ஆங்கில எழுத்துக்களைச் சுமந்து கொண்டிருந்த உயரமான கட்டிடம் அவர்களை வரவேற்பது போலத் தோன்றியது அவளுக்கு.

சாலையைக் கடந்து அந்தக் கட்டிடத்திற்குள் நுழையும் போது இடதுபுறத்திலிருந்த ஒரு ஹாலில் யாரோ ஒருவர் மைக்கில் பேசிக் கொண்டிருப்பது அவர்களுக்கு அழுத்தமாகக் கேட்டது. அந்த ஹாலுக்குள் அவர்கள் நுழைந்து பின்பகுதியில் காலியாக இருந்த பிளாஸ்டிக் நாற்காலிகளில் அடக்கமாக அமர்ந்தார்கள். மைக்கின்

முன்னால் பேசிக் கொண்டிருந்தவர் மேடையில் காலியாக இருந்த நாற்காலியில் போய் அமர்வதை அவள் பார்த்தாள். கூட்டம் தொடங்கி வெகு நேரமாகி விட்டது போல அவளுக்குத் தோன்றியது. மேடையில் வெள்ளைக்கார ஆண்களும், பெண்களும் அமர்ந்திருப்பதை அவள் வியப்புடன் கூர்ந்து பார்த்தாள். ஓரமாக நின்றிருந்தவர்கள் மேடையில் இருந்தவர்களைப் போட்டோ பிடித்தபடி இருந்தார்கள். அவ்வப்போது பளிச்பளிச்சென்று வெளிச்சம் தோன்றி மறைந்தது.

வாட்டசாட்டமாக பாண்டும், சட்டையும் அணிந்த ஒருவர் மேடையிலிருந்த மைக்கின் முன்னால் நின்று எல்லோருக்கும் வணக்கம் சொல்லிவிட்டு அந்த அரங்கு முழுவதும் பார்ப்பதை அவள் கவனித்தாள். மேசையின் மேல் வைத்திருந்த தண்ணீர்க் குடுவையை எடுத்துத் தண்ணீர் குடித்துத் தொண்டையைச் செருமினார். தொடர்ந்து அவர் பேசுவதை அவள் கூர்மையாகக் கேட்டாள்.

"சுமங்கலித் திட்டம் என்பது மக்களை ஏமாற்றுகின்ற ஒரு திட்டம். முதலில் இது அரசாங்கத் திட்டம் அல்ல என்பதை உறுதியாகச் சொல்லுகிறேன். திருநெல்வேலி, தேனி, சிவகங்கை, திண்டுக்கல் போன்ற மாவட்டங்களைச் சேர்ந்த கிராமப்புறத்தினர்களை ஏமாற்றுவதுதான் இந்தத் திட்டத்தின் நோக்கம். மூன்று வருடங்களுக்கு வேலை செய்தால் முப்பதாயிரம், நாற்பதாயிரம் ரூபாய் தருவதாகச் சொல்லி கிராமப்புற இளம்பெண்களை அழைத்து வந்து விடுதிகள் என்ற பெயரில் அவர்களை ஆடு, மாடுகளைப் போல அடைத்து வைத்து இரவும் பகலுமாக ஓயாமல் வேலை வாங்குகிறார்கள். திண்டுக்கல் மாவட்டத்தில் ஏராளமான பஞ்சு மில்கள் இருக்கின்றன. அவற்றில் ஆண்களும் பெண்களுமாக ஐம்பத்து மூன்றாயிரம் பேர்கள் வேலை செய்கிறார்கள். அதில் முப்பத்தேழாயிரம் பேர் பெண்கள். மற்றவர்கள் ஆண்கள். உள்ளூரிலிருந்தும், கிராமப்புறங்களிலிருந்தும், பிற மாவட்டங்களிலும், மாநிலங்களிலிருந்தும் இங்கு வந்து வேலை செய்கிறார்கள். தினக்கூலி வேலை செய்பவர்களும், சுமங்கலித் திட்டத்தில் வேலை செய்பவர்களும் இருக்கிறார்கள். தினக்கூலியாக நூறு ரூபாய் தருகிறார்கள். சுமங்கலித் திட்டத்தில் வேலை செய்பவர்களும் இருக்கிறார்கள். தினக்கூலியாக நூறு ரூபாய் தருகிறார்கள். சுமங்கலித் திட்டத்தில் வேலை செய்பவர்களுக்கு தினக்கூலியாக நாற்பத்தைந்து ரூபாய் கொடுக்கிறார்கள். தங்கும் வசதியும், உணவு வசதியும் தந்தாலும் அவை போதுமானதாக இல்லை. அடிப்படைக்கூலி விகிதம் நூற்றைம்பது ரூபாய்க்கு மேல் இருக்க வேண்டும்.

"விவசாயத்திற்கு அடுத்தபடியாக இருக்கும் மில்வேலையில் இளம் பெண்கள் மிக மோசமான முறையில் சுரண்டப்படுகிறார்கள். கடுமையாக அவர்களிடம் வேலை வாங்குகிறார்கள். பாலியல் பலாத்காரத்திற்கு அவர்களை உள்ளாக்குகிறார்கள். மனம் புண்ணாகும்படி கேவலமாகப் பேசுகிறார்கள். உள்ளேயும், வெளியேயும் எவருடனும் தொடர்பு கொள்ளக் கூடாது என்று கட்டாயப்படுத்துகிறார்கள். மீறினால் கடுமையாக வேலை வாங்குகிறார்கள், அடிப்பதாகக் கூடச் சொல்கிறார்கள்."

"திண்டுக்கல் பகுதியில் நிலங்கள் குறைந்த விலைக்குக் கிடைப்பதால் நிறையப் பேர் இங்கு வந்து மில்களைக் கட்டுகிறார்கள். சென்ற 1980ஆம் ஆண்டிலிருந்தே இங்கு மில்கள் கட்டப்பட்டு வருகின்றன. திருமணப் பரிசுகள் வழங்கவும் நன்கொடை தருகிறார்கள். ஆனால், ஏழைப் பெண்களை வேலை வாங்குவதன் வாயிலாகக் கசக்கிப் பிழிகிறார்கள். கடந்த 1996இல் இந்தச் சுமங்கலித்திட்டம் தொடங்கப்பட்டது. இந்தத் திட்டத்தின்கீழ் இங்கே பதினெட்டாயிரத்துக்கும் அதிகமான இளம்பெண்கள் வேலை செய்கிறார்கள். இருபத்தியாறு சதவீதம் பேர் மட்டுமே ஒப்பந்தப்படி பணத்தைப் பெறுகிறார்கள். கொத்தடிமை முறையைத் தாக்குப் பிடிக்காத இளம் பெண்கள் வெளியேறி விடுகிறார்கள். வெற்றுத்தாளில் கையெழுத்து வாங்குகிறார்கள். பெற்றோர்களைக் கூடச் சந்திக்க அனுமதிப்பதில்லை.

சிஐடியூ, ஏஐடியூசி போன்ற தொழிற்சங்கங்கள் இங்கே போராடுகின்றன. இ.எஸ்.ஐ, போனஸ், பி.எஃப் வழங்க வேண்டுமென்று கோரி வற்புறுத்துகிறார்கள். தொழிற்சங்கம் அமைக்க விடாமல் செய்கிறார்கள். தொழிற்சங்கம் அமைக்க முயற்சித்தால் அவர்களை வேலையிலிருந்து நீக்கி விடுகிறார்கள். தொழிற்சங்கத் தலைவர்களைத் தாக்குகிறார்கள். அவர்களைக் கொல்லவும் முயற்சி செய்கிறார்கள்.

"தன்னார்வத் தொண்டு நிறுவனங்கள் இந்தத் திட்டத்தை எதிர்த்துக் குரல் கொடுக்கின்றன. அரசு, இந்தச் சுரண்டலைக் கண்டு கொள்ளாமல் இருக்கிறது. தொழிலாளர் உரிமைகள் பாதுகாக்கப்பட வேண்டும். அதற்காகவே தன்னார்வத் தொண்டு நிறுவனங்கள் இப்படிப்பட்ட கூட்டங்களை நடத்துகின்றன. சுமங்கலித் திட்டத்தால் பாதிக்கப்பட்ட பெண்கள் தங்களுடைய சோகம் நிறைந்த துயரக் கதைகளை இந்த மேடையில் இப்போது சொல்லுவார்கள்" அவர் அங்கிருந்து விலகி அவருடைய இருக்கையில் அமர்வதை அவள்

கவனித்தாள். அவர் இன்னும் நிறையப் பேசியிருக்க வேண்டுமென்று அவளுக்குத் தோன்றியது. அவர் பேசிய போது மேடையிலிருந்த ஒருவர் வெள்ளைக்காரர்களுக்கு அதை மொழிபெயர்த்துச் சொன்னதையும் அவள் அவ்வப்போது கவனித்தாள். அதைக் கேட்ட அவளுடைய மனம் பதைபதைத்தது.

இலேசான சளசளப்புக்குப் பின்னால் மேடைப் பக்கமிருந்த மைக்கின் முன்னால் இளம்பெண் ஒருத்தி வந்து நின்று பேசுவதை அவள் கேட்டாள்.

"என்னுடைய பெயர் மகாலட்சுமி. எனக்கு பதினெட்டு வயது. துவரங்குறிச்சிக்குப் பக்கத்தில் உள்ள மேலூரில் பிறந்தேன். மிகவும் வறுமையானது என்னுடைய குடும்பம். ஆறாம் வகுப்பில் படித்துக் கொண்டிருந்த போது நான் படிப்பை நிறுத்திக் கொண்டேன். பின்தங்கிய சமூகத்தைச் சேர்ந்தவள். நானும் சம்பாதித்தால்தான் பிழைக்க முடியும் என்ற நிலைமை. வேடசெந்தூரில் உள்ள சென்ட்வின் என்ற மில்லில் நான் வேலைக்குச் சேர்ந்தேன். ஐந்து வருடம் வரை வேலை செய்தேன். நான் வேலை செய்து கொண்டிருந்த போது சிலரால் கேவலமாக நடத்தப்பட்டேன். பாலியல் தொல்லைகளைக் கொடுத்தார்கள். அவர்கள் எந்திரங்களில் எப்படி வேலை செய்வது என்பதை எனக்குக் கற்றுக் கொடுக்கவில்லை. போன 2009ஆம் வருடம் நான் கோம்பர் மெசினில் வேலை செய்து கொண்டிருந்த போது என்னுடைய வலது கை மெசினில் சிக்கிக்கொண்டது. நான்கு விரல்கள் துண்டிக்கப்பட்டு விட்டன. என்னை ஒரு தனியார் மருத்துவமனைக்குக் கொண்டு சென்று மருத்துவம் பார்த்தார்கள். நான் இப்போது என்னுடைய நான்கு விரல்களையும் இழந்துவிட்ட நிலைமையில் இருக்கிறேன். ஐந்து வருடங்களாக நான் வேலை செய்ததற்கான பணமும் எனக்குக் கிடைக்கவில்லை. விரல்களை இழந்தேன்! வேலையை இழந்தேன்! கல்யாணம் செய்து கொண்டு நல்ல முறையில் வாழ்வேன் என்ற நம்பிக்கையையும் இழந்தேன்!" மகாலட்சுமி அழுதுகொண்டே அங்கிருந்து விலகித் தன்னுடைய இருக்கையில் அமர்வதைப் பார்த்தாள்.

இன்னொருத்தி அந்த மைக்கின் முன்னால் வந்து நின்று பேசுவதை அவள் கவனித்தாள்.

"என் பெயர் சித்ரா. என்னுடைய பதினோராவது வயதில் நான் ஐந்தாம் வகுப்பில் படித்து வந்தேன். வறுமை காரணமாக நான் 1986ஆம் வருடம் திண்டுக்கல்லில் உள்ள ஒரு ஸ்பின்னிங் மில்லில் வேலைக்குச்

சேர்ந்தேன். மூன்று வருடம் வேலை செய்தால் இருபத்தைந்தாயிரம் ரூபாய் தருவதாகச் சொன்னார்கள். ஒப்பந்தப் பத்திரத்தில் கையெழுத்து வாங்கினார்கள். அப்போதிருந்து அந்த பதினேழு வருசங்கள் அந்த மில்லில் வேலை செய்தேன். குடும்பம் வறுமையானது. அப்பாவால் வேலை செய்ய முடியவில்லை. அதனால்தான் நான் சிறு வயதிலிருந்தே வேலைக்குப் போக வேண்டியிருந்தது. முதல் ஒன்பது வருசங்கள் தினக்கூலி வேலை. பிறகு சுமங்கலித் திட்டத்தில் சேர்க்கப்பட்டேன். மூன்று வருசங்கள் கழிந்ததும் இருபத்தைந்தாயிரம் ரூபாய் கொடுத்தார்கள். அதற்குப் பிறகும் தினக்கூலியாக அங்கேயே வேலை செய்தேன். நேரத்திற்கு சரியான உணவு கிடைக்கவில்லை. ஓய்வும் இல்லை. உட்கார்ந்து வேலை செய்ததும் இல்லை. ஒருநாள் கோம்பர் மெசினில் நான் வேலை செய்து கொண்டிருந்தேன். மெசினில் என் விரல்கள் சிக்கிக் கொண்டன. உடனே கையை வெளியில் இழுத்தேன். என்னுடைய விரலின் நுனி ஒரு அங்குல நீளத்திற்குத் துண்டித்து விட்டது. அப்புறம், வேலைக்குச் செல்வதில்லை என்று நான் முடிவு செய்து கொண்டேன். சுமங்கலித் திட்டத்தில் சேர்ந்துள்ள பெண்களைக் காப்பாற்றும் பணியில் என்னை ஈடுபடுத்திக் கொண்டேன்."

போகப் போக என்னுடைய முதுகெலும்பு பாதிப்புக்கு உள்ளானது. தொடர்ந்து மணிக்கணக்கில் அமர்ந்து வேலை செய்ய முடியவில்லை. சமீபத்தில்தான் எனக்குத் திருமணமானது. இப்போதும் சுமங்கலித் திட்டத்திற்கு எதிராக நான் போராடி வருகிறேன்!" சித்ரா குரலை உயர்த்திப் பேசிவிட்டு அங்கிருந்து விலகி அவளுடைய இருக்கைக்குப் போனாள்.

அதைக் கேட்டு அவளுக்கு உடம்பெல்லாம் சிலிர்ப்பது போலிருந்தது.

மெலிந்த தோற்றத்துடன் ஒருத்தி மைக்கின் முன்னால் வந்து நின்று கொண்டு பேசத் தொடங்கினாள்.

"நான் தேனி மாவட்டத்தைச் சேர்ந்தவள். போடிக்குப் பக்கத்தில் உள்ள கோட்டக் குடியில் பிறந்தேன். பெயர் சத்தியா. என்னுடைய பதிமூன்றாவது வயதில் நான் சுமங்கலித் திட்டத்தில் சேர்ந்தேன். பல்லடத்துக்குப் பக்கத்தில் உள்ள சூலூரில் அந்த மில் இருக்கிறது. திருமுருகன் டெக்ஸ்டைல்ஸ் என்று பெயர். நான் எட்டாம் வகுப்புப் படித்து முடிந்ததும் வேலையில் சேர்ந்தேன். ஏழு மாதங்கள் வரை நான் வேலை செய்தேன். அடிக்கடி ஏதாவது நோய் வரும். தாங்க முடியாத தலைவலியைப் பொறுத்துக் கொள்வேன். தூக்கம் வராமல் படுத்திருப்பேன். பாதுகாப்புச் சாதனங்கள் தரவில்லை. அதுபோலவே

சம்பளமும் கொடுக்கவில்லை. நான் ஏழு மாதம் வேலை செய்ததற்குரிய சம்பளத்தைக் கேட்டேன். நான் லீவு எடுத்ததற்காக சம்பளம் தர முடியாது என்று சொல்லி விட்டார்கள்" சத்தியா அழுது கொண்டே அங்கிருந்து நகர்ந்தாள்.

கலைந்த தலைமுடியோடும், கருத்து இறுகிய முகத்தோடும் நடுத்தர வயதுடைய ஒரு அம்மாள் கண்களைத் துடைத்துக் கொண்டே மைக்கின் முன்னால் வந்து நிற்பதை அவள் பார்த்தாள்.

"என்னோட பேரு முத்தம்மாள். ஊரு சாம்பாடி. நத்தத்துக்குப் பக்கத்துல இருக்குது. எனக்கு ஒரு மகள் இருந்தா. அவள் பேரு லட்சுமி. அப்ப அவளுக்கு வயது பதினஞ்சு. ஆறாவது வரை படிச்சிருந்தாள். சுமங்கலித் திட்டத்துல சேர்த்து உட்டோம். முப்பத்தாறாயிரம் ரூவா தாரமுன்னு சொன்னாங்க. புக்கத்துறைக்குப் பக்கத்துல ஏதோ மில்லு. ரண்டு மாசம் நல்லா வேலெ பார்த்திருக்கறா மவள், அப்புறம் நோவு வந்திட்டுது. மோசமான நோவு. இன்னதுன்னு தெரியல. அடிக்கடி படுத்துக் கெடந்திருக்கிறாள். மில்லுல சரியாகக் கவனிக்காம உட்டுட்டாங்க. மவள் செத்துப் போயிட்டாள். செத்தப்ப என்ன நெனைச்சுட்டு செத்தாளோ? பணமுன்னு ஒரு காசு கூடக் குடுக்கலே. ஆறு மாசம் வேலை செஞ்சதுக்கும் காசு தரலே!"

முந்தானையை இழுத்து வாயைப் பொத்திக் கொண்டு அங்கிருந்து நகர்ந்த முத்தம்மாவைப் பார்க்க அவளுக்குக் கண்களில் நீர் துளிர்த்தது. சதைப்பிடிப்புள்ள உடம்புடன் ஒருத்தி சோர்ந்த முகத்தோடு வந்து மைக்கின் முன்னால் நின்றாள். பக்கவாட்டில் ஒருமுறை பார்த்துவிட்டு அவள் பேசுவதை காவேரி நிமிர்ந்து கவனித்தாள். நான் கம்பளிப்பட்டியைச் சேர்ந்தவள். என் பெயர் கவிதா. பதிமூன்று வயதில் நான் சுமங்கலித் திட்டத்தில் சேர்ந்து வேலை செய்தேன். மில்லின் பெயர் பழனி விஜயகுமார் மில். இருபத்தைந்தாயிரம் ரூபாய் தருவதாகச் சொல்லி ஒப்பந்தம். மூன்று வருடம் வேலை செய்ய வேண்டும். அதன்படி நான் மூன்று வருடம் வேலை செய்தேன். எதிர்பாராத விதமாக மூன்றாம் வருட முடிவில் மில்லை மூடி விட்டார்கள். ஒப்பந்தப் பணம், பிஎஃப், இழப்பீடு என்றெல்லாம் மொத்தமாக எனக்கு நாற்பதாயிரம் ரூபாய் வரவேண்டும். இன்றுவரை மில் திறக்கவே இல்லை. எல்லாமே வீணாப் போச்சு!" அதற்கு மேல் பேச முடியாமல் கவிதா அங்கிருந்து நகர்வதைப் பார்த்த அவள் எச்சிலால் தொண்டையை நனைத்தாள்.

அடுத்து வந்தவள் சிரமப்பட்டு நடந்து வந்து மைக்கிற்குப் பக்கமாக நிற்பதைக் கவனித்தாள் அவள்.

"என்னுடைய பெயர் ரங்கம்மாள். என்னுடைய தங்கை பெயர் சாரதா. வடுகப்பட்டிப் பிரிவு எங்களுடைய ஊர். சாரதா நன்றாக வேலை செய்வாள். வேலாயுத சாமி மில்லில்தான் அவள் வேலையில் சேர்ந்திருந்தாள். ஒருமுறை அவள் போய் வந்த வேன் விபத்துக்கு உள்ளாகியது. அதற்கு ஈடாக அவளுக்கு இரண்டாவது முறையாக ஒரு வாய்ப்புக் கொடுத்தார்கள். வேறு பெண்களோடு அவள் கண்டக்டராகப் போய் வந்து கொண்டிருந்தாள். ஒருநாள் அவள் மற்றவர்களோடு வேனில் வீட்டிற்குத் திரும்பிக் கொண்டிருந்த போது வேன் ஒரு லாரியில் மோதிக் கொண்டது. சாரதா வேனுக்குள் சிக்கிக் கொண்டாள். அவள் இறந்து போய் விட்டாள் என்று நினைத்து மற்றவர்கள் அவளைப் பிடித்து வெளியே இழுத்திருக்கிறார்கள். உண்மையில் அவள் சாகவில்லை. அப்போது அவளுடைய இடுப்பு எலும்பு துண்டித்து விட்டது. இன்றுவரை அதைச் சரிசெய்ய முடியவில்லை. அவளைப் பெண் பார்க்க வரும் மாப்பிள்ளைகள் இரக்கப்பட்டுக் கொண்டு போய் விடுகிறார்கள். அவள் தன்னுடைய கண்டக்டர் வேலையை விட்டு விட்டுக் கல்யாணம் செய்து கொள்ள ஆசைப்படுகிறாள். கடவுள்தான் அவளைக் காப்பாற்ற வேண்டும்!" சொல்லி விட்டு ரங்கம்மாள் அங்கிருந்து விலகுவதைப் பரிதாபமாக அவள் பார்த்தாள். அந்தக் கூட்டத்திற்குத் தலைமை தாங்கியவர் மைக்கின் முன்னால் வந்து நின்றபோது அவள் நிமிர்ந்து அமர்ந்தாள்.

"இனி யாராவது ஏதாவது சொல்ல வேண்டியிருக்கிறதா?"

அந்த அரங்கத்தில் சலனம் எதுவும் இல்லாமல் இருப்பதை அவள் கவனித்தாள். சுமங்கலித் திட்டத்தைத் தடுத்து நிறுத்த வேண்டுமென்று சொல்லத் தோன்றியது அவளுக்கு. அத்தனை பேருக்கும் முன்னால் அப்படிச் சொல்ல அவளுக்குக் கூச்சமாக இருந்ததால் அவள் வாய் திறக்கவில்லை. அவளைப் போலவே பலரும் நினைக்கக் கூடுமென்று அவளுக்குத் தோன்றியது.

கடைசியாக ஒருவர் வந்து நிற்பதை அவள் கவனித்தாள்.

"இந்த நிகழ்ச்சிக்கு எமது அழைப்பை ஏற்று வந்திருந்த எல்லோருக்கும் நன்றி. இத்தாலி நாட்டிலிருந்து வந்திருக்கும் நமது சிறப்பு விருந்தினர்களான எழுத்தாளர்கள், பத்திரிகையாளர்கள் போன்றவர்களுக்கு எமது தன்னார்வத்தொண்டு நிறுவனத்தின் சார்பாக நன்றியைத் தெரிவித்துக் கொள்கிறோம். கடைசியாக இங்கு வந்து தங்களுடைய துன்ப துயரங்களைச் சொன்ன பெண்மணிகளுக்கு நன்றி சொல்லுகிறோம். மதிய உணவு ஏற்பாடு செய்யப்பட்டிருக்கிறது.

அனைவரும் உணவருந்திச் செல்லுமாறு கேட்டுக் கொள்ளப்படுகிறார்கள். நன்றி!"

அந்த அரங்கத்தில் இருந்தவர்கள் சளசளப்புடன் எழுந்து கலையத் தொடங்கியதும் அவளும், கவிதாவும் எழுந்து வெளியில் வந்தார்கள்.

வெளிச்சம் கண்கள் கூசும்படியாகப் பளிச்சென்று இருப்பதை அவள் உணர்ந்தாள்.

அடுத்திருந்த அறைக்குள் அங்கு வந்திருந்தவர்கள் மெல்ல நுழைந்தார்கள். கவிதாவும் அவளும் ஒன்றாகச் சேர்ந்து அவர்களோடு நடந்தார்கள்.

வரிசையாக மேசைகளும், நாற்காலிகளும் போடப்பட்டுக் கச்சிதமாக இருப்பதை அவள் கவனித்தாள். மேசைகளின் மீது வாழை இலைகள் விரிக்கப்பட்டு அவற்றின் மீது காகிதத் தம்ளர்கள் தண்ணீருடன் வைக்கப்பட்டிருப்பதைப் பார்க்க அவளுக்குப் பசி கூடுவதாக இருந்தது.

பக்கம் பக்கமாக அவளும், கவிதாவும் அமர்ந்து கொண்டார்கள். இலையிலிருந்த இனிப்பை எடுத்து அவள் வாயில் வைத்த போது அது கசப்பது போலிருந்தது அவளுக்கு.

பத்தொன்பது

வாசலில் வந்து நின்ற காவேரி அம்மா வருகிறாளா என்று தெருவின் கடைசி வரை பார்த்தாள். வழக்கமாக அவள் வந்து சேருகின்ற நேரம் மீறிப் போய் விட்டதாக அவளுக்குத் தோன்றியது. அப்பாவும், பஞ்சவர்ணமும் திரும்பி வருவது இருட்டுக் கட்டிய பிறகுதான் என்பது அவளுக்குத் தெரியும். அவளுக்கு விவரம் தெரிந்த நாளிலிருந்து அப்பாவும், அம்மாவும் படாதபாடு பட்டுக் கொண்டிருக்கிறார்கள். அவளும் பஞ்சவர்ணமும் வளர வளர அவர்களுடைய சிரமங்களும் வளர்ந்து கொண்டே இருந்ததைப் பற்றி அவள் நினைத்துப் பார்த்தாள். அதுவெல்லாம் அவர்களுக்குப் பழக்கப்பட்டுப் போனதில் அதிகமாக அலட்டிக் கொள்ளவில்லை. படைத்தவன் எழுதியதை யாரால் மாற்ற முடியுமென்று அவர்கள் தங்களைப்பற்றிச் சொல்லி மனச்சமாதானமடைந்து வந்தார்கள். அதை நினைவுபடுத்திக் கொண்டே அவள் திண்ணையில் அமர்ந்தாள்.

அப்படித்தான் காவேரியும் தனக்குச் சிரமங்கள் வரும்போதெல்லாம் சொல்லிச் சொல்லி ஆறுதல் அடைகிறாள். பிறந்த இடத்திலிருந்த சிரமங்கள் தீர்ந்ததென்று புகுந்த வீட்டில் இருந்து வந்தாள். அங்கே நாளும் பொழுதும் நல்லபடியாகத்தான் கழிந்து கொண்டிருந்தது. அங்கேயும் விடாமல் தன்னை விதி துரத்தி வந்து தொல்லைப்படுத்துவதைக் கண்டு கலங்கினாள். தூக்கமில்லாமல் இரவுகளைக் கழித்தாள். நாளாக நாளாக அவள் எப்பொழுது தூங்குகிறாள், எப்போது விழிக்கிறாள் என்பது அவளுக்கே தெரியாத நிகழ்வுகளாக மாறிப் போய் விட்டன. மனம் சோர்ந்து போவதைப் போலவே உடலும் சோர்ந்து போகிறது.

விஜயகுமார் இப்போதெல்லாம் சம்பாதிக்கின்ற அளவுக்குச் செலவு செய்கிறான். குடியும் கூடக் கூடிவிட்டதை அவள் கவனித்து வந்தாள். இரண்டு மாதங்களுக்கு முன்னால் அவளை தேனிக்குக் கூட்டிப் போய் ஒரு பவுனில் தங்கச் செயினும், அரைப்பவுனில் தங்க மோதிரமும் வாங்கிக் கொடுத்தான். விரும்பிய சேலையைக் கடையில் வாங்கிக் கொள்ளச் செய்தான். தன்னுடைய வாழ்க்கையில் வெளிச்சம் படர்வதை அவள் உணர்ந்தாள். அதை அம்மாவிடம் போனில் தெரிவித்தாள். அதைக் கேட்ட அம்மா பஞ்சவர்ணத்தையும் கூட்டி வந்து அவளைப் பார்த்து விட்டுப் போனாள். அப்பா கூட இரண்டு முறை வந்து விட்டுப் போனார். பஞ்சவர்ணத்தைப் பெண் பார்க்கப் பல

பக்கமிருந்தும் சொந்தக்காரர்கள் வந்து விட்டுப் போகிறார்களென்று அம்மா சொன்னாள். இன்னும் ஒரு வருடத்திற்குப் பிறகுதான் அந்தப் பேச்சு என்று அப்பா வருகிறவர்களிடம் சொல்லிச் சமாளிப்பதாக அம்மா சொன்னாள். மூத்த மகள் முழுகாமல் இருக்கிறாளென்று வருகிறவர்களிடம் அம்மா சொல்லி வருகிறாள்.

தனக்குப் பிறக்கப் போவது ஆணாக இருக்குமா இல்லை பெண்ணாக இருக்குமா என்று அவள் தனக்குள்ளேயே கேட்டுக் கேட்டு ஓய்ந்து போய் விடுகிறாள். நாணயத்தைச் சுண்டி விட்டு அது விழுவதைப் பார்க்கிறாள். தலைப்பக்கம் விழுந்தால் ஆணாக இருக்குமென்று அவள் கணக்கு வைத்துப் பார்க்கிறாள். சிலமுறை தலைப்பக்கமாக விழுகிறது. சிலமுறை பூப்பக்கமாக இருக்கிறது. ஆண்பிள்ளை பிறந்தால் என்ன பெயர் வைக்கலாமென்று நினைக்கிறாள். அதேமாதிரி பெண் பிள்ளை பிறந்தால் என்ன பெயர் வைக்கலாம் என்று அவள் யோசிக்கிறாள். பெண் பிள்ளைதான் பிறக்குமென்று விஜயகுமார் சொல்வதை நினைத்து அவள் எரிச்சலடைகிறாள். ஆண்பிள்ளைதான் பிறக்க வேண்டுமென்று அய்யனாரை வேண்டி வருகிறாள் அவள். தன்னோடு ஆண்பிள்ளை அண்ணனாகவோ தம்பியாகவோ பிறக்கவில்லையென்பதில் அவளுக்கு எப்போதுமே வருத்தமிருந்திருக்கிறது. தன் வயிற்றிலாவது ஆண்பிள்ளை பிறக்க வேண்டுமென்று அவள் அடிக்கடி ஏங்குகிறாள். ஆண்பிள்ளை பெற்றால்தான் மரியாதை கிடைப்பதாகத் தோன்றுகிறது அவளுக்கு.

உண்மையில் விஜயகுமாரும் ஆண்பிள்ளைதான் பிறக்க வேண்டுமென்று முதலில் எதிர்பார்த்து வந்தான். போகப்போக அவன் தன்னுடைய எதிர்பார்ப்பை மாற்றிக் கொண்டு விட்டான். அதற்குக் காரணம் எதுவாக இருக்குமென்று அவளால் ஊகிக்க முடியவில்லை. அவன் வருவதும் போவதும் சித்தன் போக்கு சிவன் போக்காக அவளுக்குத் தோன்றியது. இப்போதெல்லாம் அவனைப் பற்றி நினைக்கையில் அவளுக்கு எரிச்சல் வருகிறது. தன்னுடைய ஆசைகளெல்லாம் நிராசையாகி விட்டதை நினைத்து அவள் கலங்கினாள். அவன் அவளுக்கு நகை வாங்கிக் கொடுத்ததற்கான காரணம் அவளுக்குப் பின்னால்தான் தெரிய வந்தது. அதை நினைத்து நினைத்து அவள் அழுதழுது ஓய்ந்தாள். தான் ஏமாற்றப்பட்டு விட்டதாக உணர்ந்தாள்.

விஜயகுமார் ஒரு 'கால்டாக்சி' வாங்க வேண்டுமென்று சொன்ன போது அதைக் கேட்க அவளுக்கு விருப்பமாகவே இருந்தது. அவனுடைய கணக்கு வழக்கையெல்லாம் அவனே பார்த்துக் கொண்டதில் அவளுக்கு நிம்மதி. அதைப் பற்றியெல்லாம் அவனிடம் கேட்க அவள்

விரும்பியதில்லை. அவளுக்குத் தேவையானதை அவள் கேட்டால் அவன் வாங்கி வருவான். அதனால் அவள் கவலையில்லாமல் இருந்தாள். டாக்டரிடம் அழைத்துப் போவான். மருந்து மாத்திரையெல்லாம் வாங்கித் தருவான். அவளுக்கு அவன் குறை எதுவும் வைப்பதில்லையென்பது அவளுடைய கணிப்பு. அவன் இரண்டாவது கல்யாணம் செய்து கொள்ள ஆசைப்படுவதைத்தான் அவளால் சகித்துக் கொள்ள முடியவில்லை.

இன்னொருத்தியைக் கல்யாணம் செய்து கொண்டு அவன் தன்னைக் கைவிட்டு விடுவானோ என்று நினைத்து அவள் கலங்கினாள். அவன் அடிக்கடி அதைப் பற்றிச் சொல்லிக் கொண்டிருந்தான். அவள் ஒரு குழந்தைக்குத் தாயாகப் போகிற நிலையில் அவன் அப்படிச் சொல்லி வந்ததைக் கேட்க அவளுக்கு வேதனையளித்தது. தனியாக வேறொரு குடித்தனம் வைத்துக் கொள்ளப் போவதாகவும் அவன் சொல்லியிருந்தான். அதையெல்லாம் அவள் மனதுக்குள் அடக்கி அவ்வப்போது குமுறி அழுதாள். அதற்குள்ளாகவே கூட அவன் அப்படிச் செய்திருப்பானோ என்றுகூட அவள் சந்தேகித்தாள். அப்படியெல்லாம் இருக்காது என்று சொல்லி அவள் தன்னையே சமாதானம் செய்து கொண்டாள். அவளுக்கு வயறு பெருத்து வருவது தேறுதலாக இருந்தாலும் கூடவே பயந்து கொண்டிருந்தாள். முதலில் குழந்தை பெறும் அனுபவம் பற்றி அவ்வப்போது எவரெல்லாமோ சொல்லிக் கொண்டிருந்ததை அவள் கேட்டிருந்தாள். அதை நினைக்க நினைக்க அவளுக்குப் பயம் கூடுதலாகியது.

தன்னைக் காட்டிலும் கவிதா பரவாயில்லையென்று அவளுக்குத் தோன்றியது. கன்னிவாடிக்கு கவிதாவைக் கல்யாணம் செய்து கொடுத்திருப்பதாக அம்மா சொன்னாள். மாப்பிள்ளை கூடப் பரவாயில்லையென்றாள். கட்டிட வேலைக்குப் போய் வருகிறான் அவன். பார்க்க மோசமில்லையென்றும் அவள் கேள்விப்பட்டிருந்தாள். கவிதாவின் கல்யாணத்தைப் பார்க்கக் கொடுத்து வைக்கவில்லை அவளுக்கு. அந்தச் சமயத்தில் வேடமங்கலத்தில் இருந்தாள் அவள். அவளை எப்போதாவது பார்த்து வருத்தம் தெரிவிக்க வேண்டுமென்று நினைத்தாள். கவிதாவின் கல்யாணம் நடக்கவிருப்பதை அப்போதே அம்மா போனில் அவளிடம் சொன்னாள். அவளுக்கு உடம்பு முடியாததால் அவள் வரவில்லை. ஏதாவது கல்யாண வீட்டில் கவிதாவைச் சந்திக்கக் கூடுமென்று அவள் நினைத்தாள். ஊரில் சாமிச்சாட்டு நடக்கும் போது கவிதாவைப் பார்க்க முடியுமென்று தோன்றியது. தீபாவளிக்கோ, பொங்கலுக்கோ வரும் போது கவிதாவும் கூட ஊருக்கு வரக்கூடுமென்று அவள் நினைத்தாள். தான் பார்க்காவிட்டாலும்

கவிதாவுக்குக் கல்யாணம் நடந்ததை நினைக்கையில் மனம் தெம்பு கண்டது. தனக்கு வாய்த்தது போல கவிதாவுக்குக் கணவன் வாய்த்து விடக் கூடாதென்று அவள் அய்யனாரை வேண்டிக் கொண்டாள்.

காவேரி திரும்பி வந்ததைப் பற்றி அக்கம்பக்கத்திலிருப்பவர்கள் பலவிதமாகப் பேசி வருவதாக வள்ளியம்மாளும், வேலம்மாளும் அம்மாவிடம் வந்து சொன்னதை அவள் கேட்டிருந்தாள். அம்மா அதைப் பற்றி வாய் திறக்கவே பயந்தாள். அப்பா கூட எதையும் கண்டு கொள்ளாதவர் போல வெளியில் போய் வந்து கொண்டிருப்பதை அவள் கவனித்தாள். பஞ்சவர்ணம் அவளைப் பார்க்கும் போதெல்லாம் கண்ணீர் வடிக்கிறாள். அக்காவை நேருக்கு நேர் பார்த்துப் பேசி எத்தனையோ நாளாகி விட்டதை பஞ்சவர்ணமும் உணர்ந்திருந்தாள். விஜயகுமார் மிகவும் மோசமான ஒரு தந்திரக்காரன் என்பது அவளுடைய இப்போதைய கணக்கு. எவ்வளவு தந்திரமாகத் தன்னை ஏமாற்றப் பார்த்திருக்கிறான் அவன் என்று நினைத்து அவள் தனக்குள் பொருமிக் கொண்டிருந்தாள்.

அவளுக்குப் பிடித்ததையெல்லாம் அவ்வப்போது நிறையவே வாங்கி வந்து அவளுக்குக் கொடுத்து நயமாகப் பேசினான். அதையும் இதையும் சொல்லிச் சொல்லி அவளைச் சிரிக்க வைத்தான். தணிந்த குரலில் அவளைப் பாராட்டினான். அதையெல்லாம் கவனித்த அவள் மனம் நெகிழ்ந்து போயிருந்தான். மாமனாரும், மாமியாரும் இல்லாத போதுதான் அவன் அதைப் பற்றிப் பேசினான். தன்னிடம் நிறையப் பணம் இருப்பதாகச் சொன்னான் அவன். 'கால் டாக்சி' தேனியில் விலைக்கு வருவதாகவும் தெரிவித்தான். அதை விலைக்கு வாங்கி விட்டால் தன்னால் நிறைய சம்பாதிக்க முடியும் என்றான். பிறக்கப் போகிற குழந்தையை நல்ல முறையில் வளர்க்கலாம் என்றும் அவன் சொன்னான்.

இருட்டு மெல்ல இறங்குவது தெரிந்து அவள் வாசலுக்கு வந்து நின்றபோது தெரு விளக்குகள் பளிச்சென்று எரிந்தன. தெருமுனையில் அவர்களுடைய ஆடுகள் விரைசலாக வருவது அவளுக்குத் தெரிந்தது. அவற்றையெல்லாம் அம்மா விரட்டுவதையும் அவள் பார்த்தாள். இன்னமும் வீட்டு விளக்குகளைப் போடாமலிருப்பதைக் கண்டால் அம்மா கோபத்தோடு புலம்புவாளென்று அவளுக்குத் தெரியும். வாசலில் நடந்து நிதானமாகப் படிகளில் ஏறிய அவள் மெதுவாக சுவிட்சுக்களை அழுத்தினாள். வெளியிலும் உள்ளும் வெளிச்சம் பளிச்சென்று பரவிப் படிந்தது. வீட்டை நெருங்க நெருங்க ஆடுகள் ஓடாத குறையாகப் பட்டியைப் பார்த்து வந்தன.

அவள் பட்டிக்குள் போகலாமா வேண்டாமாவென யோசிக்கும் பொழுதே ஆடுகள் ஒன்றை ஒன்று தள்ளிக் கொண்டு உள்ளே

நுழைந்தன. அம்மா அவற்றிற்குப் பின்னால் விரைந்தபடியே தன்னைப் பார்ப்பதை அவள் கவனித்தாள். அம்மாவினுடைய கருத்த முகம் வாடி இறுகிப் போயிருந்தது. தன்னைப் பற்றிக் கவலைப்படுகிற அம்மா தன்னை ஒரு சுமையாக நினைக்கிறாளோ என்று அவள் நினைத்தாள். அந்த வயதிலும் அவள் மனதிலும், உடலிலும் பலதையும் சுமந்து கொண்டிருப்பதை அவள் பார்த்துப் பரிதாபப்பட்டாள். அவள் குளத்தூருக்கு வந்ததிலிருந்து வீட்டில் எவர் முகமும் களை கட்டி அவள் பார்த்ததில்லை. ஒவ்வொருவரும் முகத்தைத் தொங்க விட்டுக் கொண்டிருப்பதாக அவளுக்குத் தோன்றுகிறது. பட்டியில் ஆடுகளை அடைத்துப் படலையைச் சாத்தி விட்டு வாசலைக் கடந்து வந்தாள். திண்ணையில் நின்றிருந்த தன்னை ஒருமுறை பார்த்துவிட்டுப் படியேறி வீட்டுக்குள் போனாள். அன்றைக்கு நேரமாகி வீட்டுக்கு வந்ததைப் பற்றி அம்மாவிடம் கேட்கத் தோன்றியது அவளுக்கு. அதற்கு இடம் கொடுக்க விரும்பாமல் அம்மா வீட்டிற்குள் போனாள். காடு கரையில் ஆடுகள் தப்பிப் போய் விட அம்மா அவற்றை மடக்கிக் கொண்டு வந்திருக்கக் கூடும். எவரிடமாவது பழைய கதைகளைப் பேசிக் கொண்டிருந்திருக்கலாம். எப்படியோ அம்மா வீடு வந்து சேர்ந்ததில் அவளுக்கு மன நிம்மதி. அப்பாவும், தங்கையும் வந்து சேருவதற்குள் அம்மா அடுப்பு மூட்டி உலை வைத்துச் சோறாக்கியாக வேண்டும்.

அதற்கெல்லாம் அம்மாவுக்கு நேரமிருந்தது. தன்னை மட்டும் அடுப்பு பக்கம் போக வேண்டாமென்று அம்மா தடுத்து வைத்திருந்தாள். வயிற்றில் குழந்தையை வைத்துக் கொண்டு அடுப்படியில் வேகக் கூடாது என்று அம்மா சொல்லியிருந்தாள். பாத்திரம் பண்டங்களைத் துலக்குவதையும், கழுவுவதையும் பஞ்சவர்ணம் அம்மாவுடன் சேர்ந்து செய்கிறாள். வீட்டுக்குள்ளும், வாசலிலும் நடந்து கொண்டிருப்பது அவளுக்குச் சுகமாக இருக்கிறது. குடம் எடுத்துத் தண்ணீர் குழாயடி வரை போய் வருகிறாள்.

அன்றைக்கு விஜயகுமார் அவளிடம் சொன்னதைக் கேட்ட போது அவளுடைய தலையில் இடி விழுந்த மாதிரியிருந்தது. அவன் அப்போது அரை குறையாகத்தான் குடித்திருந்தான். அவள் கழுத்திலிருந்த நகைகளையும், விரலிலிருந்த மோதிரத்தையும் தொட்டுத் தடவிப் பார்த்து விட்டுத்தான் அவன் கேட்டான். 'கால் டாக்சி' வாங்க அவற்றை விற்றுப் பணம் சேர்க்க முடிவு செய்திருப்பதாகச் சொன்னான். அவள் அதிர்ந்து போனதில் வயிறு குமட்டுவதாக அவளுக்குத் தோன்றியது. அவன் வாங்கிக் கொடுத்த செயினையும், மோதிரத்தையும் அவள் அப்போதே கழற்றி அவனிடம் கொடுத்தாள். அதை வாங்கிக் கொண்ட அவன் அவள் கழுத்திலிருந்த இன்னொரு

செயினையும் கழற்றிக் கொடுக்கும்படிக் கேட்டபோது அவளுக்கு மனதிற்குள் குபீரென்று பட்டது. பஞ்சு மில்லில் பாடுபட்டுப் பணம் சேர்த்து வாங்கிய நகையை அவனுக்குக் கொடுக்க விருப்பமில்லை என்று சொல்ல அவளால் முடியவில்லை. அப்பாவும், அம்மாவும் வாங்கிக் கொடுத்ததால் அவர்களைக் கேட்டுவிட்டுத் தான் கொடுக்க முடியும் என்றாள் அவள். அவன் அவளிடம் கெஞ்சிக் கூத்தாடினான். அதற்கெல்லாம் மசியாமல் அவள் முதலில் சொன்னதையே திருப்பிச் சொன்னாள். அதற்கு அவன் சம்மதம் தெரிவித்த போது அவளுக்கு மனம் குளிர்வது போல இருந்தது. தொடர்ந்து சொன்னதைக் கேட்ட போது அவளுடைய தலையில் இடி விழுவது போலிருந்தது. அவனுக்குப் பஞ்சவர்ணத்தை இரண்டாந்தாரமாகக் கட்டி வைக்க அவளுடைய அப்பாவிடமும், அம்மாவிடமும் சம்மதம் வாங்கி வரும்படி அவளிடம் சொன்னான். சம்மதம் வாங்காமல் மேலமங்கலத்திற்குத் திரும்பக் கூடாது என்று அவன் சொன்னது அவளுடைய நெஞ்சில் நெருப்பை அள்ளி வீசியது மாதிரியிருந்தது.

அவனே அவளை பஸ் நிலையம் வரை கொண்டு வந்து பஸ்ஸில் ஏற்றி குளத்தூருக்கு அனுப்பினான். அவள் தனக்குத் தெரிந்தவரை அங்கங்கே பஸ்ஸில் ஏறியும் இறங்கியும் ஒருவழியாக ஊர் வந்து சேர்ந்தாள். திரும்பி வரும்போது வீட்டில் எவரும் இல்லாததால் திண்ணையில் அப்படியே படுத்துக் கிடந்தாள். பயணம் செய்யும் போதெல்லாம் ஓவென்று கூவி அழவேண்டும் போலிருந்தது அவளுக்கு. அவளால் அழ முடியாததால் அவ்வப்போது கண்ணீர் வழிந்து கன்னங்களில் சரிந்து கொட்டியது. பக்கத்தில் இருந்தவர்கள் தன்னைக் கவனித்து விடக் கூடாது என்பதில் அவள் எச்சரிக்கையாக இருந்தாள். திண்ணையில் சாய்ந்து படுத்திருந்தவள் அப்படியே தூங்கிப் போய் விட்டாள்.

அம்மா வந்து எழுப்பிய போதுதான் அவள் விழித்துப் பார்த்தாள். ஓவென்று கூவி அழுத அவளை அமைதிப்படுத்த அம்மாவுக்கு நேரம் பிடித்தது. அக்கம் பக்கத்திலிருப்பவர்கள் பார்க்காதபடி கதவைத் திறந்து அவளை உள்ளே அழைத்துப் போனாள்.

அவள் நடந்ததையெல்லாம் சொல்லி விட்டு விசும்பி அழுதாள். அம்மா நெஞ்சைக் கைகளால் அறைந்து கொண்டு அழுதாள். அன்றைக்குச் சோறாக்கி உண்ண நீண்ட நேரம் பிடித்தது. அப்பாவும், தங்கையும் வந்து வெகுநேரம் கழித்துத்தான் அம்மா தேம்பித் தேம்பி அழுதபடியே ஒவ்வொன்றையும் சொன்னாள். அப்பாவுக்குக் கண்கள் சிவந்தன. மீசை விறைத்தது. மூக்குத் துடிதுடித்தது. உதடுகள் ஓயாமல் முணுமுணுப்பதை அவள் பார்த்தாள். அவருடைய முகம்

கொலைவெறி பிடித்தவனைப் போல இருந்ததைப் பார்க்க அவளுக்கு பயம் கூடியது. அன்றிரவு எல்லோருமே எதுவும் பேசாமல் நீண்ட நேரம் வரை படுத்துக் கிடந்தார்கள். தங்கை அழுது கொண்டே இருந்தாள்.

அவன் வருவான் என்று எல்லோருமே எதிர்பார்த்துக் கொண்டிருக்கிறார்கள். அவன் அதுவரை வரக் காணோம். போனில் கூடக் கூப்பிட்டுப் பேசவில்லை. போனவளுக்கு என்ன நடந்தது என்று கூட அவன் விசாரிக்கவில்லை. அவனும் தன்னைப் போலவே தன்னுடைய வருகையை எதிர்பார்த்துக் காத்திருப்பானோ என்று அவள் நினைத்தாள். வயிற்றில் குழந்தை வளர்ந்து வருவதை அவள் ஒவ்வொரு நாளும் தடவிப் பார்த்துக் கொண்டே அவனுக்காகக் காத்திருக்கிறாள்.

அம்மா மனம் நொந்துபோய் நோயாளியைப் போல நடந்து போய் வருகிறாள். தங்கை பஞ்சவர்ணம் என்ன நடக்கப் போகிறதோ என்ற பயத்தில் போவதும் வருவதுமாக இருக்கிறாள். அப்பா போதையில் நிதானமிழந்து நடப்பதைப் போல அவளுக்குத் தோன்றுகிறது. அம்மா அக்கம் பக்கம் போவதைக் கூட நிறுத்திக் கொண்டாள். வள்ளியம்மாளோ, வேலம்மாளோ வாசலுக்கு வந்தால் சரியாக முகம் கொடுத்துப் பேசுவதில்லை. அவர்களும் வந்து போவதைக் குறைத்துக் கொண்டார்கள்.

முறையாக வேலமங்கலம் சென்று சீர் சிறப்புச் செய்து மகளை மகப்பேற்றுக்குக் கூட்டி வர வேண்டுமென்று அக்கம் பக்கமிருப்பவர்களிடம் சொல்லிக் கொண்டிருந்திருக்கிறாள். அதைப் பற்றி அவள் எதுவும் பேசத் தயங்குகிறாள். வலிந்து கேட்டால் யாரையும் கூப்பிடாமல் அவர்களே ஊருக்குப் போய் சீர் சிறப்புச் செய்து கூட்டி வந்திருப்பதாகச் சொல்லுகிறாள். மாமனாரோ, மாமியாரோ வருவார் என்று அவர் எதிர்பார்த்துக் கொண்டிருக்கிறாள். அவனும் அவர்களோடு சேர்ந்து வரக்கூடுமென்றும் அவள் நினைக்கிறாள்.

அவ்வப்போது வாசலில் இறங்கித் தெருவைக் கடைசி வரை பார்த்து அவள் பெருமூச்சு விடுகிறாள். அய்யனாரை அடிக்கடி வேண்டிக்கொண்டு கண்ணீர் வடிக்கிறாள். காத்திருப்பதிலேயே அவளுடைய நேரம் அவளைக் கடந்து சென்றபடி இருக்கிறது.

அவள் அப்போது அப்பாவுக்காகவும், தங்கைக்காகவும் படபடப்போடு காத்துக் கொண்டிருந்தாள்.

இருட்டு வேகமாக இறங்கிக் கொண்டே இருந்தது.

இருபது

அவளிருந்த இடத்திலிருந்து பார்க்கையில் திண்டுக்கல் மொட்டை மலையின் உச்சி அவளுக்குப் பளிச்சென்று தெரிந்தது. வானம் நீலமாக விரிந்து கிடந்தது. வெள்ளை மேகங்கள் பஞ்சுப் பொதிகளைப் போலத் தொங்கிய காட்சி அவளுக்கு மில்லை நினைவுபடுத்தியதால் அந்தப் பக்கமிருந்து பார்வையை அவள் திருப்பிக் கொண்டாள். வாகனங்களின் ஓயாத இரைச்சல் தொலைவிலிருந்து சன்னமாக வருவது போலிருந்தது. கீழிருந்து மனிதக் குரல்கள் மேலெழுந்து வந்து அவளைக் கடந்து உயரே செல்லுவதை அவள் கவனித்தாள். அங்கங்கே இருந்த மரங்களின் சிமிர்கள் காற்றுக்கு அசைந்து கொண்டிருப்பதை அவள் கவனித்தாள். ஆம்புலன்ஸ் வாகனங்கள் 108 எண்ணைத் தாங்கிக் கொண்டு விரைவாகவும், மெதுவாகவும் ஊர்ந்து ஊளையிடுவது அவளுக்குக் கேட்டது.

கீழே அவள் கவனிக்கையில் தார்ப்பாதையில் தாறுமாறாக நர்ஸுகள் வெள்ளை உடைகளில் கொக்குகளைப் போல நடப்பது தெரிந்தது. அப்படியும், இப்படியுமாக ஆண்களும், பெண்களும் போய் வந்தபடி இருந்தார்கள். சொல்லி வைத்தது போல மரங்களுக்குக் கீழே குட்டுக் குட்டாக ஆண்களும் பெண்களும் கூடியிருப்பதையும், கலைவதையும் அவள் பார்த்தாள். பத்து நாட்களாக அவள் படுத்தபடியே பார்த்துக் கொண்டிருக்கின்ற அந்தக் காட்சிகள் அவளுக்கு ஆறுதலாக இருந்தது. அவளுக்குக் குமட்டலைத் தரக்கூடிய நாற்றத்தைப் போக்க அவ்வப்போது பினாயில் தெளிப்பது அவளுக்கு ஆறுதலாக இருந்தது. அவளிருந்த தளத்தில் இருப்பவர்களுடைய முகங்கள் சோர்ந்து வாடிக் கருத்துப் போயிருப்பதைப் பார்க்க அவளுக்குச் சகிக்கவில்லை. கலைந்த தலைமுடிகளை வாராமல் கட்டி முடிந்து கொண்டு சிரமப்பட்டு அசைகின்ற அவளைப் போன்ற பெண்களை அவள் உணர்ச்சியில்லாமல் பார்த்தாள். அவளைப் போலவே மற்றவர்களும் அவளைப் பார்ப்பது மாதிரி தெரிந்தது அவளுக்கு. அவள் ஒரு வாரத்திற்கும் மேலாக அந்த நரகத்தில் இருந்து வருவதை உணர்ந்தாள். அங்கே வலியும், ஆறுதலும், தேறுதலும் வந்து போய்க் கொண்டிருப்பதாக அவள் நினைத்தாள். அவள் தூங்குவதும், எழுவதும் அவளுக்கே புரியாத ஒரு வித்தையாக இருந்து வருகிறது.

அவளுக்கு நினைவில் எதுவெல்லாமோ வந்து போய்க் கொண்டிருப்பதை நினைக்கையில் அவள் அந்தரத்தில் தனியாக மிதப்பது போலத் தெரிகிறது. தன்னைப் போல ஒரு பாவி பிறந்திருக்க முடியாது என்று அவள் நினைத்தாள். ஒவ்வொன்றையும் சகித்துச் சகித்து அவள் உணர்வுகளை இழந்து போயிருந்தாள். உதறிவிட்டு உயிர் விலக மறுப்பது அவளுக்கு வேதனையாகவே இருந்து வருகிறது. கால் கைகள் அசையும் போதெல்லாம் அவளுக்கு வலியாக வலிக்கிறது. அப்போதெல்லாம் அவளுக்கு உயிர் போய் விடக் கூடாதா என்ற எதிர்பார்ப்பு வருகிறது. அந்த ஏமாற்றத்தால் மனம் வெந்து நைந்து விடுகிறது. அவளைச் சுற்றியுள்ள ஒவ்வொன்றும் அவளுக்கு எரிச்சலைத் தருகிறது. அவளுக்குத் தன்னை மாய்த்துக் கொள்ளத் தோன்றுகிறது. அதுவரை பிழைத்தது போதும் என்று அவள் சலித்துக் கொள்கிறாள்.

விஜயகுமார் அதுவரை அவளை வந்து பார்க்காமல் இருந்தது அவளுக்கு அவமானமாக இருந்தது. அவள் எந்தத் தவறும் செய்ததாக அவளுக்குத் தோன்றவில்லை. அவளை எல்லோருமே சகித்துக் கொள்வது மாதிரி இருந்தது. அவள் மற்றவர்களின் பரிதாபத்திற்குரியவளாக இருந்து வருவதாக அவள் நினைக்கிறாள். அவளோடு மற்றவர்கள் பேசுவதும் பழகுவதும் கூட அப்படித்தான் இருப்பது மாதிரி இருக்கிறது. அப்பாவும், அம்மாவும், தங்கையும் கூட அப்படித்தான் இருப்பதாக அவள் நினைக்கிறாள். அப்போதெல்லாம் அவள் தன்னை ஒரு புழுவாக மதிக்கிறாள். அவளுக்காக அம்மா பரிந்து நடப்பதை அவள் கவனிக்கிறாள். அம்மா தனியாக அமர்ந்து புலம்புகிறாள். அவளைப் பார்க்கும் போதெல்லாம் அம்மா முகத்தைத் திருப்பிக் கொண்டு கண்ணீர் வடிக்கிறாள். அப்பா அவளைப் பார்க்கும் போதெல்லாம் முகத்தைத் திருப்பித் தொலைவில் பார்க்கிறார். தங்கை முகம் கொடுத்துப் பேசி நாளாகிறது. அவள் எல்லோருக்குமே வேண்டப்படாதவளாக இருந்து வருவதாக நினைத்துக் கொண்டாள். அவள் வாழாவெட்டியாக வந்து வீட்டில் முடங்கிக் கிடப்பது அவர்களுக்கெல்லாம் அவமானம் தரக்கூடியதாக இருக்கிறது. அம்மா அப்பாவின் மனதை மெல்ல மெல்லக் கரைத்துத் தன் வழிக்குக் கொண்டு வந்ததை அவள் கவனித்து வந்தாள். தனக்காகத் தங்கையைக் கூடத் தாரை வார்க்க அம்மா முடிவு செய்தது அவளுக்குப் பிடிக்கவில்லை. அதைப்பற்றிப் பேச அவளுக்கு மனம் வரவில்லை. அப்படிச் சொல்வது அவள் அதுவரை செய்த பாவத்தை விடவும் பெரியதாக இருக்கும் என்று அவள் நினைத்தாள்.

தன்னைப் பார்க்க விஜயகுமார் ஒருமுறை கூட வரவில்லை என்பதில் அம்மாவுக்கு ஆதங்கமிருந்தது. போனில் கூட அவன் விசாரிக்கவில்லையே என்று அம்மா அடிக்கடி அங்கலாய்த்துக் கொண்டே இருக்கிறாள். அவன் அப்படி ஏதாவது செய்திருந்தால் கூட அம்மா அவனுக்குத் தங்கையை இரண்டாந்தாரமாகக் கொடுத்து விடலாமென்றாள். அப்படிச் செய்வதெல்லாம் எங்கேயும் எப்போதும் என்றும் நடந்து கொண்டிருப்பதுதான் என்று அம்மா சொல்லி வருகிறாள். முதலில் அதைப் பற்றி அம்மா அப்பாவிடம் சொன்ன போது அவர் கொலை வெறியோடு அம்மாவின் முகத்தைப் பார்த்தது அவளுக்கு இப்போதும் நினைவிருக்கிறது. அதையும், இதையும் அவ்வப்போது எப்படிச் சொல்ல வேண்டுமோ, அப்படிச் சொல்லி அப்பாவை அம்மா தன் வழிக்குக் கொண்டு வந்ததை நினைக்க நினைக்க அவளுக்கு வியப்பாக இருந்தது. அப்பாவை மடக்கும் வசியம் அம்மாவுக்கு நன்றாகவே தெரிந்திருந்தது. அப்பா அதைப் பற்றி மெல்லவும் முடியாமல் விழுங்கவும் முடியாமல் அமைதியாக இருந்தார். அப்பா அம்மா எப்படிச் சொல்லுகிறார்களோ அப்படி நடந்து கொள்வதே தனக்குச் சரியாக இருக்குமென்று தங்கை நினைப்பதை அவள் ஊகித்திருந்தாள். தங்கை எதுவும் பேசாமல் அவள் பாட்டுக்கு இருந்து வருகிறாள்.

தங்கையைப் பலியிட்டு தான் வாழ நினைப்பது அவளுடைய மனதிற்குப் பிடிக்கவில்லை. தங்கையாவது நல்லமுறையில் எவனுக்காவது வாழ்க்கைப்பட வேண்டுமென்று அவள் விரும்பினாள். தன்னை உதறிவிட்ட விஜயகுமார் தங்கையை உதறிவிட மாட்டானென்பதில் அவளுக்குச் சந்தேகமிருந்தது. அவனவன் அப்படித்தான் மூன்று நான்கு பேர்களைப் பெண்டாட்டி ஆக்கிப் பிள்ளை குட்டி பெற்றுத் தவிக்க விடுவதை அவள் அங்கங்கே கவனித்திருக்கிறாள். காசு பணம் சேரும் போதெல்லாம் பொண்டாட்டிகளும், வைப்பாட்டிகளும் பெருகுவார்களென்று சொல்வதை அவளும் கேட்டிருந்தாள். தங்கையைத் தாரை வார்ப்பதில் அவளுக்கு எந்த விதத்திலும் நியாயமானதாக அவளுக்குத் தோன்றவில்லை. தன்னால் அதைப் பற்றி எதுவும் சொல்ல முடியாமல் அவள் தவித்துக் கொண்டிருக்கிறாள். தெருவில் பெண்ணை இறக்கி விட்டால் அவளுக்கு என்னவெல்லாம் நேரும் என்று நினைத்து அவள் பயந்தாள். அம்மாவும் அப்பாவும் எது செய்தாலும் அது சரியாகவே இருக்கும் என்று அவள் நம்பினாள்.

அக்காவும், தங்கையும் ஒருவனுக்கே வாழ்க்கைப்பட்டு ஒன்றாகவே குடும்பம் நடத்துவதைப் பற்றி அவள் கதை கதையாகச் சொல்லக் கேட்டிருக்கிறாள். சொத்துப் பிரிந்து போய் விடக் கூடாது என்பதற்காகவே வசதியானவர்கள் இப்படிச் செய்வது வழக்கமென்று அம்மா எவரிடமோ சொல்லிக் கொண்டிருந்தது அவளுக்கு நினைவிருக்கிறது. அவளுக்குக் கூட அப்படிச் செய்வதில்-தவறில்லையென்று தோன்றியது. அதைப் பற்றிய நடைமுறையைப் பற்றி நினைத்துப் பார்க்கிற போதெல்லாம் அவளுக்குக் கூச்சமும் பயமும் வருகிறது. அவன் இன்னொருத்தியைக் கல்யாணம் செய்து கொண்டு தன்னை வெளியேற்றிவிடக் கூடும் என்றும் அவளுக்குத் தோன்றியது. அப்படிச் செய்தவர்களைப் பற்றி அவள் கேட்டிருந்தாள். அதைப் போல ஒரு கொடுமை இன்னொன்று இருக்க முடியாது. அதை நினைத்துப் பார்க்கவே அவளுக்கு வயிறு கலங்கியது. அவனிடமிருந்து எந்தத் தகவலும் அதுவரை அவளுக்கு வராததில் அவன் இன்னொருத்தியைக் கல்யாணம் செய்திருப்பானோ என்றும் அவள் சந்தேகித்தாள். அதனால்தான் அவன் தன்னைப் பற்றிய அக்கறை இல்லாதவனாக இருக்கிறானோ என்றும் அவள் நினைத்தாள். எவளையாவது கூட்டிக் கொண்டு எங்காவது போய் விட்டானோ என்றும் நினைக்கத் தோன்றியது அவளுக்கு. அப்படி ஏதாவது நிகழ்ந்தால் அவள் தற்கொலை செய்து கொள்ள வேண்டுமென்ற முடிவுக்கு வந்தாள். அப்பாவும், அம்மாவும் என்ன செய்வார்களோ என்று அவளுக்கு ஊகிக்க முடியவில்லை. அப்படி நடந்தால் அப்பாவுக்கு எப்படியும் தகவல் கிடைத்து விடும் என்பதும் அவளுக்குத் தெரியும். அவள் வருவானென்று அவன் இன்னமும் எதிர்பார்த்தாள்.

சன்னலுக்கு வெளியிலிருந்த அவளுடைய பார்வை அந்த வார்டுக்குத் திரும்பியது. தனித்தனியாகவும், சேர்ந்தும் நர்சுகள் குறுக்கும் நெடுக்குமாகப் போய் வந்து கொண்டிருந்தார்கள். படுக்கைகள் பலவிதமாக அவளுக்குக் காட்சி தந்தன. அங்கங்கே காலி செய்யப்பட்ட படுக்கைகளில் யார் யாரெல்லாமோ அமர்ந்திருந்ததைப் பார்த்த அவளுக்கு அவரவருடைய சொந்த பந்தங்கள் போலத் தோன்றியது. அவர்களெல்லாம் சன்னமான, குரல்களில் மெதுவாகப் பேசினார்கள். சில படுக்கைக்களுக் கீழே பார்க்க வந்தவர்கள் அமர்ந்திருந்தார்கள். பல படுக்கைகளைச் சுற்றி எவரும் இல்லையென்பது தெரிந்தது. படுக்கைகளுக்குப் பக்கத்தில் குழந்தைகளுக்கான தொட்டில்கள் பெட்டியைப் போல இருந்தன. அதில் குழந்தைகள் இருப்பது தெரிந்தது. படுக்கைகளில் குழந்தைகளை அணைத்தபடி அவர்களைப் பெற்றவர்கள் படுத்திருந்தார்கள். அந்தக் குழந்தைகளில் எத்தனை

ஆண்கள் எத்தனை பெண்கள் இருக்கிறார்களோ என்று கணக்குப் போட்டாள். அவளுக்கு விடை எதுவும் கிடைக்கவில்லை என்பதில் வருத்தம் கூடியது.

அப்படியே எழுந்து நடந்து ஒவ்வொரு படுக்கையையும் கவனிக்க வேண்டுமென்று விரும்பினாள். அவளால் எதுவும் செய்ய முடியவில்லை என்பதில் அவள் மனம் நொந்தாள். நின்றாலே கால் வலிக்கும் நிலைமையில் அவளால் எழுந்து நடப்பது அவ்வளவு சாத்தியமில்லை. கழிப்பறைக்குக் கூட அம்மாதான் கைத்தாங்கலாகக் கூட்டிப் போய் வருகிறாள். போய் வருவதற்குள் உயிர் போய் உயிர் திரும்புகிறது. அவள் இப்போது எலும்பும் தோலுமாக மாறிப் போயிருப்பதாக அவளுக்கு நினைப்பு. அவளைப் பார்க்க வருகிறவர்களெல்லாம் அழாத குறையாக அவளிடம் சொல்லி விட்டுப் போகிறார்கள். காலும், கையும் விளங்காமல் அவள் அப்படியே இருக்க வேண்டிய நிலைமை வந்து விடுமோ என்று அவள் பயந்தாள். அவ்வப்போது அவளுடைய கால் கைகளைப் பார்க்கிற போது அவை வற்றிச் சூம்பிப் போனது போல அவளுக்குத் தோன்றுகிறது. அவள் அங்கிருந்து வீடு போய்ச் சேருவது சாத்தியம் தானா என்று அவள் அடிக்கடி தன்னிடமே கேட்டுக் கொள்கிறாள். அவளால் நீண்ட நேரம் வரை படுத்திருக்க முடிவதில்லை. அதைப் போலவே கால்களை நீட்டி வைத்து அமர்ந்திருக்கவும் முடியவில்லை.

அமர்ந்திருப்பது சிரமமானால் அவள் படுக்கையில் சாய்கிறாள். படுத்திருப்பது சிரமமானால் அவள் எழுந்து அமர்ந்து கொள்கிறாள். அப்படி இரவு நேரத்தில் அவள் அமர்ந்திருப்பது அவளுக்கே சகிக்க முடியாததாக இருக்கிறது. அந்த வார்டில் மற்றவர்கள் தூங்கும் போது அவளால் விழித்தபடி தனியே அமர்ந்திருப்பதை நினைக்கையில் தனக்குப் பித்துப் பிடித்து விட்டதோ என்று அவளுக்குச் சந்தேகம் வருகிறது. அவள் நினைக்காவிட்டாலும் அக்கம் பக்கப் படுக்கைகளில் படுத்திருப்பவர்களால் அப்படி நினைக்கத் தோன்றும் என்று அவள் நினைத்தாள். அவ்வப்போது பச்சைக் குழந்தைகளின் அழுகுரல் ஏதாவது ஒரு மூலையில் கேட்கும். அதைக் கேட்டு அவள் ஆறுதல் அடைகிறாள். கடைசிப் படுக்கையில் சலனம் வெளிப்பட அதைக் கூர்ந்து கவனித்தாள் அவள். அதில் ஒருத்தி அமர்ந்த நிலையில் கைக்குழந்தையை எடுத்துப் பால் கொடுத்தாள். அதைப் பார்க்கையில் அவளுடைய கண்களிலிருந்து பொலபொலவென்று கண்ணீர் வழிந்து உதிர்ந்தது.

கால்மாட்டில் இருந்த படுக்கையில் படுத்திருந்தவளுக்கு ஆண் குழந்தை பிறந்து மூன்று நாட்களாகியிருந்தன. அவளுக்குச் சிரமம்

குறைவாக இருந்ததைப் பற்றி ஒரு நர்ஸ் தன்னிடம் சொன்னதாக அம்மா சொன்னாள். இடதுபக்கப் படுக்கையில் இருந்தவளுக்கும் ஆண் குழந்தை பிறந்து இரண்டு நாட்களாகியிருந்தன. தலைமாட்டில் இருந்தவளுக்கு பெண் குழந்தை பிறந்து நான்கு நாட்களாகியிருந்தன. அதையெல்லாம் அம்மாதான் அவளிடம் சொல்லுவாள். தனக்குக் குழந்தை இல்லாததைக் கண்டு அவள் கலங்கிக் கண்ணீர் வடித்தாள்.

மாமனாரும், மாமியாரும் வராமலிருப்பது அவளுடைய மனதில் ஒரு கீறலாகப் பதிந்து அவளை அரித்துக் கொண்டே இருக்கிறது. அவர்களிடம் சொல்லாமல் வந்து விட்டதில் அவர்களுக்கு வருத்தம் இருக்கக்கூடுமோ என்று அவளுக்குத் தோன்றியது. அதைப்பற்றி விஜயகுமாரிடம் அவள் சொன்னபோது தானே அவர்களிடம் சொல்லி விடுவதாகச் சொல்லி அவளை அனுப்பி வைத்தான். அவன் அதைப்பற்றி அவர்களிடம் சொல்லியிருப்பானோ என்னவோ என்று அவளுக்குச் சந்தேகமாக இருந்தது. அவளுடைய நிலைமையைப் பற்றி அவர்கள் விசாரிக்காமல் இருந்ததிலிருந்து அவளுக்குப் புரியாத ஒன்றாகவே இருக்கிறது. அப்பாவும், அம்மாவும் அவர்களை எதிர்பார்த்துக் கொண்டிருப்பதாகவே அவளுக்குத் தோன்றுகிறது. அப்பாவோ, அம்மாவோ அவர்களுக்குத் தன்னுடைய நிலைமை பற்றித் தகவல் எதுவும் கொடுக்கவில்லையென்று அவளுக்கு நன்றாகவே தெரிகிறது. அப்படிக் கொடுத்திருந்தால் ஒரு மரியாதைக்காகவாவது அவர்கள் வந்திருக்கக் கூடுமென்று அவள் நினைத்தாள். அவளைப் பார்க்க வந்த அக்கம் பக்கத்தவர்கள் எல்லோருமே அவர்கள் வந்தார்களா என்று அவளிடம் விசாரித்துப் போனதை அவள் நினைத்து வருந்தினாள். அவள் பட்ட சிரமத்தைப் போலவே அதுவும் அவளுக்குச் சிரமம் தருவதாக இருந்தது.

பக்கத்துப் படுக்கைகளில் இருந்தவர்களுடைய சொந்த பந்தமெல்லாம் வந்து போய்க் கொண்டிருப்பதை அவள் கவனித்தாள். அவரவர்களுடைய கணவன்மார்களெல்லாம் வருவதும் போவதுமாக இருந்தார்கள். வேண்டியதையெல்லாம் வாங்கிக் கொண்டு வந்து தந்தார்கள். அவளுடைய கணவன் வரவில்லையா என்று அக்கம் பக்கப் படுக்கையில் படுத்திருந்தவர்கள் அவளைக் கேட்டது அவளுக்குக் கத்தியால் குத்துவது போலிருந்தது.

ஒவ்வொரு நாளும் சில படுக்கைகள் காலியாவதும், நிரப்பப் படுவதும் அவளுக்குத் தெரிந்தது. அந்த வார்டுக்கு காலையிலும், மாலையிலும் டாக்டர்கள் வந்து ஒவ்வொருவரையும் விசாரித்து விட்டுப் போகிறார்கள். அவர்கள் வந்து போய்ச் சேருகிறவரை ஒருவித

அமைதி அங்கே நிலவுவதை அவள் கவனித்து வந்தாள். அந்த வார்டில் சலனம் இருக்கின்ற நிலைமையில் அவள் மனதில் அமைதியிருப்பதை அவள் உணர்கிறாள்.

அந்த வார்டில் களைத்துப் போன முகங்களையே அவளால் பார்க்க முடிகிறது. பிள்ளை பெறும் ஒவ்வொருத்தியும் மறுபிறவி எடுத்து வருவது போல அவளுக்குத் தோன்றுகிறது. கால்களும், கைகளும், முகமும் சோர்ந்து தளர்ந்து படுக்கையில் படுத்துக் கிடப்பதைப் பார்க்க பரிவு வருகிறது. ஒவ்வொருத்தியும் இன்னொருத்தியைப் பார்த்துப் பரிதாபப்படுவதை அவள் கவனிக்கிறாள். பார்வைகளால் அவர்கள் ஒருவருக்கொருவர் அதைப் பரிமாறிக் கொள்வது அவளுக்குப் பிடித்தமானதாகவே இருக்கிறது. ஒவ்வொருவரும் ஒரேவிதமான சிரமத்தை அனுபவித்துக் கொண்டு அங்கே தப்பி வந்து படுத்திருப்பதாகவே அவள் உணருகிறாள். அவர்களையெல்லாம் மீறியே அவள் அதிகமாகச் சிரமப்பட்டிருக்கிறாள் என்பதை நினைக்கையில் அப்படிப்பட்ட சிரமம் எவருக்குமே வரக்கூடாதென்று அவள் அய்யனாரை வேண்டிக் கொள்கிறாள். அந்தச் சிரமத்திலிருந்து அய்யனார்தான் தன்னைக் காப்பாற்றியிருப்பதாக அவள் நம்பினாள். இரத்த சோகை பிடித்து உடல்வலியோடு கருத்தரித்துக் குழந்தையைப் பெற்றெடுக்க நேர்ந்ததில் அவள் மறுபிறவி எடுத்து வந்திருப்பதாகவே நினைத்தாள். அத்தனை வலிமையும், சகிப்புத்தன்மையும் அவளுக்கு எங்கிருந்து வந்தது என்று அவளால் புரிந்து கொள்ள முடியவில்லை. அவள் உடல்வலியை உணரும்போதுதான் பிரசவத்தின் கொடுமையை அவளால் அளவிட முடிந்தது. ஒவ்வொரு பெண்ணும் உயிரைப் பணயம் வைத்துப் போராடி இன்னொரு உயிரைத் தருகிறாள் என்பதை நினைக்க அவளுக்கு வியப்புக்கு மேல் வியப்புத் தோன்றுகிறது.

தானும் ஒரு பிள்ளைக்குத் தாயாகிவிட்ட பெருமையை அவள் அனுபவித்தபோது அவளுடைய உடலில் புதிய வலிமை வந்து விட்டது போல அவளுக்குத் தோன்றியது. அந்தப் பெருமை அவலத்தில் முடிந்து விட்ட போது அவளுடைய மனம் உடைந்து சிதைந்து போனதாக அவள் நினைத்தாள். குழந்தையை ஏந்திக் கொண்டு உலகைப் பார்க்க விரும்பியவளுக்கு அந்த வாய்ப்பு நழுவிப் போனதில் அவள் அவலப்பட்டுப் போனதாகவே தன்னுள் உணர்ந்தாள். தயிர் கடைந்து முடிக்கும் போது பானை உடைந்த கதையாக அவளுடைய நிலைமை மாறிப் போய் விட்டதில் அவள் தன் மீதே பரிதாபப்பட்டாள். அவள் பெற்ற குழந்தை பெண் குழந்தை என்பதைக் கண்டபோது அவளின் கணவனின் நினைவு தானாகவே

அவளுக்குள் வெளிப்பட்டது. அந்தக் குழந்தையை அவளால் தொடக்கூட முடியாத பாவியாக அவள் இருந்தாள். பூவைப் போன்ற கன்னத்தில் முத்தமிட்டு மனம் பூரிக்க முடியாதவளாக அவள் ஆகிப் போயிருந்தாள். அந்தக் குழந்தையின் அழுகுரலைக் கூட எவராலும் கேட்க முடியவில்லை. வயிற்றில் வளர்ந்த அவளுடைய குழந்தை கண் திறந்து உலகத்தைப் பார்க்காமலே போய்விட்டதைக் குறித்து அவள் அழுதாள். அவளுடைய செல்ல மகள் வயிற்றில் இருந்தபோதே இறந்து போயிருந்தாள். சாவின் வலியை அவளுக்கு உணர்த்தி விட்டு அந்தக் குழந்தை போய் விட்டதாக அவள் நினைத்தாள். அந்தக் குழந்தை பிறந்த போது அவள் அரை மயக்கத்தில் இருந்திருக்கிறாள்.

அம்மாதான் அந்தக் குழந்தையை வெள்ளைத்துணி போர்த்துச் சுருட்டி எடுத்துக் கொண்டு போயிருக்கிறாள். அதைக் கொண்டு போய் ஊர்க்கோடியில் மைதானத்துக்குப் பக்கத்தில் புதைத்திருக்கிறார்கள். அந்தக் குழந்தைக்குப் பால் நெய் ஊற்றிக் கடைசிச் சடங்கையும் செய்திருக்கிறார்கள். அதையெல்லாம் அம்மா அவளிடம் சொன்ன போது அவளுக்கு நெஞ்சு அடைத்துப் போனது போல இருந்ததை அவள் இப்போதும் உணர்ந்து கண்ணீர் வடிக்கிறாள்.

வெளியில் போயிருந்த அம்மா அந்த வார்டுக்குள் நுழைவதை அவள் அப்போது கவனித்தாள். அம்மாவுக்குப் பின்னால் வள்ளியம்மாளும், வேலம்மாளும் வந்து கொண்டிருந்தார்கள். அவர்கள் அப்போதுதான் அவளைப் பார்க்க முதல் முதலாக வருகிறார்கள். அப்போதுதான் அவர்களுக்கு அது முடிந்திருக்கிறது. அவர்களும் கூலி நாலிக்குப் போய்ப் பிழைப்பவர்கள். அவர்களுடைய முகங்களில் இருட்டு பசை போல ஒட்டியிருப்பதை அவள் பார்க்கையில் அவளுக்கு முகம் கருத்தது. அவர்கள் நெருங்கும் போது அவள் தேம்பினாள்.

படுக்கைக்குப் பக்கத்தில் வந்தவர்கள் பொல பொலவென்று கண்ணீர் விட்டார்கள். முந்தானையை இழுத்து வாயில் வைத்துக் கொண்டு தேம்பினார்கள். அம்மாவும் அதைப் பார்த்துப் புலம்பினாள். அவள் தலைகுனிந்து கண்ணீர் விட்டாள்.

"பாவி மவராசி, எப்படி இருக்கறே?" வள்ளியம்மாள் தான் அழுதபடியே அவளிடம் கேட்டாள்.

"எதோ இருக்கறன்! செத்துப் பொழைச்சு!" அவள் சொல்லியபடியே தேம்பித் தேம்பி அழுதாள்.

அதற்குமேல் அங்கே நிற்கப் பிடிக்காதவர்கள் போல அவர்கள் அப்பால் நகர்ந்து நின்றார்கள்.

"போனாப் போவுது! பொட்டைப் புள்ளை தானே! பையனா இருந்திருந்தாத்தா ஐயோ போச்சேன்னு அழுவோணும்! எப்படியோ மவள் பொழைச்சாளேன்னு மனசெ ஆத்திக்க!" வேலம்மாள் அம்மாவைச் சமாதானப்படுத்துவதை அவள் கேட்டாள். அவளுக்கு ஓவெனக் கூவி அழ வேண்டும் போலிருந்தது.

போர்வையை இழுத்து மூடிப் படுத்தவள் முகத்தையும் மறைத்துக் கொண்டு விம்மி விம்மி அழுதாள்.

அவளுடைய அழுகையின் சத்தம் யாருக்கும் கேட்கவில்லை! வெளியில் ஆம்புலன்ஸ் வேனின் உறுமல் சத்தம் பலமாகக் கேட்டது.

★ ★ ★